AF766117

വേലി

வேலி

வாஸந்தி

Pustaka
EBooks | Audiobooks | Paperback

முதற்பதிப்பு: 2023

First Edition: 2023

Veli

வேலி

Vaasanthi

வாஸந்தி

ISBN: 978-93-95416-52-8

காப்புரிமை @ ஆசிரியர்

இந்தப் புத்தகத்தின் எந்த ஒரு பகுதியையும் பதிப்பாளரின் எழுத்துபூர்வமான முன் அனுமதி பெறாமல் மறுபிரசுரம் செய்வதோ, அச்சு மற்றும் மின்னணு ஊடகங்களில் மறுபதிப்பு செய்வதோ காப்புரிமை சட்டப்படி தடை செய்யப்பட்டதாகும். புத்தக விமர்சனத்திற்கு மட்டுமே இந்தப் புத்தகத்திலிருந்து மேற்கோள் காட்ட அனுமதிக்கப்படுகிறது.

Pustaka

EBooks | Audiobooks | Paperback

Pustaka Digital Media Pvt. Ltd.
#7-002, Mantri Residency,
Bannerghatta Main Road, Bengaluru - 560 076
Karnataka, India
+91 7418555884

பொருளடக்கம்

குரல் 1

"வள்ளி, வள்ளி, வள்ளி"

உடம்பு தன்னிச்சையாக விதிர்த்தது யார் கூப்பிடுவது என்று தடுமாற்றம் ஏற்பட்டது. எந்த திசையிலிருந்து ஓசை வருகிறது? உத்தேசமாக அவருடைய கால்கள் நகர்ந்தன. மெல்லிய பாதங்கள் அதிராமல், பூமியில் பதியாமல் சருகு மிதப்பதுபோல்.

'என்ன நடை இது, வர்றது தெரியாம, திருடன் கணக்கா?'

'யாரது?' இடியோசை போன்ற குரல். அவளுக்குப் பழக்கப்பட்ட குரல், அது காதில் விழும்போதெல்லாம் குடல் நடுக்க வைத்த குரல்.

'ஏண்டி இப்படி பயந்து சாகறே?'

பயம்தான். அது தேகம் முழுவதும் வியாபிக்கும், வெடவெட என்று உடம்பு நடுங்குகையில் கண்கள் குளமாகும்.

'ஐயோ வேணாம்... விட்டுடுங்க, விட்டுடுங்க.'

'அடச்சீ துப்புகெட்ட கழுதை!'

அரக்கபரக்க அவள் தலையைத் திருப்பித் திருப்பிப் பார்த்தாள். குரல் வந்த திசையைத் தேடி.

அவளுக்கு நெஞ்சு படபடத்தது. யாரோ துரத்தி வருவதுபோல் அவள் வேகமாக நடந்தாள், அடி வயிறு துவண்டு மார்பு குத்துவலியெடுத்தது.

'நமக்குப் பித்துத்தான் பிடிச்சுப்போச்சு.' குருட்டாம்போக்கில் கால்கள் நகர்ந்தன.

'ஆத்தாடி, எத்தனை ரூமுங்க இருக்கும் இந்த வூட்டுலே?'

''ஏ வள்ளி! எங்க தொலைஞ்சு போனா இவ?''

''இத வரேம்மா'' குரல் பிசுபிசுத்து தொண்டைக்குழிக்குள் சொற்கள் கரைந்தன.

''எங்க போனே? எவ்வளவு நேரமா கூப்பிட்டுக்கிட்டிருக்கேன். இந்த ரூமை சீக்கிரமா க்ளீன் பண்ணு. நாங்க வெளியிலே போகணும்''

''சரி'' என்று தலையை மட்டும் அசைத்தபடி அவள் துடைப்பத்தை எடுக்க ஓடினாள்.

''சரியான அசமஞ்சமா இருக்கும்போல இருக்கு. ஆனா அதே பாத்தா திட்ட முடியல்லே. பயந்து சாகிறமாதிரி இருக்கா, Like a startled hare!''

''கிராமத்துப் பொண்ணு பழகிடும்.''

அவளுக்கு எதுவும் செவியில் விழவில்லை, அவர்கள் வேறு ஏதோ பாஷை பேசினார்கள். அல்லது அவர்கள் பேசும் தமிழ் வேறு. அதைக் கேட்கவும் அவளுக்கு ஆர்வமில்லை. கைகள் பரபரவென்று மூலை முடுக்கைப் பார்த்துத் துப்புரவு செய்தாள். சொல்லிக்கொடுத்தபடி சின்ன வாளியில் நீர் நிரப்பி, ஒரு குப்பியிலிருந்து வாசமாக இருந்த ஒரு திரவத்தை அளவாக அதில் ஊற்றிவந்து, துடைக்கும் துணியை அதில் அலசிப் பிழிந்து பளிங்குபோலப் பளபளக்கும் தரையைத் துடைத்தாள்.

''ஆச்சா?''

''ஆச்சும்மா''.

''என்ன, உன் குரலே இப்படித்தானா?''

குழப்பத்துடன் விரிந்த புன்னகையுடன் தலை அசைந்தது.

எஜமானி சிரித்தாள். "நீ பேசல்லேன்னா பரவாயில்லே, வேலையை ஒழுங்கா செஞ்சா போதும்."

"செய்வேன்"

எஜமானி ஏன் சிரிக்கிறாள் என்று புரியவில்லை. இவர்களது பேச்சுப் புரியாததுபோல் சிரிப்பும் விளங்காது என்று தோன்றிற்று. விளங்காமல் போவது பீதியை அதிகரித்தது. கண்ணைக்கட்டி நிற்பதுபோல்.

"கிச்சன் மேடையிலே நாஷ்டா வெச்சிருக்கேன். சாப்பிட்டுட்டுப் போ."

அவளுக்கு சுத்தமாகப் புரியவில்லை.

"என்னங்க?"

"ஓ கடவுளே, சமையல் ரூமிலே சாப்பாடு வெச்சிருக்கேன்னேன்."

"சரிங்க"

"வள்ளி, சித்த நில்லு"

"என்னங்கம்மா?"

எஜமானி அருகில் வந்து ஆராய்ந்தபோது, 'கடவுளே என்ன பாக்குது இந்த அம்மா?' என்று கூச்சமெடுத்தது.

"என்ன இது... கழுத்தெல்லாம் காயமா?"

"ஒண்ணுமில்லேங்கம்மா".

எஜமானி அருகில் வந்து உற்றுப் பார்த்தாள்.

"தழும்பாட்டம் இருக்கு."

அவள் இல்லை என்பதுபோல் தலையசைத்தாள்.

"அது போயிரும்".

எஜமானி சந்தேகத்துடன் பார்த்தாள்.

"சரி போ"

காற்றைப் போல் பாதங்கள் நகர்ந்து தூரம் இருந்த சமையல் அறையைக் கண்டுபிடித்தன. மேடைமேல் ஒரு பீங்கான் தட்டில் ஏதோ பதார்த்தம் இருந்தது. இரண்டு சப்பாத்தி. அதனுடன் ஏதோ காய், சப்பாத்தியை விண்டு சாப்பிடும்போது, காரணம் புரியாமல் கண்களில் நீர் நிறைந்தது. 'ஓ'வென்று அழ வேண்டும்போல் இருந்தது. வயிறும்கூடச் சேர்ந்து ஓலமிட்டது. ஒரு லோட்டாவில் நீரை நிரப்பி அதைக் குடித்தபடியே சாப்பிட்டு முடித்தாள். குழாயடிக்குச் சென்று முகத்தைக் கழுவி, துப்பட்டாவினால் முகத்தைத் துடைத்துக் கொண்டாள். நினைவாகக் கழுத்தை மூடிச் சுற்றி கீழிறக்கி இடுப்பில் செருகிக் கொண்டாள்.

அஞ்சலையிடம் கடன் வாங்கி அணிந்த உடுப்பு. சேலையில் பழகிய உடம்புக்கு முதலில் மகாக் கூச்சமாக இருந்தது.

"இந்த டிரெஸ்தான் வேலை செய்ய சௌகர்யம்டீ"

"எனக்கு என்னவோ மாதிரி இருக்குக்கா."

"அடப் போடி ஸூப்பரா இருக்கு."

வேலை செய்யும்போது அஞ்சலை துப்பட்டாவை மூலையில் வைத்துவிடுகிறாள்.

"நீ என்னவோ செய்யி, நா இப்படித்தேன் செருகுவேன்."

அதைத் தலைப்பைப்போல் போர்த்தி செருகிக் கொள்ளும்போது சற்று ஆசுவாசமாக இருந்தது.

ஈரமாகிப் போன துப்பட்டாவை மார்பின்மேல் போர்த்தி அவள் வந்து நின்றபோது, எஜமானி காரைக் கிளப்பிக் கொண்டிருந்தாள்.

"நாளைக்கு இதே மாதிரி வந்துடு"

"சரிங்க"

'வந்துடு. வந்துடு' மந்திரம்போல் வார்த்தை, அதுதான் இங்கே அவளை இழுத்தது. இப்போது அது ஏதோ கேடுகெட்ட வார்த்தைபோல் பயமேற்படுகிறது.

வந்துடு வள்ளி, ஊரிலே பேசுவாங்கதான். கண்டுக்காதே. இங்க உன் வாழ்க்கையே மாறிடும் பாரு.

எப்படி? புரியவில்லை. இந்த பிரும்மாண்டமான வீடுகளைக் கண்டாலே பயமெடுத்தது. அங்கிருந்த கண்ணாடித் துப்புரவு அன்னியமாகப் பட்டது. இதுவே வேற்றுக்கிரகம் போல. அவளுக்கும் அவர்களுக்கும் சம்பந்தமே இல்லை. இங்கிருந்து நான் என்ன செய்யப்போறேன்?

அஞ்சலை தலையில் அடித்துக்கொள்கிறாள்.

'அவுங்க கொடுக்கற துட்டுக்காக நீ வேலை செய்யிற. அதுக்குமேல் சம்பந்தம் எதுக்கு?'

பிறகு முணுமுணுக்கிறாள். 'எது தேவைன்னே உனக்கு இன்னும் புரியல்லே.'

தெருவைக்கடந்து குத்துமதிப்பாக ஒரு யூகத்தில் அஞ்சலை சொன்ன இடத்துக்கு வந்தாள். அவள் வேலை செய்யும் வீட்டருகில் இருந்த பெஞ்சில் அமர்ந்தாள். வெய்யில் பொசுக்கியது. ஷிமோகாவே தேவலை. பெங்களூர் இப்படிக் கொளுத்தும் என்று தெரியாது. இரண்டு மார்பும் கல்லைக் கட்டிய மாதிரி கனத்தன. அவள் கைகளை இறுக்கி மார்புக்குக் குறுக்காய் மடித்துக் கொண்டாள். பிறகு முழங்கால்களைத் தூக்கி மடித்து முகத்தைப் புதைத்துக்கொண்டாள். கழுத்தைச் சுற்றி இருந்த துப்பட்டாவைத் தளர்த்தினாள். சட், என்ன இப்படி அழுகை வருது? குழாயைத் தொறந்துவுட்டமாதிரி? நிறுத்தமுடியவில்லை, புதைந்த இருளில் என்னென்னவோ முகங்கள். பேய் முகங்கள், குதறவரும் நாய்கள், குரல்கள். அவற்றையெல்லாம் உதறித்தள்ளி எதையோ தேடினாள். பிடிபடாமல் நழுவிற்று. அவள் அதை உற்றுப் பார்த்தாள். பார்வை மங்கிப் போனதுபோல் இருந்தது. மறந்துக்கூட போயிரும்போல் இருக்கு. அதைத் தாவிப்பிடிக்க வேண்டும்போல் இருந்தது. அது அருகில் வரவே இல்லை, அவளுக்கு அடிவயிற்றிலிருந்து சுருண்டு இப்போது கேவலாக அழுகை வெடித்தது.

“ஏய், வள்ளி! ஏன் அழுவறே இப்பிடி நடுரோட்டிலே குந்திகினு? சீ... நீ ஷிமோகாவிலே ஏதாச்சும் செய்யி, இங்க இப்படி செஞ்சியானா தப்பா நினைப்பாங்க.”

அவள் முகத்தையும் கண்ணையும் மேலங்கியினாலேயே துடைத்துக் கொண்டாள். எதிரில் நின்ற அஞ்சலை முகத்தில் சங்கடம் தெரிந்தது. லேசான எரிச்சல்போல் தெரிந்தது.

“ஏண்டி இவளே, இப்ப என்ன ஆச்சுன்னு அழுவறே? அந்த ஊட்டுப் பொம்பளை திட்டிச்சா?”

அவள் இல்லை என்று தலையசைத்தாள்.

“பின்னே?”

அவளுக்கு அஞ்சலையை நிமிர்ந்து பார்க்கமுடியவில்லை. முழங்காலுக்குள் பார்வையைப் பதித்தபடி சொன்னாள்.

“நா போயிடறேன்க்கா.”

“சரியான பேஜாராப் போச்சு உன்னோட”

“ஏதோ தப்பு செய்யிறமாதிரி இருக்குக்கா”

“ஒரு தப்புமில்லே. சும்மாக்கெட எழுந்திரு, போலாம். வெய்யிலேறிப் போச்சு”

அவள் எழுந்து தலைகுனிந்தபடி நடந்தாள். அக்காவுக்கு என் பிரச்சினை புரியாது என்று நினைத்துக்கொண்டாள். இருவரும் பிரதான சாலைக்கு வந்ததும், நகரும் வாகனங்கள் விரையும்வரை காத்திருந்து, விறுவிறுவென்று குறுக்கே கடக்கும்போது, பீதியுடன் அக்காவின் கைகளைப் பிடித்துக் கொண்டாள்.

அஞ்சலை ஏதோ யோசனையில் இருப்பவள்போல் இருந்தது சௌகர்யமாக இருந்தது. எதுவும் யாருடனும் பேசாமல் இருக்கலாம்போல் இருந்தது. செவியில் குரல்கள் கேட்டபடி இருந்தன. சாலையைக் கடக்கும்போது துரத்தியபடி இருந்தன. அவற்றிலிருந்து எப்படி விடுபடுவது என்பதே

பிரச்சினையாகும் போலிருந்தது. அஞ்சலை காதில் சீழ் வழிகிறது என்று பஞ்சு வைத்துக் கொள்கிறாள். அப்படி அவளும் வைத்துக்கொண்டால் என்ன என்று தோன்றிற்று. ஆனால் அஞ்சலையின் காதில் பஞ்சுமட்டும் இல்லை. அவளுடைய கைபேசியில் ஏதோ ஒயிரைப் புகுத்தி இரண்டு செவியிலும் வைத்துக்கொள்கிறாள். அதில் சினிமாப் பாட்டு வரும். சதா பாட்டுக் கேட்கவேண்டும் அவளுக்கு,

"எப்பப் பாரு பெருக்கித் தொடைச்சுக்கிட்டு, பாத்திரம் வெளக்கிக்கிட்டு இருந்தா கிறுக்கு புடிச்சுடும்."

அந்தப் பாட்டை அவளும் காதில் வைத்துக் கேட்டாள். நல்லாத்தான் இருக்கு.

அஞ்சலை சிரித்தாள். "சும்மா ஹூட்டு வேலை போரடிக்குதுடீ. ஆனா படிப்புவேற இல்லேங்கும்போது வேற வேலைக்குப் போக என்ன தகுதி இருக்கு? ஊர்லே செஞ்ச மாதிரி இப்ப தோட்ட வேலைக்குப் போக முடியாது. அப்பவாவது அம்பது நூறு பேருக்கு நடுவிலே செய்வோம். பொழுதுபோயிரும் கஷ்டமான வேலைன்னாலும், இந்த வேலை போர்தான்"

"போர்னா?"

"பேஜாருன்னு அர்த்தம். அதுக்குத்தான் பாட்டு."

"இதிலே இன்னொரு மேட்டர் இருக்குது. வீட்டுக்கார அம்மா டோஸ் விட்டாங்கன்னா காதிலே விழாது"

அஞ்சலை பகபகவென்று சிரித்தாள்.

அவள் ஊகமாக அஞ்சலையின் பேச்சைப் புரிந்துக்கொண்டு சிரித்தாள்.

அஞ்சலை இன்னும் என்னெனவோ இங்கிலீஷ் வார்த்தை சொல்வாள்.

"நீ ஏங்க்கா இந்த வேலை செய்யணும்?"

அஞ்சலை சற்றுநேரம் பேசவில்லை.

''என் கையிலே காசு இருந்தா எனக்கு பலம் இருக்கறமாதிரி இருக்கு. பவுடர் வாங்கவும், வளையல் வாங்கவும் அந்த ஆளை ஏன் கேக்கணும்?''

''அதுமட்டுமில்லை. தினுசு தினுசாக உடுப்பும் போட்டுக் கொள்கிறாள். சுடிதார்தான். இங்கு வீட்டு வேலைக்குச் செல்பவர்கள் எல்லாருமே பளிச்சென்றுதான் இருக்கிறார்கள். அப்படி இருக்கவே, வேலைக்குப் போவதுபோல்.''

''அதான் சொன்னேனே. இங்கே உன் வாழ்க்கையே மாறிடும் பாரு''

அவளுக்கு இன்னும் புரியவில்லை. உடை மாறியிருந்தது. இயல்பாக நடக்கக்கூட முடியவில்லை. கால்கள் பின்னிக் கொள்கின்றன. மனசில் எந்த நேரமும் பயம் கப்பியபடி இருக்கிறது. எந்தத் தைர்யத்தில் ஷிமோகாவ விட்டு வரமுடிந்தது என்று புரியவில்லை. தைர்யமில்லை அது. திருடியப்போல் ராவோடு ராவாக, பேருந்தில் யாரோ அமர்த்திவிட, வழி முழுவதும் பயந்து, செத்து, குளிர் மிகுந்த அதிகாலைப் பொழுதில் பெங்களூர் வந்து சேர்ந்து, அஞ்சலையைக் கண்டதும் 'ஓ'வென்று அழுததும்,

''அழாதே. இனிமே பயப்படறதுக்கு ஒண்ணுமில்லேடி'' என்று அவள் சமாதானப்படுத்தியதும், போன வாரம் நடந்த விஷயம்தான், இன்னும் பெங்களூர் காற்றுப் பழகவில்லை. அக்காவின் புருஷன் அவளுடன் வந்திருந்ததால் அழுகையைத் தொடராமல், அவள் கம்பீரமானாள்.

'அவரு நல்லவரு' என்கிறாள் அக்கா அடிக்கடி அவளை சமாதானப்படுத்துவது போல, 'யாருக்காவது உதவணும்னா ஒண்ணும் சொல்லமாட்டாரு. அதனாலெதானே உன்னைக் கூப்பிட்டேன்?'

எத்தனை நாட்களுக்கு இவர்களுடன் இருக்க முடியும்?

நல்ல புருஷன். அப்படிக்கூட ஒரு மனுஷன் உண்டா என்று அவளுக்குத் தெரியாது. அக்காவிடம் அவர் அதிகம் பேசியோ

குரலை உயர்த்தியோ அவள் பார்க்கவில்லை. ஆனால் சதா புகை பிடிக்கிறார். இரவு குடித்துவிட்டு வருகிறார். அக்கா சமைத்து வைத்துக்கொண்டு காத்திருப்பாள். அந்த ஆள் எப்போது வருவார் என்று வள்ளிக்குத் தெரியாது. சமைத்த பதார்த்தம் பாதிக்குப்பாதி மிஞ்சியிருக்கும்.

''அவரு சாப்பிடறதே அவ்வளவுதான்.''

''பின்னே ஏன் இவ்வளவு சமைக்கிறே?''

''சரிதான்னு கொஞ்சமா வெக்கிறேன்னு வெச்சுக்க, அவங்க அம்மாவுக்கு போன் போட்டு, இவ எனக்கு சாப்பாடே தர்றதில்லேன்னு கம்ப்ளேய்ண்ட் பண்ணுவாரு.''

அப்பவும் சிரிப்புதான். ''இந்தக் குடிமாத்திரம் விடமாட்டேங்குது. தினமும் நாப்பது மைலு பஸ் ஏறி வேலைக்குப் போகணும். நாப்பது மைலு திரும்பி வரணும். உடம்பு சோந்து போகும்போது குடிக்கணும்னு தோணும்போல.''

'நல்ல வேளை, அடி உதை இல்லை. அதிசயம் இல்லே? அதனாலேயே அந்த நிற்காத புகையையும் குடியையும் பொறுத்துக் கொள்கிறாள் என்று தோன்றிற்று. அஞ்சலையின் எல்லா விஷயமுமே அவளுக்கு அதிசயமாக இருந்தது. அவள் சொல்வதை எல்லாம் நம்புவதா' என்று சந்தேகம் வந்தது.

''காலையிலே வேலைக்குக் கிளம்பும்போது கடவுள் மாதிரி போவார்டி நெத்தில சந்தனப்பொட்டும் பளிச்சுனு மொகமுமா. ராத்திரி வரக்கொள்ள ஆளே மாறிடறாரு. பாழாப்போன குடி.''

அவன் குடியை நிறுத்தவேண்டும் என்று வாராவாரம் செவ்வாய்க்கிழமை விரதமிருக்கிறாள். வருஷத்துக்கு ஒருமுறை அம்மாவைப் பார்க்க மாலை போட்டு மேல்மருவத்தூர் போகிறாள்.

புருஷன்மேல் அவளுக்குக் கொள்ளைப் பிரியம் என்று தோன்றும். அவன் வீட்டிற்குள் நுழையும் சத்தம் கேட்ட உடனேயே துள்ளிக்கொண்டு ஓடுவாள். அவனைக்

கைத்தாங்கலாகப் பிடித்து குளியலறைக்கு அழைத்துச் சென்று முகத்தைக் கழுவி, தலையைத் துவட்டி. லுங்கி அணியவைப்பாள். அடுத்தாற்போல் இருந்த ரேழியில் படுத்திருக்கும் வள்ளிக்குக் கேட்கும் சன்ன ஓசையில் அவளது அசைவுகள் புரியும். அவள் அவனுக்கு பதார்த்தங்களை உபசரித்தபடி இருப்பாள். அவன் சாப்பிடுவானோ ஒதுக்கித் தள்ளுவானோ, எப்போது படுப்பார்கள் என்று தெரியாது. ஒரு ஓசையும் கேட்காது. விளக்கு அணைந்ததும் கப்சிப்பென்று மௌனம் கப்பிக்கொள்ளும்.

இவள் ரேழிக் கதவை அழுத்திச் சாத்திக்கொள்வாள். 'தாழ்ப்பாள் போட்டுக்க' என்று அஞ்சலைதான் சொல்லியிருந்தாள்.

அதற்குப்பிறகு இவளைப் பிசாசுகள் துரத்த வரும். குதறும் நாய்கள், முகத்தில், கழுத்தில், மார்பில், வயிற்றில், தொடைகளில் பற்கள் பதியப்பதிய... அதன் குரூரத்தில் அவள் பீதியில் உறைந்து குரல் எழுப்ப முடியாமல் திணறுவாள். வாய் பிணைத்திருக்கும். இரும்பாய் ஒரு கரம். வேணாம் வேணாம் என்று தலை திமிரும். அதை அடக்க ஆயிரம் இரும்புக் கைகள் முளைக்கும், எப்படி சாத்தியம்? அது உடம்பா இரும்புத் தூணா? அதற்கடியில் அவள் நசுங்கிக் கந்தலாகி நாராய் கிடப்பாள்.

ஆத்தா...! ஆத்தாடீ...! என்னாலே முடியாது. ஆத்தா இட்டுட்டு போயிரு. எங்கெயாவது போயிருவோம். காட்டுக்கு. மலைக்கு. நாயில்லாத எடத்துக்கு. எப்படியோ பொழைச்சுப்பேன் இல்லேன்னா சாவறேன்.

சன்னமாக அழுகுரல் கேட்டது. அது அதிகரித்துக்கொண்டே வந்து அடிவயிற்றுக்குள் புகுந்தது. குடல்களை வளைத்தது. புட்டத்தில் இறங்கி பிறப்புறுப்பிலிருந்து சீறிக்கொண்டு வெளிப்பட்டது. அம்மா... அவள் மார்பை அழுந்தத் தேய்த்து விட்டுக்கொண்டாள். பிறகு வெறிபிடித்தவள்போல் தேய்க்க ஆரம்பித்தாள்.

அவள் ஓசைப்படாமல் அழுதாள். என்ன செய்வேன். ஒண்ணும் புரியல்லே.

எத்தனை வயசு இருக்கும் உனக்கு? பதினாறுன்னு ஆத்தா சொல்லும்.

பதினைஞ்சு வயசுக்குள்ளே என்ன அவசரம்டீ உங்க ஆத்தாவுக்கு?

அவள் பதில் சொல்லவில்லை. தாவணி போட ஆரம்பித்த நேரம் அது. கமலி, செம்பகம், மீனு எல்லோருடனும் அலுக்காமல் குளத்துக்குப்போய் குளித்துவிட்டு வந்து, பல்லாங்குழி ஆடிக்கொண்டிருந்த நேரம், அம்மா அதற்கு ஒரு முடிவைக் கொண்டு வருவாள் என்று கனவில்கூட நினைக்காத நேரம்,

''விடுக்கா, வந்துட்டேன் இல்லே?''

''அப்ப சும்மா நடுத்தெருவிலே குந்திகினு அழுவறதை நிறுத்தணும்.''

''சரி.''

''கொஞ்சம் பஞ்சு இருந்தா குடு.''

''இன்னாது?''

''பஞ்சு, காதிலே சும்மா ஏதோ இரைச்சல் கேட்குது.''

''மெய்யாவா?''

''ஆமாங்கா''

''என்ன மாதிரி இரைச்சல்?''

''விடுக்கா''

யாரோ படபடவென்று கதவைத் தட்டினார்கள். அவள் அலறி அடித்துகொண்டு கண்விழித்தாள். பளீரென்று வெய்யில் பரவியிருந்தது.

''கதவைத் திற வள்ளி, இன்னுமா தூங்கறே? அவங்க வேலைக்குக் கிளம்பிப் போயாச்சு. நான் கிளம்பவேணாம்?''

அவள் அரக்கபரக்க முகத்தைக் கழுவிக்கொண்டு தயாரானாள்.

"அப்படியா தூங்குவே?"

"தூக்கம் சரியா இல்லே, ஏதேதோ கெட்ட கனா வருது."

"கனாதானே, விடு."

வீட்டை விட்டு வெளியேறும்போது அவளுக்குத் திக்கென்றது. ஷிமோகாவிலிருந்து ஆள் வந்திருந்தது.

"என்ன, என்னது?"

தொண்டைக்குள் குரல் சிக்கிக்கொண்டது. பீதியில் விழிகள் பிதுங்கின.

"ரொம்ப உடம்பு சரியில்லே பிள்ளைக்கு. உன்னை உடனே இட்டாரச் சொன்னாங்க,"

"யாரு?"

"உங்க ஆத்தா."

"என்ன ஆச்சு?"

"டாக்டருக்கே சொல்லத் தெரியல்லே. ஆபத்தாயிடுச்சுங்கறாரு."

"அய்யய்யோ!"

அவள் அங்கேயே தரையில் அமர்ந்து ஓவென்று அழ ஆரம்பித்தாள்.

"அதான்க்கா அப்படி கனா வந்துது."

"கவலைப்படாதேடீ, எல்லாம் சரியாயிரும். நீ கிளம்பு, சரியானதும் வந்துடு."

அஞ்சலை அவசர அவசரமாக அவளுடைய உடுப்புக்களை ஒரு சிறு பையில் திணித்தாள்.

"போறேன்."

"சரியானதும் வந்துரு"

அவளுக்கு மீண்டும் அழுகை வந்தது.

“பாக்கலாம்க்கா”

அஞ்சலை ஏதோ சொல்ல வாயெடுத்து, பின்பு அடக்கிக் கொண்டாள்.

“அழாதேடி. சரியாயிரும். கடவுள் இருக்கார்.”

அவள் அதைப் பற்றின நிச்சயம் இல்லாதவளாக பதில் ஏதும் சொல்லாமல் கிளம்பினாள்.

பஸ்ஸில் அமர்ந்ததும் நினைவு வந்தவள்போல “என்ன உடம்புக்கு?” என்றாள்.

“வாந்தி பேதி”

“ரொம்ப மோசமா?”

“அப்படித்தான் சொல்றாங்க.”

அவளுக்குத் துக்கம் குமுறிக்கொண்டு வந்தது.

“ரொம்பத் தப்பு பண்ணிட்டேன். இனிமே பெங்களூருக்குப் போகமாட்டேன்.”

“பட்டணத்துப் பொண்களுக்குத் திமிரு ஜாஸ்தி. அது கூப்பிட்டதும் ஓடிப்போனே, ஊர் ஒலகத்திலே நடக்காததா நடந்து போச்சு?”

அவள் பேசவில்லை. மீண்டும் அழுகை வந்தது.

“சரியாயிரும். கடவுள் இருக்கார்”

இருக்காரா? அவளுக்குத் தெரியாது. இதுவரை எத்தனை அடிபட்டாலும் வாயை மூடிக்கொண்டு அழுதுதான் பழக்கம், உதவிக்கு எந்தக் கடவுளையும் கூப்பிட்டதில்லை. அதற்கு வேற வேலையில்லையா நாய்களையும் பேய்களையும் விரட்டுவதைத் தவிர என்று தோன்றும், சாமி கும்பிடக் கோவிலுக்கு அம்மா அழைத்துக்கொண்டு போனது சின்ன வயசில். சின்ன வயசு விரைவில் காணாமல் போனது. கடவுளையே அவளுக்கு மறந்து போய்விட்டது. அப்படி என்று ஒன்று இருந்தால் இந்த மாதிரியெல்லாம் நடக்குமா என்று அவள் நினைத்துக்கொள்வாள்.

இப்போது பீறிட்டுக்கொண்டு ஒரு பரிதவிப்பு ஆட்கொண்டது. யார் காலையாவது கெட்டியாகப் பிடித்துக்கொண்டு, காப்பாத்துங்க என்று அழவேண்டும் போல் இருந்தது.

வழிமுழுவதும் அவளுக்குப் பரிச்சயமில்லாத அந்தக் கடவுளை வேண்டிக்கொண்டாள். 'காப்பாத்துங்க. நா தப்பு பண்ணிட்டேன்.'

ஷிமோகாவை அடைந்ததும் பஸ் நிலையத்தில் இருந்த குழாயடியில் முகத்தைக் கழுவி இருவரும் அரசினர் மருத்துவமனைக்கு விரைந்தார்கள். ரேழியிலெல்லாம் நோயாளிகள் படுத்திருந்ததைப் பார்த்து. அவளுக்கு பீதியேற்பட்டது. எல்லோரும் சாகவே வந்திருப்பதுபோல் இருந்தது.

ஒரு விசாலமான அறையில் இருந்த கடைசிக் கட்டிலில் ஒரு சின்ன பொட்டலம், பக்கத்தில் அவளுடைய அம்மா. தூங்கி வழிந்த நிலையில், அவள் 'அம்மா' என்று உலுக்கியதும் அம்மா கண்திறந்து மிரண்டு பார்த்தாள்.

"அம்மாடி வந்தியா? பாரு. நீ அம்போன்னு விட்டுபுட்டு ஓடினியே, கிழிச்ச நாராய் கெடக்கு."

அடிவயிறு குலுங்க, மார்பு கனக்க அவள் அந்தப் பொட்டலத்தைத் திறந்தாள். கடவுளே! எத்தனை இளைச்சுபோச்சு? கண் மூடியிருந்தது. அவள் கலவரத்துடன் அதன் நாசியைத் தொட்டுப் பார்த்தாள். மூச்சு இருந்தது.

"இன்னும் சாவல்லே, உனக்காகக் காத்துக்கிட்டிருக்கு"

அவள் குலுங்கக்குலுங்க அழ ஆரம்பித்தாள்.

"நீதானே என்னைப் போவச் சொன்னே?"

அம்மா பதில் சொல்லவில்லை.

அவளுக்குத் திடீரென்று கோபம் பொத்துக்கொண்டு வந்தது. இதுவரை காணாமல் போயிருந்த வார்த்தைகள் எல்லாம் புரண்டு எழுந்து சரளைக் கற்களைப்போல உதிர்ந்தன.

"நீதானே, நீதானே... நீதானே... நா கேட்டேனா? நா சொன்னதை நம்பினியா? என்னைக் காப்பாத்த வந்தியா..."

அவள் நிறுத்தினாள். பக்கத்துக் கட்டில்களில் போர்வைகள் நகர்ந்து எட்டிப்பார்த்தன. அவள் பேசாமல் குனிந்தாள். பொட்டலத்தில் அசைவு தெரிந்தது. பூ மலர்வதுபோல கண்கள் திறந்தன. அவளை ஒரு விநாடி உற்றுப் பார்த்து அகலமாகச் சிரித்தது.

அவள் பித்துப் பிடித்ததுபோலச் சிரித்தாள்.

"சிரிக்கிறா. இதப்பாரு. சிரிக்கிறா!"

குபுக்கென்று மார்பு அங்கி நனைந்தது. அவள் குழந்தையை வாரியெடுத்து, மேல் அங்கியின் பொத்தானை அவிழ்த்தாள்.

அந்த செப்பு வாய்க்கு அசுரபலம் வந்ததுபோல எட்டு நாட்கள் உறிஞ்சாததைச் சேர்த்து உறிஞ்சிற்று.

அவள் கண்களை மூடிக்கொண்டாள். மார்பின் குத்து வலியெல்லாம் அந்த சின்ன இதழ்களின் ஸ்பரிசத்தில் கரைந்து போனது.

"இனிமே உன்னை விட்டுட்டுப் போகமாட்டேன்" என்று அதன் நெற்றியில் முத்தமிட்டு உறுதி அளித்தாள்.

"எங்கே போயிருந்தா பெத்தவ. பால் குடிக்கிற சின்னக் குழந்தையை விட்டுப்புட்டு?"

அக்கம்பக்கத்துக் கேள்விகளையெல்லாம் அம்மா சமாளிக்கட்டும் என்று அவள் தன்னுள் ஆழ்ந்திருந்தாள்.

"புருஷன் என்ன செய்யறான்?"

"யாரு கண்டா? குழந்தைப் பிறந்தப்புறம் காணம போயிட்டான்."

"அடப்பாவி, இதுவே சின்னப்பொண்ணாட்டம் இருக்கு?"

"ஆமாம், பதினைஞ்சு வயசு, என்னவோ உலகம் கெட்டுக் கெடக்கு. ஒருத்தன் கையிலே ஒப்படைச்சா நல்லதுன்னு நினைச்சேன். ஏமாந்து போனேன்."

''திரும்பி வராமியா போவான்?''

அவள் அதிர்ந்து அலங்க மலங்க விழித்தபடி குழந்தையை அணைத்துக்கொண்டாள். அந்த சாத்தியம்கூட இருக்குமோ? அந்த நினைப்பே நடுக்கத்தை ஏற்படுத்திற்று.

''பாப்பா நல்லா ஆயிட்டா, இனி வீட்டுக்குப் போகலாம்'' என்றார் டாக்டர்.

''நம்பத்தான் முடியல்லே. கடவுள்தான் காப்பாத்தினார்'' என்றாள் அம்மா.

வீட்டு வாசலில் ஒரு நாய் அமர்ந்திருந்தது. அவர்களைக் கண்டதும் துள்ளிக்கொண்டு அருகில் வந்தது. அவள் பயந்துப்போய் பின்னுக்கு நகர்ந்தாள்.

''இது ஏதுமா... யார் நாயி இது?''

''நம்ம நாயின்னு வெச்சுக்க'' என்று அம்மா சிரித்தாள். ''நீ போனதிலேந்து எங்கேயிருந்தோ வந்து சேர்ந்திருக்கு. வீட்டுக்கும் குழந்தைக்கும் காவலாட்டம் உட்காந்திருக்கு. ஒண்ணும் பண்ணாது.''

''வேட்டை நாயாட்டம் இருக்கு?''

''அப்படித்தான் இருக்கு. ஆனா நம்மை ஒண்ணும் செய்யறதில்லே. பயப்படாதே. ரெண்டு வேளை சோறுதான் தர்றேன்.''

''என்னவோ எனக்கு பயமாயிருக்கு.''

''சீச்சீ ஒண்ணும் பயமில்லே.''

''என்ன பேரு?''

''பிச்சைன்னு வெச்சிருக்கேன்''

நாய் தேமேனென்று இருந்ததால் அவள் சமாதானமாகிப் போனாள்.

இரவின் தனிமையில் திட்டம் போட்டாள்.

"அம்மா! வயற்காட்டு வேலை கெடைச்சாலும் செய்யறேன். எங்கேயாவது மரத்திலே தூளி கட்டி பாப்பாவைப் படுக்க வைக்கலாம். வெல்லம் செய்யற கருப்பட்டி ஃபாக்டரியிலே சுட்ட வேலை கிடைக்கும் இல்லேம்மா?"

"கிடைக்கும்தான். ஆனா கூலி பெங்களூர் மாதிரி கிடைக்காது."

"பரவாயில்லே. எத்தனைக் கஷ்டப்பட்டாவது இங்கயே பொழைச்சுக்கலாம்."

"அடேயப்பா, ஒரே வாரத்து பெங்களூர் வாசத்திலே இத்தனை தெம்பு வந்துடுச்சா?"

அரைக்கூலியோ முக்காகூலியோ இருவருக்கும் வேலை கிடைத்தது. கூடவே நாயும் பெரும் தூளியில் இருந்த பிள்ளைக்குக் காவலாய் அகலாமல் உட்கார்ந்திருக்கும். இது எங்கிருந்து வந்தது என்று அவளுக்கு அதிசயமாக இருக்கும். பிச்சை, சாமி போட்ட பிச்சை. வேடிக்கை.

இடையில் அஞ்சலை போன் செய்தாள்.

"எப்ப திரும்பி வர்றே?"

"இங்கயே இருந்துடறேன்கா."

"நீ ஒரு சரியான கிறுக்கு. இங்க கிடைக்கிறதிலே கால்பங்குக்கூட உனக்கு அங்க கிடைக்காது."

"தெரியும், பாப்பாவை விட்டு வரமுடியாதுக்கா"

அஞ்சலை பிறகு பேசவில்லை.

வெல்லக்கட்டிகளை உருட்டி கணக்கெடுத்து கூடையில் அடுக்கும்போது ஆத்தா ஓடி வந்தாள். "அட உன் புருஷன் வந்துகிட்டிருக்கான். உன்னைக் கூட்டிட்டுப் போக வர்றதா சொல்றானாம்"

அவள் விடுக்கென்று நிமிர்ந்தாள். அடிவயிற்றைச் சுற்றிக்கொண்டு ஒரு பீதி கவ்வியது. ரத்த நாளமெல்லாம்

உறைந்து நடுக்கம் கண்டது. தன்னைப்போல் கைகள் கழுத்தைத் தடவின.

பெண்கள் கும்பல் சந்தோஷமாக ஆர்ப்பரித்தது.

''நல்ல காலம் பிறக்கப்போவுது புள்ளே, அவன் கூப்பிட்டான்னா சந்தோஷமா போயிரு.''

''என்ன இருந்தாலும் குழந்தைமேல் பாசமில்லாம் போகுமா?''

''பாசமா? கொழந்தெ முகத்தைக்கூட பாக்காம போன ஆள் அது.''

''போடீ, நல்ல சேதி கேட்டு ஓடுவியா... இடிச்ச புளி கணக்கா உக்காந்திருக்கே.''

''அவனைக் கண்டாலே இது நடுங்கும்.''

''அட நீ பயந்தேன்னு வெச்சுக்க. அவன் அதிகமா துள்ளுவான். அவன் ஜெயிச்சதா ஆயிரும். பயப்படாம காரியத்தை சாதிக்கணும்.''

எப்படி? இவர்களுக்கு என்ன தெரியும்?

அவள் மெல்ல எழுந்தாள். பட்டறையின் வாசலில் நின்று கண்களைத் துழாவியபோது அவன் மரத்தடிக்கு வருவது தெரிந்தது. தூளிக்கு வந்து விட்டான். எப்போதும் இருக்கும் நாய் எங்கே போயிற்று? எங்கே அவன் தூளியிலிருந்து குழந்தையை எடுத்துவிடுவானோ என்று அவள் பதைப்புடன் ஓடினாள்.

அவன் அவளையே உற்றுப் பார்த்தபடி நின்றான். அவள் அவசரமாகத் தூளியில் தூங்கிக் கொண்டிருந்த குழந்தையை எடுத்தாள்.

''எங்கிட்ட குழந்தையைக் குடு. நா எடுத்திட்டுப் போறேன்'' என்றான் அவன் அதட்டலாக.

''எதுக்கு?''

''பொட்டப் புள்ளையைப் பெத்திருக்கியே எப்படி பாத்துக்கறதுன்னு நினைச்சே, தமிழ்நாட்டிலே கவர்மெண்டு

ஆஸ்பத்திரியிலே வெச்சிருக்கிற தொட்டில்லே போடப்போறேன். அதுக்கப்புறம் நா உன்னைக் கூட்டிட்டு போறேன்.''

அவள் திகிலுடன் அவனைப் பார்த்தாள். அவள் அருகில் வந்துவிட்டான்.

''நா குடுக்க மாட்டேன்.''

''குடுடீன்னா''

''நா மாட்டேன். உன்கூடவும் வரமாட்டேன்.''

''அடச்சீ கழுதை, நா உன் புருஷன்னு நினைவு வெச்சுக்க.''

அவன் அவள் கையிலிருந்து பிடுங்க வந்தான்.

அவள் பலம் கொண்ட மட்டும் கத்தினாள்.

''பிச்சை''

இனிமேல் எனக்கு விடுதலை இல்லை என்று அவள் பயத்துடன் கண்ணை மூடிக்கொண்டாள். இந்த மிருகத்துடன் மறுபடியும் வதைபடப்போறேன்.

அவன் அலறுவது கேட்டது. அவள் கண்திறந்த போது பிச்சை அவன்மேல் பாய்ந்து பாய்ந்து எகிறிற்று. அவன் வேஷ்டியெல்லாம் நழுவ, கீழே புரண்டு அலறினான். அது அவனது கழுத்தைப் பதம் பார்த்தது. அவள் விழிகள் பிதுங்கப் பார்த்தாள். அவனது கழுத்திலிருந்து ரத்தம் கசிய ஆரம்பித்தது. கழுத்தில் அங்கங்கே பல் பதிந்திருந்தது, பிறகு தொடை, அக்குள் புட்டம். அவன் கதறக் கதற...

அவள் குழந்தையைத் தூக்கிக் கொண்டு உள்ளே ஓடி வந்தாள். மார்பு படபடத்தது. மேனியெல்லாம் விதிர்த்தது. பிச்சை எப்போது வெறி அடங்கி ஓடிப்போனது என்று அவளுக்குத் தெரியாது.

அவனைச் சுற்றிக் கும்பல் நின்றது. கொலைகார நாயை ஊரெல்லாம் தேடியது.

அவள் கண்களிலிருந்து ஆறாய் நீர் வழிந்தவண்ணம் இருந்தது.

அம்மாவும் ஊர்சனமும் அங்கே மொய்த்தவண்ணம் இருந்தைக் கவனிக்காமல் அவள் ஏதோ கிறக்கத்தில் இருந்தாள்.

அன்று இரவு அஞ்சலை போன் செய்தாள். என்ன விஷயம் என்று கேட்பதற்குமுன்,

"அக்கா! நீ கடவுள் இருக்கார்னு சொன்னியே, நா இன்னிக்கு மெய்யாலுமே பாத்தேன். நாயா வந்தாரு." என்றாள்.

அஞ்சலை சற்றுப் பொறுத்து சொன்னாள்,

"நீ ஒரு கிறுக்கு, கடவுள் என்கிறதெல்லாம் பொய்யி."

"என்னக்கா அப்படி சொல்றே?"

அஞ்சலை அழுவதுபோல் இருந்தது.

"என் வீட்டுக்காரரு இன்னொரு பொம்பிள்ளையோடு போயிட்டாரு."

"என்னது?"

"ஆமாம், நம்பவே முடியல்லே, இப்படி ஏமாத்துவாருன்னு"

அவளுக்கு எசகுபிசகாகச் சிரிப்பு வந்தது. அதை அடக்கிக்கொண்டு.

"இங்க வந்துரு அக்கா, சேர்ந்து பொழெக்கலாம், அவங்களுடைய தொந்திரவு இல்லாம" என்றாள்.

"அதான் நானும் நினைக்கிறேன். எனக்கு இங்க இருக்கவே பிடிக்கல்லே."

அன்று இரவு பேய்கள், நாய்கள் துரத்தவில்லை, அவள் நிம்மதியாகத் தூங்கினாள்.

அவர் சொல்லாமல் போனது

2

யாரது?

ஒரே பனிமூட்டமாக இருந்தது. அவர் அதைக் கிழித்துக் கொண்டு அநாயாசமாக நடந்தார். உடம்பு மிக லேசாகிப் போனதாகத் தோன்றிற்று. காற்றாக. இறக்கை முளைத்ததுபோல். கைத்தடி தேவைப்படாதது புதுமையாக இருந்தது. இத்தனைத் தெம்பாக என்றுமே இருந்ததில்லை, ஒரு புதிய உத்வேகம் அவரைத் தள்ளிக்கொண்டு போயிற்று. எதற்கோ அவசரப்படுவதுப் போல், அவசரம். ஆமாம், மிக அவசரம்.

யாரது?

சிலுசிலுத்த காற்றில் மரக்கிளைகள் கிசுகிசுத்தன. தூக்கம் கலையாத பட்சிகளை எழுப்பும் யத்தனத்தில் இலைகள் அசைந்தன.

தெருவில் சந்தடியே இல்லை. இருபுறமும் இருந்த உயர்ந்த கட்டிடங்கள் கரிய பூதங்கள்போல் நின்றன. சாதாரணமாக இருள் பிரியும் முன்பே அரக்கப்பரக்க விழித்துக்கொள்ளும் இந்த அடுக்குமாடிக் கட்டிடங்களில் விசை தட்டியதுபோல் விளக்குகள் எரிய ஆரம்பிக்கும். சமையலறை விளக்கு. பிள்ளைகளைப் பள்ளிக்கு தயாராக்கும் பணியில் பரபரக்கும் சராசரித் தாய்மார்கள். சராசரி மனைவிகள். சராசரி பெண்கள். அவர்கள் எப்படி இருப்பார்கள்? கணவன் தூங்கட்டும் என்று வேலையை இழுத்துப் போட்டுக்கொண்டு செய்பவர்கள். தேவதைகளாக இருக்கவேண்டும், அல்லது செப்பிடு வித்தைக்காரர்கள். ஏழுமணிக்குள் குழந்தைகள் மந்திரம்

போட்டதுபோல் அழகாக இஸ்திரி போட்ட விறைத்த சீருடையில், முதுகில் தொங்கும் பள்ளிப் பையுடன் ஒரு தோளில் தொங்கும் நீர் பாட்டில் டிபன் டப்பா கொண்ட பையுடன் அம்மாக்கள் பின் தொடர். அல்லது அவர்களது கவலை மிகுந்த அறிவுரைகள் பின்னால் தொடர,

"பரிட்சையை கவனமா எழுது, டிபனை மிச்சம் வைக்காதே" போன்ற அலுப்பூட்டும் வாக்கியங்கள் ஒவ்வொரு தளத்திலும் எதிரொலிக்க, அவற்றைக் காதில் வாங்கிக்கொள்ளாமல் திமு திமுவென்று வெளியே செல்லும் சிறுவர் சிறுமியர், காத்து நிற்கும் பள்ளிப் பேருந்து. ஜோக்கடிக்கும் ஓட்டுனர். கலீரென்று காரணமே இல்லாமல் சிரிக்கும் குழந்தைகள். வேறு கிரகத்துள் நுழைந்தது. போய் அவர்கள் அமர்ந்ததும் உற்சாகத்துடன் விரையும் வாகனங்கள். அதிலிருந்து நான்கு பிஞ்சுக் கைகள் தரையில் நிற்கும் அவரைப் பார்த்து கை அசைக்கும், அவருடைய கை பதிலுக்கு அசையும்.

எத்தனை ஆண்டுகள்? திங்களிலிருந்து வெள்ளிவரை, யாருக்கு நினைவிருக்கும்? இதெல்லாம் நினைவில் வைக்க வேண்டிய விஷயமா என்ன?

யாரது? அவர் சுற்றிலும் பார்த்தார். எவருமில்லை, எங்கே போனார்கள் எல்லாரும்?

"ஸொப்பூ ஸொப்பூ" என்று கத்திக்கொண்டு சைக்கிளில் விரையும் கீரைக்காரனுக்காகக் காத்திருந்து. இரண்டு கட்டு வாங்கிப்போய் மண் போகக் கழுவி... இதல்லாமா சொல்லிக் கொண்டு நிற்பார்கள்? இஸ்திரி போட துணி எடுத்திட்டுப்போக வரல்லியா பையன் என்று அலுத்துக்கொண்டு. சீருடையை அவசரமாக மின் பெட்டியில் தேய்த்து...

இன்று எவரையும் காணோம். இன்னும் தெரு விழிக்கவில்லை. அந்த மயான மௌனம் விநோதமாக இருந்தது. மூலையில் இருக்கும் ரொட்டியும், சாயாவும் விற்கும் கடையும் இன்னும் திறக்கவில்லை.

கடை வாசலில் ஒரு பெஞ்சு இருந்தது. அதில் அமர்ந்து சிகரெட் புகைக்கவேண்டும் என்ற தாபம் அவரை திடீரென்று அழுத்தியது, சிகரெட்டும் இல்லை, தீப்பெட்டியும் இல்லை. கடை திறக்கும்வரை காத்திருக்க வேண்டும். ராமப்பாவின் கடை. அத்தனைச் சின்னக் கடையில் ஒரு கப்பல் கொள்ளும் சாமான் வைக்கும் திறமைசாலி.

"நீங்க அபூர்வமான ஆளு." அது கிண்டலா, பாராட்டா என்று தெரியாது. அவருக்கு அதைத் தெரிந்துக்கொள்ளும் ஆர்வம் இல்லை.

பெஞ்சில் அமர்ந்து எதிரே இருந்த கட்டிடத்தைப் பார்த்தார். ஒன்பதாவது தளத்தில் இருந்தது வீடு, எல்லோரும் தூங்கிக் கொண்டிருப்பார்கள். ஓசைப்படாமல் உள்ளே செல்லவேண்டும். வெளிகேட் சாத்தியிருந்தது, அவர் எழுந்து அதை நோக்கி நடந்தார். செக்யூரிட்டி ஆள் தூங்கிக் கொண்டிருந்தான். அறையின் மங்கிய ஒளியில் சுவரில் மாட்டப்பட்டிருந்த காலண்டர் தெரிந்தது. சனிக்கிழமை வட்டமிடப்பட்டிருந்தது. விடிந்தால் ஞாயிறு. அதுதான் இன்னும் விடியவில்லை. சிம்பிள்.

லிஃப்ட் விசையை அமுக்கியதும் வாயைப் பிளந்தது. அவர் உள்ளே நுழைந்து அதை அமுக்கினார். வீட்டிற்கு எதிரில் சிறிது தயங்கி நின்று, பிறகு உள்ளே நுழைந்தார். வீடு நிசப்தமான உறக்கத்தில் இருந்தது. அவர் ஒவ்வொரு அறையாகச் சென்றார் காணாமல்போன எதையோ தேடுவதுபோல், இங்மார் பர்க்மன் படத்தின் வயதான பாத்திரம் நகர்வதுபோல் என்று தமக்குள் சொல்லிக்கொண்டார். இருட்டு அவருக்குப் பழக்கம். இருட்டிலும் துழாவி சரியான மாத்திரையை வாயில் போட்டுக்கொள்ளத் தெரியும். விளக்கைப் போட்டால் ரோகிணி விழித்துக்கொள்வாள். அசந்து களைத்து உறங்கும் ரோகிணி. அதைக் கலைக்கும் உரிமை தனக்கு உள்ளதாக அவர் நினைத்ததில்லை.

ரமாவும் உமாவும் ஒரு அறையில் படுத்திருந்தார்கள். மார்பில் ஒரு புத்தகம் விரிந்தபடி இருக்க, கண்களில்

கண்ணாடியுடன் அர்ஜகன் வரவேற்பறை சோஃபாவில் உறங்கிக்கொண்டிருந்தான். இவன் மாறவே மாட்டான் என்று தன் அசைத்தபடி அவர் படுக்கை அறைக்குச் சென்றார். அந்தப் பெரிய கட்டிலில் ரோகிணி படுத்திருந்தாள். கண்மூடிய நிலையில் மேல் மூச்சு கீழ்மூச்சு வாங்க. தலை வெளுத்து முகம் சுருங்கி... அது ஒரு திடீர் கண்டுபிடிப்புபோல் மனசு அதிர்ந்தது. அந்த மூச்சின் வெளிப்பாட்டில் ஒரு பரிதவிப்பு தெரிந்தது. இத்தனை நிராதரவாக அவர் ரோகிணியை என்றும் பார்த்ததில்லை. அருகில் அமர்ந்து அவளது நெற்றியை வருட வேண்டும்போல் இருந்தது. விழித்துக்கொண்டு விட்டால்? தூக்கத்தில் எழுப்பினால் அவளுக்குக் கோபம் வரும், அப்படிப்பட்ட அசம்பாவிதம் ஏற்பட அவர் குழந்தைகளைக்கூட அனுமதித்ததில்லை.

இன்று அவளை எழுப்ப வேண்டும்போல் இருந்தது. பேச வேண்டும்போல் இருந்தது. இதுவரை பேசாத விஷயங்கள். பகிர்ந்து கொள்ள முடியாத அற்ப விஷயங்கள். ஆச்சரியம், ரோகிணி, அற்ப விஷயம்னு நாம் நினைக்கப் பழகினது எல்லாம் ரொம்ப அவசியமான விஷயங்கள் தெரியுமோ என்று சொல்லவேண்டும்.

எப்படிச் சொல்வது, இப்படி மூச்சுத் திணற அவள் படுத்திருக்கும்போது? சொல்லாமல் போனால் அவளுக்கு எப்படித் தெரியவரும். அவருள் புதைந்துபோன விஷயங்கள்?

அவர் அருகில் இருந்த நாற்காலியில் அமர்ந்தார். மனத்துள் புடைத்துக்கொண்டு வார்த்தைகள் பீறிட்டன. அந்தத் தளர்ந்த தோள்களை உலுக்கி, 'எழுந்து உக்காரு பேசலாம்' என்று சொன்னால் என்ன?

சாதாரணப் பேச்சுக்கு நேரமே இருந்ததில்லை. அவரவர் வாழ்க்கையை எதற்கோ தாரைவார்த்துக் கொடுத்துவிட்ட மாதிரி, படுக்கைக்கு மேல் திறந்த அலமாரியில் இருந்த புத்தகங்கள் அவள் எழுதியவை, ஆக்ஸ்ஃபோர்டிலும்,

ஹொர்வர்டிலும் அவள் வாங்கிய பட்டங்கள். அலமாரியை அலங்கரித்த புகைப்படங்கள் எல்லாம் அவளது நண்பர்கள், வெள்ளக்கார சிநேகிதிகள். அவர் எழுந்தார். ஆ, இருந்ததே ஒரு படம் -அவரும் அவளும்;

அவர்களும் குழந்தைகளும். அதை அவர் மெல்ல எடுத்தார். அதன்மேல் படர்ந்திருந்த தூசியை மெல்ல ஊதினார். அது ஒரு சின்னப் புகை வளையம் போல அடுத்த படத்தின் மேலும் படிந்தது. அவரும் அவளும். தூசு கலைந்ததில் அவள் பளிச்சென்று சிரித்தாள். நட்சத்திரப்பூ உதிர்வதுபோல், அந்தச் சிரிப்பையும் அந்த தீர்க்கமான கண்ணையும் கண்டு தான் சொக்கி நின்றது நினைவுக்கு வந்தது. பிறகு அந்தத் துணிச்சல் பேச்சு. நிமிர்ந்த மார்பும் நேர்கொண்ட பார்வையும் அச்சமற்ற பேச்சும்... பாரதிக்கு இவளைப்பற்றித் தெரியாது. தெரிந்திருந்தால் அவரும் சரணாகதி அடைந்திருப்பார். கவிதையெழுதுவது நின்றிருக்கும், ஹோம்வர்க் பண்ணியா, டிபன் சாப்பிட்டியா, கீரைக்காரன் வந்தானா? என்கிற இரைச்சலில்... குயில் பாட்டும், பாஞ்சாலி சபதமும் தொண்டை வரை வந்து காணாமல் போயிருக்கும்.

யாரது?

ரோகிணி கண்களைத் திறந்தாள். அவர் திடுக்கிட்டார். லேசாகப் புன்னகைப்பதுபோல் இருந்தது.

"ஏதாவது சொன்னீங்களா?" என்றாள் மிக மெல்லிய குரலில்.

அவர் இல்லை என்று தலை அசைத்தார். அவளது கண்கள் மீண்டும் மூடிக்கொண்டன.

"ஏதாவது சொன்னீங்களா?" அவள் அடிக்கடி கேட்கும் கேள்வி. அவரது பதிலுக்குக் காத்திராத சம்பிரதாயக் கேள்வி.

இப்ப பதில் வேணுமா?

அந்த மயிர்கற்றைகளைச் சுருட்டி விளையாடியது நினைவுக்கு வந்தது. லேசாகச் சுருண்ட நீண்ட முடி.

இப்போது ஆண்களின் க்ளோஸ் க்ராப் போல வெட்டப்பட்டு சொரசொரப்பாகிப் போயிருந்தது.

அவள் ரொம்ப தூரம் பயணித்துக் களைத்துப் போனவள் என்று விசனம் ஏற்பட்டது. ஆனால் அவளுக்குத் தெரியாது: நின்ற இடத்தில் இருந்தாலும் களைத்துப்போகும் என்று.

எப்படிச் சொல்வது? சொன்னால் அதை எப்படி எடுத்துக்கொள்வாள் என்கிற யோசனை அவரை வழக்கம்போல அலைக்கழித்தது.

அவர் மீண்டும் அலமாரிக்குச் சென்றார். வலது கோடி அவரது பகுதி. அவர் மெல்லிய ஆர்வத்துடன் அதைத் துழாவினார். அடுக்கடுக்காக பாட்டு எட்டிக்கள். அவற்றை வருடும்போதே மேனி சிலிர்த்தது ஜீவனின் ஆதாரவேர்களை ஸ்பர்சித்ததுபோல், மதுரை மணி அய்யரிலிருந்து டி.எம். கிருஷ்ணா வரை. பிரவாகமாக ராகங்களும் பாடல்களும் உள்ளுக்குள் பீறிட்டு எழுந்தன. காண கண்கோடி வேண்டும்... மனசு உருகி கண்ணீர் பெருக பத்து வயதுச் சிறுவனாக கட்டுண்டு அமர்ந்தது நேற்றுபோல் இருந்தது. தசரா உற்சவத்தின்போது ராஜா ஜயச்சாமரேஜேந்திர உடையார் சிம்மாசனத்தில் மேலே உட்கார்ந்திருக்க, மைசூர் அரண்மனை வளாகத்தில் மதுரை மணி அய்யரின் கச்சேரி நடந்தது. தமிழ் வார்த்தைகளின் அர்த்தம் மைசூரில் பௌர்ந்த அவருக்குப் பத்து வயதில் புரிய வாய்ப்பே இல்லை. ஆனால் மணி அய்யரின் குரலில், அதன் குழைவில் என்னவோ மாயம் இருந்தது. காம்போதியின் கம்பீரம் அழபெத்தது. அப்படித்தான் அம்மா அவருக்கு ஆடிசதளே யசோதா பாட்டைக் கற்றுக்கொடுத்தபோது மெய்சிலிர்த்துப் போயிற்று. "ஜகதோத்தாரண மகனெந்து திரியுத" எனும்போது அம்மாவின் குரல் தழுதழுத்து கண்களில் நீர் பெருகும். சில வருஷங்களுக்கு முன், டி.எம். கிருஷ்ணா அதைப் பாடிக் கேட்டபோது நெஞ்சு பிளந்து விடுவதுபோல விம்மிற்று. சர்வ நிசப்தமாகிப்போன அரங்கத்தில், காபி ராகத்தில் கசிந்த

சொற்களும், அதில் பாடகரின் ஆத்மார்த்த ஐக்கியமும் தெய்வ தரிசனம் என்பது இதுதான் என்று தோன்றிற்று. அன்று இரவு, இனிமே நா சந்தோஷமா சாவேன் என்று ரோகிணியிடம் சொன்னார்.

"ஏன் என்ன ஆச்சு?" என்றாள் அவள் புதுசா புதையல் ஏதேனும் கிடைச்சுதா என்று கேட்பவள்போல.

அவள் புரிந்துகொள்வாளா என்கிற ஆதங்கத்துடன் அவர் சிறிதுநேரம் மௌனமாக இருந்தார்.

"என்ன ஆச்சு?" என்றாள் அவள் மறுபடி, "நம்ம கடமை முடிஞ்சு போச்சுன்னு வைராக்கியமா?"

பொங்கிப் பொங்கி எழுந்த உணர்வலைகளின் திசை மாறிப்போனதுபோல் அவருக்கு சோர்வேற்பட்டது.

"அடுத்து நடக்கவேண்டியது தன்னைப்போல் நடக்கும் ரோகிணி, நாமதான் சூத்ரதாரின்னு நா நினைக்கல்லே."

அவள் எதுவும் சொல்லவில்லை. அவள் மனத்தை அவள் இன்னும் எழுதி முடிக்காத - அடுத்த கான்ஃபரன்ஸில் படிக்க வேண்டிய பேப்பரின் நினைவு ஆக்கிரமித்திருக்கும். அல்லது அவள் மேற்கொண்ட நூறாயிரம் சமூகப்பணிகளின் யோசனையாக இருக்கலாம்.

"என்னால் அப்படி நினைக்கமுடியாது சுந்தர்" என்று அவள் எதிர்பாராமல் சொன்னாள். "எத்தனையோ நாம் செய்ய வேண்டியது இருக்கு. இந்த ஒரு வாழ்க்கையே போறாதுன்னு தோண்றது. ஒவ்வொரு நாளும் படுக்கப்போகும்போது, அய்யோ நாள் முடிஞ்சுபோச்சேன்னு இருக்கு"

அவர் மௌனமானார். என்னுடைய எல்லைகள் குறுகியவை. அவளுக்கு இந்த அகண்டமும் போதாது.

என்ன சொல்ல வந்தீங்க என்று அவள் மறுபடி கேட்கவில்லை. அது அவசியமற்றதாகிப்போனது. அவருக்கு

என்னென்னவோ சொல்லவேண்டும்போல் இருந்தது. சொல்லத்தான் முடியவில்லை.

நான் சாமான்யன்.

நீ ஏன் இந்த சாமானியனைக் கல்யாணம் செய்துக்க ஆசைப்பட்டே? வாழ்வின் அன்றாட அற்புதங்களில் அது மகாப்பெரிய அற்புத அதிசயமாகத் தோன்றிற்று.

"எம்.ஏ. முடிச்சப்புறம் என்னடா செய்யப்போறே?" என்று மாமாக்களும் சித்தப்பாக்களும் கேட்க ஆரம்பித்த காலகட்டம்.

"எம்.ஏ. தத்துவம், டீச்சராப் போகத்தான் லாயக்கு."

"ஏன் தப்பா?"

"தப்பில்லே, செக்கு மாடு கனக்கா நின்ன இடத்திலேயே நிக்கணும். எல்லாப் பசங்களும் இப்ப முன்னேற்றதுக்கு என்னவெல்லாம் செய்யலாம்னு துடிக்கிற வேளையிலே..."

"நா டீச்சர் உத்தியோகம் பார்க்கப்போறதில்லே"

"பின்னே?"

"பாடகனாப் போகப் போறேன்"

விக்கித்துப்போன மௌனத்தைக் கவனிப்பது சுவாரஸ்யமாக இருந்தது.

"போச்சுப் போ. அதுக்கு படிப்பானேன்?"

"இப்பல்லாம் படிச்சவாதான் பாட வரா. ஜி.என்.பி கூட பட்டதாரி தெரியுமோ இல்லையோ?"

"உனக்குக் கிறுக்குத்தான் புடிச்சிருக்கு. ஜி.என்.பியா நீ வருவேன்னு நினைப்பா?"

"வரமாட்டேன்னு நீங்க எப்படி நினைக்கலாம்?"

அது மகாப்பெரிய ஹாஸ்யம்போல் அவர்கள் சிரித்தார்கள். வானத்தில் எங்கோ உலவிக்கொண்டிருந்த துர்தேவதைகள் ததாஸ்து என்றிருக்கவேண்டும்.

உறவினர்களைவிடக் கொடூரமானவர்கள் இருக்கமுடியாது என்கிற வெறுப்பு ஆழமாகப் பதிந்துபோனது அம்மாவைத்தவிர. சங்கீதம் அவளது உதிரத்தில் இருந்தது. ஆத்மார்த்தமா பாடு. பாக்கி பகவான் பார்த்துக்குவார் என்பாள் நிர்மலமாக.

பகவானுக்கு வேறு வேலை இருந்தது. அல்லது வேறு திட்டம், ரோகிணி அவரைச் சந்திக்க வந்தது அந்த திட்டத்தின் ஒரு அங்கமாக இருந்திருக்கும்.

அன்று பாடவேண்டும்போல் இருந்தது, தம்பூராவை மீட்ட ஆரம்பித்ததுமே மனசு ஜிவ்வென்று ஆடிக்காற்றில் அடித்துக்கொண்டு பறப்பதுபோல் மேலே பறந்தது. ஆபேரியை இழுத்ததும் தெரியாத அற்புத ரகசியப் பிரதேசங்களுக்குப் பயணித்தது. மோனத்தின் எல்லையில் அகண்ட பிரபஞ்சம் அதன் அளப்பறியா சௌந்தர்யத்துடன் காட்சியளித்தது. கண்ணனின் வாயில் யசோதை கண்ட அற்புதம் பீறிட்டுக்கொண்டு வெளிப்பட்டன வார்த்தைகள், "ஜெகமெல்ல பரமாத்மா..."

ஞானக்குளியலிலிருந்து மீண்டு கண் விழித்தபோது அந்தப் பெண் நின்றிருந்தாள் தேவதைபோல, அவனது சிநேகிதன் சேகருடன். அவன் வியர்வைவழிந்த முகத்தைத் துடைத்துக்கொண்டு தம்பூராவைக் கீழே வைத்தான்.

"எப்ப வந்தே? யார் இந்த தேவதை?" என்றான் ஆங்கிலத்தில்.

அவள் பளீரென்று சிரித்தாள்.

"நீங்க பாடும்போது நானும் இதேதான் இவன்கிட்ட கேட்டேன். அற்புதமா பாடறீங்க."

"தாங்க்யூ" என்றான் அவன் உண்மையான மகிழ்ச்சியுடன் "நீங்க பாடுவீங்களா?"

"சுத்தமா தெரியாது. என் லைனே வேற."

அவள் பெயர் ரோகிணி என்றான் அவளுக்கு ஒன்றுவிட்ட சகோதரன் முறையாகும் சேகர். தில்லியில் கல்லூரிப்

பேராசிரியை. சமூகவியலில் முனைவர் பட்டம் பெற்றவள். அறிவுஜீவி. சமூகத் தொண்டில் ஈடுபாடுடையவள்.

"தினமும் எதையாவது எதிர்த்துக் கொடி பிடிக்கப் போவா". பயமாக இருந்தது அவளது சாதனைப்பட்டியலைக் கேட்க. கூடவே பயங்கர ஈர்ப்பு ஏற்பட்டது. சே! அது பைத்தியக்காரத்தனம் என்கிற நினைப்புக்கு நடுவே.

"நம்பாதீங்க, நா சாதாரணமானவள்" என்று அவள் சிரித்தாள்.

சாதாரணமானவள் அசாதாரணமான காரியத்தைச் செய்தாள். அவனைக் காதலித்தாள்.

யாரது?

அவர் திரும்பிப் பார்த்தார். ரோகிணி இரும்ப ஆரம்பித்தாள். அவர் அவசரமாகக் கட்டிலுக்கு நகர்ந்தார். அவளது மார்பை லேசாக வருடினார். மெல்ல மெல்ல. இருமல் நின்றது. ஆனால் மேல் மூச்சு கீழ்மூச்சு வாங்கிற்று. அனுபவிக்கணும் ரோகிணி. வேற வழியில்லே. ரோகிணி கண்ணைத் திறந்தாள்.

"ஏதாவது சொன்னீங்களா?"

'இல்லை' என்று அவர் தலையசைத்தார். என்ன சொல்வது? அவள் படும் சரீர உபாதையைப் பார்க்க வருத்தமாக இருந்தது. 'நாமல்லாம் சாதாரண மனுஷர்கள் ரோகிணி. ரமணமகரிஷிக்குகூட கான்சர் வந்தது தெரியுமோ? வலியிலே ரொம்பக் கஷ்டப்பட்டாராம். இந்த சரீரத்துக்கும் தனக்கும் சம்பந்தமில்லேன்னு சொல்வாராம், அது நிஜம் தெரியுமோ?'

'நல்ல கூத்து. கஷ்டப்படுபவளிடம் வேதாந்தம் பேசுவது போன்ற அபத்தம் எதுவும் இருக்கமுடியாது. அவளுடைய வலி அவளுக்கு நிஜம். உணர்வுகள் நிஜம். விடுதலை ஒன்றுக்காகவே காத்திருப்பவள். யாருடைய பஞ்சப்பாட்டும் அவளுக்குத் தேவை இல்லை. அவள் தத்து எடுத்து சேவை செய்த கிராமவாசிகள் வந்து ஏதும் கேட்டாலும் ஆளைவிடுங்க என்னும் அலுப்பில் இருப்பவள். நான் எத்தனை பெரிய முட்டாள்.'

பாரதியின் பாட்டு அவளுக்குப் பிடிக்கும். “உன்னையே ரதியென்று” என்று இழைத்து இழைத்து அவன் பாடுவதை அவள் மெய்ம்மறந்து ரசிக்கும்போது பலத்த எதிர்ப்புக்களை மீறி நடந்த திருமண வாழ்வில் அமுத மழையில் நனைவதுபோல் இருக்கும். வானம் வில்லாக வளையும் என்கிற தெம்பு பிறக்கும். தனது சங்கீதத்தால் உலகை ஆகர்ஷிக்கமுடியும் என்கிற திமிர் ஏற்படும். முழுநேர மியுசிஷன். அதில் ஒரு பெருமை இருந்தது. கர்வம் இருந்தது. அவள் முழுநேர ஆசிரியை பாட்டும் அறிவார்த்த பேச்சுமாக இடை இடையில் கிடைத்த கச்சேரிகளுமாக காலம் நகர்ந்தது.

மளமளவென்று இரண்டு குழந்தைகள். உதவிக்கு யாரும் வரவில்லை. அவனே அவளுக்குத் தாய், தாதி, சமையல்காரன்.

பாட்டு?

பாடினாப் போச்சு. குழந்தையைக் குளிப்பாட்ட பாட்டு. தாலாட்டப் பாட்டு. அவை தூங்கும்போது அடங்கிய குரலில் சாதகம். அடுக்குமாடி கட்டிட வாசம் குரல் அடங்கத்தான் வேண்டும்.

ரோகிணி தூங்குகிறாள் என்று பட்டது. அவர் எழுந்து அலமாரியை மீண்டும் துழாவினார். அவளது ஆக்ஸ்ஃபோர்ட் பட்டமும், சான்றிதழும் கண்ணாடிச் சட்டத்தில்,

“இதென்ன மியூசியமா, அலமாரிக்குள்ளே காட்சிப்பொருளா, ஏன் வைக்கணும்” என்று அவள் சொல்லச் சொல்ல அவர் பெத்தது...

ஆக்ஸ்ஃபோர்ட் பல்கலைக்கழகத்திலிருந்து கடிதம் வந்தபோது அவள் குழந்தைபோல் மகிழ்ச்சியில் துள்ளியது நினைவிருக்கிறது.

சற்று பொறுத்துதான் தரைக்கு இறங்கினாள். “ஓ! ரெண்டு மூணு வருசம் இருக்கணும், எல்லாருமே போயிடலாம். குழந்தைகளும் நீயும் நானும்.”

அவன் சங்கடத்துடன் சிரித்தான். "என்ன விளையாட்டா இருக்கா? உனக்குப் பயணத்துக்குப் பணம் புரட்டியாகணும், துங்க உனக்குக் கிடைக்கிற உபகாரச் சம்பளத்திலே எல்லாரும் லண்டன்லே எப்படி இருக்கமுடியும்?"

"அப்ப குழந்தைகளை அழைச்சிட்டுப் போறேன்"

"அப்பப் படிப்பை மறந்துடு."

"உனக்கு சிரமம், சுந்தர்."

"நா சமாளிச்சுக்குவேன். கவலைப்படாதே. ஆக்ஸ்ஃபோர்ட் அழைப்பு எத்தனைபேருக்குக் கிடைக்கும்?"

"உன் பாட்டு"

'அது எக்கேடு கெட்டுப் போகட்டும்' என்று ஒரு விநாடி உரத்துக் கத்த வேண்டும்போல் இருந்தது. சட்டென்று சமாதானமாகிப் போனான். எத்தனை அற்பத்தனம் என் நினைப்பு?

ஆக்ஸ்ஃபோர்ட், ஹார்வார்ட், பிறகு ஐ.நா வேலை, ஊர் திரும்புதல். பல்வேறு கூட்டங்களுக்கு, குழுக்களுக்குத் தலைமை, விடாத சொற்பொழிவுகள், தன்னார்வத் தொண்டு. கிராமிய மேம்பாட்டு வேலை, நவயுக சுயம் உணர்ந்த பெண்ணின் அடையாளம். அவளது பரிணாம வளர்ச்சியுடன் அவனது உலகம் சுழன்றது. இரண்டு பெண்களை, ஒரு மகனை வளர்த்து ஆளாக்கிப் படிக்க வைத்து, வீட்டை நடத்தி நிமிர்வதற்குள் கேதார கௌளமும் மோஹனமும் இடம் பிடிக்கத் தவித்தன. சாதகம் செய்ய நேரமில்லாமல் கச்சேரி செய்யும்போது காலை வாரிவிட்டன.

அவள் ஹார்வார்டில் இருந்தபோது அவனுக்குக் கடும் ஜூரம் கண்டது. மிகுந்த மனஉளைச்சலில், இரவு பெய்த மழையில் நனைந்தபடி வெகுநேரம் நடந்ததன் விளைவு.

போகட்டும் போகட்டும் என்று முணுமுணுத்தபடி நடந்த அசட்டுத்தனம். அவனுடைய கனவுகள். கமாம் பிலஹரியும், தோடியும் பைரவியும் சரம்சரமாகக் கொட்டிய நீரோடு கலந்து

மண்ணில் விழுந்து கரைந்து பாதாளத்துக்குச் சென்றன. போங்கள். ஒழிந்து போங்கள்... மாமாக்களும் சித்தப்பாக்களும் எட்ட நின்று சிரித்தார்கள். நீங்கள் இட்ட சாபம் என்று அவன் கத்தினான். மனுஷங்கதானா நீங்க?

அவள் தொலைபேசியில் அழைத்தபோது, ஹார்வர்டில் இருந்த அவளுக்கு ஜுர வேகத்தில் சொன்னான் "எனக்குக் குரல் போயிடுத்து ரோகிணி, இனிமே பாடமுடியாது."

"அய்யய்யோ" என்றாள் அவள் பதட்டத்துடன் "ஏன், என்ன ஆச்சு?"

"ஜுரம். தொண்டை இன்ஃபெக்ஷன்."

"டாக்டர்கிட்ட போனியா, என்ன சொல்றார்?"

உண்மையாகவே கவலை தொனித்தது அவள் குரலில்.

"போனேன். டாக்டர் ஏதோ ரொம்பப் பெரிய பேர் சொன்னார்."

"என்ன பேரு?"

"என்னமோ கதனகுதூகலம் மாதிரி ஒரு பேரு."

அவள் சிரித்தாள். "அது ஒரு ராகம் இல்லே? சரியாயிடும் சுந்தர், நல்ல டாக்டர்கிட்ட காண்பி. நா வந்துடட்டுமா?"

"சேச்சே, அசட்டுத்தனமா பேசாதே."

"எனக்குக் கவலையா இருக்கு ஐ ஃபீல் கில்டி"

"அசடு. அதுக்குக் காரணமே இல்லே."

ஒரு தனியார் கம்பெனியில் எந்த ரசிகர் மூலமாகவோ வேலை கிடைத்தது அவரது பரிதவித்த புலம்பலுடன். "என்ன அநியாயம் சார், எப்பேற்பட்ட குரல், சடார்னு சொல்றேன் குரல் போயிடுத்துன்னு?"

ஆச்சரியமாக அவனது பாட்டு நின்றதும், கம்பெனியில் வேலை கிடைத்ததும், கட்டிடத்தில் அவனது மதிப்புக் கூட்டியது. கம்பெனி கார் வந்து அவனை அழைத்துப்போகும்போது,

குழந்தைகளே அவனை வித்தியாசமாகக் கணிப்பதுபோல் இருந்தது. நல்லவேளை அவர்கள் யாருக்கும் சங்கீதத்தில் நாட்டமில்லை. ரோகிணியைப்போல படிப்பிலும் சேவையிலும் நாட்டம். எங்கு எதிர்ப்புகோஷம் கேட்டாலும் அவர்கள் குரல் ஒலிக்கும். ரோகிணியின் குழந்தைகள் வேற எப்படி இருப்பாங்க என்கிற அங்கீகாரத்துடன். எத்தனை வேடிக்கையான சொக்கட்டான் ஆட்டம்? பரமபதத்தில் அவர்கள் ஏற, அவனுக்காகப் பாம்பின் தலை ஒவ்வொரு கட்டத்திலும் காத்திருந்தது,

மாமாக்களும் சித்தப்பாவும் தீர்க்கதரிசிகள். "நீ ஜி.என்.பியா வருவேன்னு நினைப்பா?"

ஏன் வரக்கூடாதா? ஆசைப்படக்கூடாதா, திறம் இருக்கும்போது?

அதீத ஆசைன்னா அது? அதான் ஒரே போடாப் போட்டார் பகவான்.

"யாரது?"

அவர் திரும்பி படுக்கை அருகில் வந்தார். ரோகிணியின் மூச்சுத் திணறலாக வந்தது. பாவம்! எத்தனை ஓட்டம் ஓடியிருக்கும் அந்த உடம்பு? அந்த ஓட்டத்தில் நான்தான் காஷவாலிட்டின்னு உனக்குத் தெரியுமோ? அதை நினைச்சுப் பார்க்கவோ, பேசவோ, நேரமே இல்லாமப் போச்சு. எப்ப சொல்லட்டும்? நேரம் இருக்குமோ?

யாரது? யாரோ கதவருகில் நிற்பதுபோல இருந்தது. உள்ளே நுழையக் காத்திருப்பதுபோல், வெளியே பட்சிகளின் ஆரவாரம் துவங்கிவிட்டது. அவருக்குச் சொல்லத் தெரியாத தவிப்பு ஏற்பட்டது.

வாசல் மணி ஓசை, கதவு திறக்கும் ஓசை.

"ஓ யசோதாம்மா, எங்க இப்படி, உள்ளே வாங்க." உமாவின் குரல்.

"நாங்க நாலெஞ்சுபேர் வந்திருக்கோம். அம்மாவைக் கடைசியா பாக்கல்லேன்னா மனசு கேக்காது. குழந்தை எப்படி இருக்காங்க?"

"என்ன சொல்லட்டும் யசோதம்மா. இப்பவோ அப்பவோன்னு இருக்கு, இன்னிக்கு சித்த அசந்துட்டோம் எல்லாரும்."

"நாங்க உதவத்தான் வந்திருக்கோம்"

"வேண்டாம் வேண்டாம். பாத்துட்டுப் போங்க, உங்களுக்கு ஊரிலே எத்தனையோ வேலை. இங்க நாங்க இருக்கமே. இனிமே ஒண்ணும் செய்யறதுக்கில்லே யசோதம்மா"

"ஊருக்காகவே வாழ்ந்த மகராசிம்மா. எத்தனைக் குடும்பங்களுக்கு உதவி செஞ்சாங்க? எத்தனை கிராமங்களை முன்னேத்தினாங்க"

"தனக்காக வாழவே இல்லேம்மா தாயீ"

"அஞ்சு நிமிஷம் பாத்துட்டுப் போறோம்"

உமா கண்களைத் துடைத்தபடி வந்தாள். அவளைத் தொடர்ந்து கிராமத்துப் பெண்கள். மெல்லக் கட்டிலருகில் வந்து, ரோகிணியின் நெற்றியை உமா வருடினாள்.

"அம்மா! உன்னைப்பார்க்க யசோதம்மா வந்திருக்காங்க."

"அம்மா."

"அம்மா."

"அம்மா..."

ரோகிணி மெல்லக் கண்திறந்தாள். அலங்கமலங்கப் பார்த்தாள்.

"இதப்பாரு. யாரைத் தேடறே? யசோதம்மா வந்திருக்காங்க பாரு."

"அப்பா."

"என்னது?"

"அப்பா எங்கே?"

"அப்பாவா?"

"உங்க அப்பா தனக்காக ரொம்பப் பெரிய தியாகம் செஞ்சதா அம்மா சொல்வாங்க. அவராலேதான் தன்னால் இத்தனை வேலையே செய்ய முடிஞ்சுதுன்னு சொல்வாங்க."

"என்னம்மா தேடறே?"

"அப்பா எங்கே?"

அவர் மெல்ல வெளியே வந்தார். லிஃப்ட்டில் நுழைந்து. வாசல் கேட்டைத்தாண்டி, சாயா கடையின் பெஞ்சில் அமர்ந்ததும் மனத்தில் ஒரு அசாதாரண அமைதி குடிகொண்டிருந்தது.

நா சாமான்யன் ரோகிணி. அற்பன். அழவேண்டும்போல் இருந்தது. உருகி உருகி நெஞ்சின் அழுக்கைக் கரைக்க... அசத்தெல்லாம் சத்தாக. 'அஞ்ஞான இருள் ஞான ஒளியாக' பாடவேண்டும்போல் இருந்தது.

நாபியிலிருந்து ஜிவ்வென்று குரல் வெளிப்பட்டது.

'ஜகதோ உத்தாரணா மகனெந்து திரியுத, ஆடிசிதளே யசோதா.'

குரல் பயணித்தறிந்திராத பிரதேஷங்களுக்குப் பறந்தது. யசோதையின் திகைப்புடன் பிரபஞ்ச ரகசியங்களைக் கண்டது, கண்ணீர் பெருகியவண்ணம் இருந்தது.

"குரல் போயிடுத்துன்னு பொய்தானே சொன்னீங்க?"

அவர் திரும்பிப் பார்த்தார். ரோகிணி அமர்ந்திருந்தாள். அவரது தோளோடு தோள் இழைந்து. பழைய சிரிப்பு, பழைய வசீகரம்.

'பொய் சொல்றதைவிட நிஜத்தைச் சொல்றது ரொம்ப சிரமம் ரோகிணி' என்று சொல்ல நினைத்து, சொல்லாமல் அவர் எழுந்தார்.

"வா. போகலாம்."

இடைவெளி 3

முதுகைக் கழியால் குத்தி எழுப்பப்படும்வரை அந்தக் கனவு அவனை ஆட்கொண்டிருந்தது. கனவின் நினைவில் அதரங்களில் புன்னகை இருந்தது. வரிசையாக நீண்ட பூக்கடைகளின் மையத்தில் அவன் ஒரு புள்ளியைப்போல உட்கார்ந்திருந்தான். மலை மலையாய் பூக்கள் குவிந்திருக்க, அதற்கு அப்பால் அவள் நின்றிருந்தாள் அவளும் ஒரு பூவைப்போல். பெயருக்கு ஏற்றமாதிரி குலாபி ரோஜா. மஞ்சள் நிற ஜவேந்தி மாலையும், சிவப்பு ரோஜா மாலையும் தோரணங்களாகத் தொங்கி, போவோர் வருவோர் உடல் அசைவில் ஊஞ்சலாடின. அவற்றிற்கு இடையில் தெரிந்த அந்த பட்டு முகத்தை அவன் வெட்கமில்லாமல் பார்த்தான். கருவண்டுக் கண்கள் பூக்குவியல்களை ஆர்வத்துடன் வட்டமிடுகின்றன. மாதுளை முத்து நிற அதரங்களில் பிரமிப்பு நிறைந்த புன்னகை. அல்லாவின் படைப்பில் இப்படி, ஒரு அற்புதமா? தொட்டால் எப்படி இருக்கும்? அவன் கையை நீட்டினான்.

"ஏய் எழுந்திரு, கனாக் காணறியா?"

இடுப்பில் சுரீரென்று கழி குத்திற்று. அவன் திடுக்கிட்டுக் கண்விழித்தான். முதலில் கழி தெரிந்தது. லேசான வெளிச்சத்தில் போலீஸ் உடுப்பும், ஜாவ்டேக்கரின் முகமும் கூரிய கண்களின் பார்வையும் மீசைக்கடியில் ஏளனச் சிரிப்பும் சுருள்படம் விரிவது போலத் தெரிந்தன. அவன் பயத்துடன்

எழுந்து ஒருக்கொளித்து உட்கார்ந்தான். என்ன இன்றைக்கு? விடியலிலேயே ஆரம்பிக்கப் போகிறதா இவனது அட்டகாசம்?

"எழுந்திருன்னு சொல்றேன்லே?"

அந்த அறையில் இருந்த மற்றவர்கள் இன்னும் தூங்கிக் கொண்டிருந்தார்கள்.

அவன் நழுவிக்கொண்டு போன அரைடவுசரை இழுத்துக் கட்டினான். நாடா நைந்து போயிருந்தது. நேராக நிற்பதற்குள் முழங்காலில் சுரீரென்று வலித்தது. நேற்று இதே கழி பதம் பார்த்த இடம்.

"கௌம்பு, உனக்கு இன்னெக்கி விடுதலைன்னு ராத்திரி சேதி வந்துச்சு."

அவன் விழித்தான். தன்னைத்தான் அவன் சொல்கிறானா இல்லை வேறு யாருக்கோவான சேதியா என்று அக்கம்பக்கம் பார்த்தான். எல்லோரும் கண்மூடி முடங்கியிருந்தார்கள்.

"என்ன முழிக்கிறே? சேதியைக்கேட்டு சந்தோஷமா இல்லையா? எனக்கு நீ பக்சுட்ஸ் கொடுக்கணும், நல்ல சேதி சொன்னதுக்கு உம் நட"

அவன் கனவில் நடப்பதுபோல நடந்தான். சேதி எப்போது, வந்திருக்கும்? அடிப்பதற்கு முன்பா, பின்பா? சிறுநீர் கழிக்க வேண்டும்போல் இருந்தது.

"ஒன்னுக்கு இருந்துட்டு வர்றேன்" என்றான் தலைகுனிந்தபடி அதற்காகக் கூச்சப்படுபவன் போல...

"சரி சரி போயிட்டு வா, ஆபீஸ்ரூமுக்கு."

இன்னும் பளிச்சென்று புலராத நேரத்தில் கழிப்பிடத்துக்குச் செல்லும் பாதையை அவன் பழக்கதோஷத்தில் உணர்ந்துக்கொண்டு விறுவிறுவென்று கடந்தான். ஆரம்பத்தில் இதன் வாடை காத தூரத்துக்கு வந்து குடலைக் குமட்டும், இப்போது புலன்களுக்கு எதுவுமே உரைப்பதில்லை,

கழிப்பிடத்திலேயே இருந்த குழாயைத் திறந்து முகத்தைக் கழுவினான். சில்லென்று நீர் படும்போது சுகமாக இருந்தது. மூளையை ஊடுருவிச் சென்று சிலந்திக் கூடுகளை லேசாக விலக்கிற்று. வெளியே வந்து தலையை நிமிர்த்தியபோது, வானம் சாம்பல் பூக்க ஆரம்பித்திருந்தது.

என்ன சொன்னான் அவன்?

"உனக்கு இன்னிக்கு விடுதலை"

'உண்மையாக இருக்குமா அது? இல்லை அதுவும் ஏதாவது தந்திரமா அடி உதை கொடுக்க?'

அவன் தயக்கத்துடன் ஆபீஸ் அறையின் வாயிலில் நின்றான். மேஜை அருகில் அமர்ந்திருந்த வார்டனின் முகத்தில் வழக்கமான கடுமை குறைந்திருந்தமாதிரி இருந்தது...

"வா அயூப்கான். உள்ளே வந்து கையெழுத்துப்போடு. இன்னிக்கு நீ வீட்டுக்குப் போகலாம்"

'ஏன் இப்ப திடீரென்று?' என்று கேட்க நினைத்துப் பேசாமல் இருந்தான். அவர்கள் கையெழுத்துப் போடச் சொன்ன இடத்தில் போட்டான். அந்தப்பக்கத்தில் ஒரு விட சிறுவனின் படம் இருந்தது. வேறு யாரோ போல் இருந்தது. அவன் குனிந்து அதை உற்றுப் பார்த்தான்.

ஜாவ்டேக்கரும், வார்டனும் ஒருவரை ஒருவர் பார்த்துக்கொண்டு தலை அசைத்துச் சிரித்துக்கொண்டார்கள்.

"இந்தா, நீ இங்க சம்பாதிச்ச பணம் பாக்கி"

அவன் அதை எண்ணி வாங்கிக் கொண்டான். இரண்டு ஆயிரத்து எட்டு ரூபாய், ஏகப் பணம்போல் இருந்தது, புதிய ரூபாய் நோட்டுக்கள். தொடவே பயமாக இருந்தது.

ஜாவ்டேக்கர் ஒரு சின்ன பொட்டலத்தை நீட்டினான். "உன் டிரெஸ், நுழையறையா பாரு."

அவன் ஒதுக்குப்புறமாகச் சென்று மாட்டிக்கொள்ள முயன்றான். சட்டை பிடிப்பாக இருந்தது. கால் சராய் இடுப்பு

கொள்ளவில்லை. தான் அணிந்திருந்த நிக்கரின் நாடாவை உருவிச் சேர்த்து இடுப்பில் கட்டினான்.

ஜாவ்டேக்கர் சிரித்தான். "வெளியே போய் ஒரு லுங்கி வாங்கிக்க. இல்லே வீட்டிலே இருக்கும். உள்ளூர்தானே வீடு?"

"இல்லே" என்பது போலத் தலையசைத்தான்.

"பின்னெ?"

அவன் பதில் சொல்லவில்லை. அது அவனது அந்தரங்கம் என்று தோன்றிற்று. சும்மா தோளைக் குலுக்கினான்.

வார்டன் ஃபைலைப் பார்த்து, "மைசூர்" என்றார், லேசான வியப்புடன்.

"நல்ல கூத்து, அப்ப இங்கயே வாங்கிக்க," என்றான் ஜாவ்டேக்கர். "பெங்களூருக்கு ஏக பஸ் போகும். அங்கிருந்து பஸ் புடிச்சிப் போய் சேரு ஊருக்கு."

"யார் இருக்காங்க ஊரிலே?"

அவன் தூக்கிவாரிப் போட்டுத் திரும்பினான், வார்டன்தான் கேட்டது. இதுவரை கடுகடுப்பைத்தவிர ஏதும் அந்த ஆளிடம் கண்டதில்லை.

அவன் யோசித்தான். மண்டையில் மீண்டும் சிலந்திக் கூடுகள் அடைத்துக்கொண்டு விட்டதுபோல் இருந்தது. அவன் கண்ணை மூடிக்கொண்டு யோசித்தான். பெரிய முற்றம் தெரிந்தது. பழைய பழுப்பேறிய குடும்பப் புகைப்படம் போல ஒவ்வொரு முகமும் மங்கலாகத் தெரிந்தது. முற்றம் மட்டும் பளிச்சென்று, சூரியன் அங்கு வந்து குந்தியிருந்ததுபோல...

"சரி, போ பரவாயில்லே. இனி எந்த வம்பிலேயும் மாட்டிக்காதே."

அவனுக்கு மீண்டும் திடுக்கிட்டது. இதற்கு என்ன பதில் சொல்வது என்று தயங்கி பிறகு ஏதும் பேசாமல் அவன் கிளம்பினான்.

உண்மையிலேயே வெளியில் வந்துவிட்டோமா என்று. அவனுக்கு சந்தேகமாக இருந்தது.

"அயூப் ஏன் விடுதலை செஞ்சாங்கன்னு தெரியுமா?" என்றார் வார்டன்.

அவன் தெரியாது என்பதுபோல் தலையசைத்தான்.

"உன்மேல தப்பில்லேன்னு கோர்ட்டு சொல்லிடுச்சு."

அவன் வியப்புடன் அவரைப் பார்த்தான்.

"இன்னிக்கு ஆகஸ்டு 15, சுதந்திர தினம். உனக்கும் சுதந்திரம் கிடைச்சுடுச்சு."

"சந்தோஷமா இல்லையா?"

அவனுக்குத் தெரியவில்லை. அவர்கள் கிண்டல் செய்கிறார்கள் என்று பட்டது. மனசில் இனம்புரியாத பரபரப்பு ஏற்பட்டது. மார்பு வேகமாக அடித்துக்கொண்டது. உடம்பில் இருந்த ரத்தம் முழுவதும் கழுத்துப் பிடரியில் குவிந்து முகம் சூடேறிற்று. சந்தோஷம் என்கிற உணர்வு எப்படி இருக்கும்?

"போ போ, வீட்டுக்குப் போய் சேரு. ஏதாவது தொழில் செஞ்சு பிழைச்சுக்க."

அவன் வெளியில் வந்தான். பல ஹிந்தி சினிமாக்களில் இப்படிப்பட்ட காட்சியை அவன் பார்த்திருக்கிறான். காதலியோ, நண்பனோ வரவேற்கக் காத்திருப்பார்கள் வெளிவாசல் வெறிச்சோடி இருந்தது.

கால்சராய் பிடிப்பாக இருந்ததால், நடக்கும்போது அரை இடுக்கைக் கடித்தது. கடைகள் எப்போது திறக்குமோ. அதுவரை காத்திருக்கவேண்டும். ப்ளாட்ஃபாரக் கடைகளில் மலிவாகக் கிடைக்கலாம், மும்பை இன்னும் விழித்துக் கொள்ளவில்லை. சாலையில் அதிக வாகனம் செல்லாதது வியப்பாக இருந்தது. அவனுக்கு நினைவில் இருந்த மும்பை ஆரவாரம் மிக்கது. ஜனசந்தடி மிக்கது. அசுத்தம் நிறைந்தது. மைசூருக்கு நேர்

எதிரிடை மைசூரின் தெருக்கள் விசாலமானவை, இருபுறமும் மரங்கள் பசுமையாகக் குளிர்ச்சியாக. எல்லா தெருவும் சுத்தமான சுத்தம், அமைதியான ஊர். அதிர்ந்து பேசாத ஜனங்கள். ஆனால் மும்பை அவனுக்குப் பிடித்திருந்தது. அதன் வேகம் பிரமிப்பை ஏற்படுத்தியது. பட்டிக்காட்டான் பட்டணம் வந்து நின்றதுபோல் எதைக் கண்டாலும் அவன் வாயைப் பிளந்து நின்றது நேற்றுபோல இருந்தது, சமுத்திரத்தைக் கண்டு பெரிய பெரிய சினிமா போஸ்டர்களைக் கண்டு. வானுயரத்துக்கு சுவர் எழுப்பிய பங்களாக்களுக்குள் இருக்கும் சினிமா நட்சத்திரங்களின் தரிசனத்துக்காக நிற்கும் சிறுவர்களைக்கண்டு. அடுக்குமாடிக் கட்டிடங்கள். அதில் வசிக்கும் பணக்காரர்கள். ரகசியங்கள் பொதிந்த தெருக்கள், தெரு ஓரக் கடையின் பாவ் பாஜி... முலையில் மலையாய் குவிந்திருக்கும் குப்பைகள். பிளாஸ்டிக் பாட்டில்கள், பைகள். சுற்றி வரும் நாய்கள். மாடுகள்... கண்டும் காணாததுபோல ஓடும் ஜனங்கள்... கோலாகலமாகப் பொங்கிச் சிரிக்கும் சமுத்திரம்.

இன்று எதுவும் புரியவில்லை. விழிக்காத மும்பை விசித்திரமாக இருந்தது. மங்கிப்போன, வண்ணமிழந்த ஓவியம்போல் காட்சியளித்தது. அவன் கால்போன போக்கில் நடந்தான். சமுத்திரக்காற்று சற்று தொலைவிலிருந்து வந்தது. தெருமுக்கில் ஒரு தேநீர் கடையிலிருந்து புகை வந்தது. அவன் அதைச் சென்றடைந்தபோது இன்னும் இரண்டுபேர் நின்றிருந்தார்கள். அவன் பத்து ரூபாயை நீட்டி சில்லறையையும் பேப்பர் கப்பில் கிடைத்த தேநீரையும் வாங்கிக் கொண்டான். மசாலா டீ அதன் மணம் நாசிவரைச் சென்றது. அதன் சூடு உள்ளே இறங்கும்போது கிடைத்த ஆனந்தத்தை அவன் கண்மூடி ரசித்தான், கண்ணைத் திறந்தபோது கடைக்காரன் சிரித்தான்.

“இன்னொரு சாய் வேணுமா?” என்றான் மராத்தியில். குடிக்கலாமா என்று யோசித்து, நாஷ்டா செய்யும்போது பார்த்துக் கொள்ளலாம் என்று அவன் நடையைத் தொடர்ந்தான். நடக்க நடக்க சமுத்திரம் அருகில் வருவதுபோல இருந்தது. நிறைய பாத

சாரிகளும் வாகனங்களும் தோன்றி களை கட்ட ஆரம்பித்து விட்டது மும்பை கடற்கரை ஓரத்தில் பாதையோரக் கடைகள் திறந்துவிட்டதைக் கவனித்து, அவன் அங்கு நகர்ந்தான். ஜீன்ஸ்பாண்டும் டீ-ஷெர்டும் குவியலாகக் கிடந்தன.

"ஒரு லுங்கி வாங்கிக்க" என்றான் ஜாவ்டேக்கர்.

லுங்கி அணிந்து அவனுக்குப் பழக்கமில்லை. அவனுடைய உடலுக்கு ஏற்றதாகக் கடைக்கார சிறுவனே ஜீன்ஸும் டீ-ஷெர்டும் பொறுக்கிக் கொடுத்தான். மகாபேரம் செய்து,

"சரி போபாண்ணு" என்று அவன் இறங்கிவந்து எண்பது ரூபாய்க்குக் கிடைத்த உருப்படிகளை வாங்கி ஒரு மறைவிடத்தில் மாற்றிக் கொண்டபோது. புதிய தெம்பு வந்ததுபோல் இருந்தது. தான் அணிந்திருந்த உடைகளை அவன் தெருவோரக் குப்பைமேட்டில் போட்டுவிட்டு நகர்ந்தான். கடற்கரையை ஒட்டி இருந்த கைப்பிடிச் சுவரில் அமர்ந்து கடலை வேடிக்கை பார்த்தான். சமுத்திர அலைகளுக்கு மேல் சூரியன் வந்து அமர்ந்திருந்ததுபோல் தொடுவானம் வைரமாய் ஜொலித்தது. கரையை நெருங்கும் அலைகள் கருநீலமாகத் தெரிந்தன. அவன் சற்றுநேரம் அதையே வெற்றுப்பார்வை பார்த்தான்.

ஆச்சரியமாக இருந்தது. அவனும் பிரபஞ்சமும் அசையாமல் நின்றதுபோல் தோன்றிற்று. அலைகளில் மிதந்தபடி, குலாபி வந்தாள்.

"என்னை நினைவிருக்கா குலாபி?"

அவள் கிண்கிணிச்சிரிப்புச் சிரித்தாள்.

"உன்னை எனக்குத் தெரியவே தெரியாதபோது எப்படி இருக்கும் நினைவு?"

அவன் ஏமாற்றத்துடன் முழங்காலைக் கட்டி அதற்குள் முகத்தைப் புதைத்துக்கொண்டான். அவனது நினைவுக்குள் நீண்ட பட்டியல் இருந்தது. அந்த முற்றத்து வெய்யிலில் பளிச்சென்று வரிசை போட்டு விரிந்தது. அவர்களுக்கு அவனை நிச்சயமாக நினைவிருக்கும். வாப்பா, அம்மா, ஜான், பாய்ஜான்.

நினைவிருக்குமா அவர்களுக்கு?

கவிழ்ந்த முகத்துக்கடியில் முற்றம் தட்டாமாலையாய்ச் சுழன்றது. அம்மா, ஜான் செய்யும் கொத்துப் பரோட்டாவின் மணம் வா வா என்றது.

"வா வா அயூப், நீ கேட்டமாதிரி குருமா வெச்சிருக்கேன் தேங்காய்பால் விட்டு..."

அவன் கண்களிலிருந்து நீர் ஆறாய் வழிந்தது. 'என்னை உங்களுக்கு இப்ப அடையாளம் தெரியுமா? பரோட்டா செஞ்சு தருவீங்களா குருமாவோட?'

இத்தனைக் கண்ணீர் இத்தனை நாள் எங்கிருந்தது என்று அவனுக்கு வியப்பேற்பட்டது. எல்லா கண்ணீரும் வடியட்டும் என்று அவன் அதைத் தன்னிச்சையாக விட்டான். கழுத்தில் சுரீரென்று வெய்யில் பட்டது. அவன் கழுத்தைக் கையால் வருடிவிட்டுத் தலைநிமிர்ந்து முகத்தையும் கண்ணையும் துடைத்துக் கொண்டான். சற்றுத் தள்ளி ஒரு சிறுவன் அமர்ந்திருந்தான்.

அவனைப் பார்த்துச் சிரித்தான்.

"ஏன் அழறே? வேலை வேணும்னா சொல்லு. நா வாங்கித் தர்றேன்".

அவன் அவசரமாக எழுந்தான். பதிலே சொல்லாமல் நடக்க ஆரம்பித்தான்.

"ஏய் நீ என்ன செவிடா இல்ல ஊமையா?"

எந்த வகையிலோ அந்தச் சிறுவன் தன்னையே நினைவுபடுத்துவதுபோல இருந்தது. அவன் திரும்பி அந்தச் சிறுவனைப் பார்த்தான். சற்றுமுன் அவன் குப்பைமேட்டில் எறிந்திருந்த சட்டையையும், கால்சராயையும் அவன் அணிந்திருந்தான். ஒரு அறைவிட்டால் என்ன அந்தத் திமிர் பிடித்த முதுகில் என்றிருந்தது.

உண்மையில் வார்த்தைகளே மறந்து போனதுபோல் இருந்தது. ஒரு வாக்கியம்கூட பேச வராது என்று தோன்றிற்று. அவன் பேசி எவ்வளவோ நாட்களாகிவிட்டன. நாட்களா வருஷங்களா என்றுகூட நினைவில்லை, மும்பையை விட்டுச் செல்லும்வரை வாயைத் திறக்கக் கூடாது என்று அவன் தனக்குள் சொல்லிக்கொண்டான்.

பேருந்து பிடிக்க ஒரு நீண்ட கியூ இருந்தது. அதனுடன் அவனும் சேர்ந்துக்கொண்டான், நிலையத்துக்கு வந்து நின்ற பஸ் தாதர் ஸ்டேஷனுக்குச் செல்வது என்று புரிந்தது. அவன் அதனுள் ஏறிக்கொண்டான். கண்ணுக்குப் புலப்படாத ஒரு கை அவனை நெட்டித்தள்ளுவதைப்போல இருந்தது.

உடம்பும் மூளையும் இயந்திர கதியில் இயங்கின. ரயில் நிலையத்தில் நுழைந்ததும், அங்கிருந்த கூட்டம் அவனைத் திக்குமுக்காட வைத்தது. பிரளயம்போல ஜன அலை நிற்காமல் முன்னால் புரண்டு சென்றது. அலையில் மிதந்தபடி அவன் டிக்கட் கௌண்டருக்குச் சென்று நின்றான். உள்ளே இருந்த ஆள் மெஷினாக இருக்கவேண்டும். வாயே திறக்காமல் பணத்தை வாங்கி டிக்கெட் கொடுத்தவண்ணம் இருந்தான். அவனது வேகமும், வெற்றிலை மெல்லும் வாயும், தடித்த மௌனமும் அவனை மிரளவைத்தது. பலமுறை கேட்டு திட்டு வாங்கி மைசூருக்கு டிக்கெட் கிடைத்தது.

காத தூரம் ஓடியதுபோல் நெற்றியில் வியர்வை ஆறாய் பெருகிற்று. மாலையில்தான் வண்டி. அவன் வெளியில் வந்து மூலைக்கடையில் கிடைத்த பாவ் பாஜியை வாங்கி ஆர அமர சாப்பிட்டான். எத்தனை சாப்பிட்டாலும் வயிறு இன்னும் இன்னும் என்று வெட்கமில்லாமல் கேட்டது. மாம்பழச்சாறு, ஆம்ரஸ் அதற்குமேல் மனசு மகிழ்ச்சியில் திளைத்தது

"இப்ப சந்தோஷம்தானே?"

இதுதான் சந்தோஷம் என்று தோன்றிற்று. புதிய கண்டுபிடிப்பாக இருந்தது. நம்பக்கூட முடியவில்லை.

ஜாவ்டேக்கரின் கழிக்கு பயப்படாமல், கூட இருந்த மற்றவர்களின் ஏவல்கள் ஏசல்கள் காதில் விழாமல் அவர்கள் செய்த அத்துமீறல்கனைக் கண்டு ஓடி ஒளிய முயற்சிக்காமல்... எப்படி சாத்தியமாயிற்று?

"உன் மேல தப்பில்லேன்னு சொல்லிடுச்சு கோர்ட்டு."

அடப்பாவிகளா... மேலும் கீழுமாக படியேறி இறங்கி அலைந்து பார்வையாளர்கள் காறி உமிழ்ந்து. அதை ஜீரணிக்க முடியாமல் தலைக் கவிழ்த்து... அந்தப்பாதையில் குண்டும் குழிகளும் எத்தனை என்று அவன் மூளையில் மனப்பாடமாகப் பதிந்து... அந்த நடையிலேயே மனசும் உருவமும் மூப்படைந்து சினிமாக் காட்சி அது. அபத்தமான, நம்பமுடியாத கதை அதில் அவன் தோற்றுப்போன ஹீரோ.

பெரிதாகச் சிரிக்கவேண்டும்போல் இருந்தது.

குலுங்கக் குலுங்க சிரிக்க வேண்டும்போல. அது அழுகையாகவும் இருக்கலாம். அடுத்த மேஜையில் உட்கார்ந்திருந்த இளைஞர்கள் அவனை உற்றுப்பார்ப்பது கண்டு அவன் எழுந்தான். அவன் தன் கதையைச் சொன்னால் அவர்கள் சிரிப்பார்கள். நம்பக்கூட மாட்டார்கள். நாங்க முட்டாள்னு நினைக்கிறியா என்பார்கள்.

இது அவனது அந்தரங்கம். அவமானம். யாரிடமும் சொல்லத் தேவையில்லை. ஊர் போய்ச் சேர்ந்ததும் எல்லோரும் கேட்பார்கள். என்ன சொல்வது? நிஜத்தையா?

"அயூப் நீயா? எங்கடா காணாம போனே? நீ செத்துட்டேன்னு எல்லாரும் நினைச்சாங்க."

"கிட்டத்தட்ட செத்துப்போன மாதிரிதான்."

"அப்ப நீ அயூபுடைய ஆவியா" என்று சிரிப்பார்கள்.

ஆவிதான் என்று அவன் தனக்குள் சொல்லிக்கொண்டான். பழைய அயூப் செத்துப் போனான். அவனே அவனைத் தூக்கி எறிந்துவிட்டான். அந்தச் சட்டையையும் கால்சராயையும்

எறிந்ததுபோல். இப்போது உள்ளே இருப்பது வேறு ஒரு ஆள். இவனை அவர்கள் ஏற்பார்களா என்பதுதான் அவனது கவலை. அம்மா, ஜான் நினைவு வந்தது, அடிவயிறு துவண்டது. கண்களில் நீர் நிறைந்தது. அவள் அவனை நம்பவேண்டும். யார் நம்பா விட்டாலும் அவள் நம்புவாள் என்று அவன் ஆசுவாசப்படுத்திக் கொண்டான்.

அவன் எழுந்து கை கழுவ குழாயைத் தேடினான். ஒதுக்குப்புறமாக ஒரு மிகச்சிறிய வாஷ்பேஷன் இருந்தது. அதற்குமேல் கையளவில் மங்கிப்போன முகம் பார்க்கும் கண்ணாடி, அதில் தெரிந்த முகம் அவனுக்குப் பரிச்சயமில்லாத முகமாக இருந்தது. முகத்தை அவன் நன்றாகக் கழுவி ஈரக் கையினால் தலையைக் கோதிவிட்டுக் கொண்டான். ப்ளாட்ஃபாரக் கடையில் வாங்கிய கைக்குட்டையினால் முகத்தைத் துடைத்துக் கொண்டதும் சற்று தெம்பு வந்தது. மாலைவரை பொழுதைக் கழிக்க என்ன செய்வது என்று புரியவில்லை. சற்றுதொலைவில் ஒரு சிறிய பூங்கா இருந்தது. அங்கு இருந்த பெஞ்ச் ஒன்றில் அமர்ந்தான். எதிரில் ஒரு பள்ளிக்கட்டிடம் தெரிந்தது. காம்பவுண்டு சுவருக்குமேல் தேசியக்கொடி பறந்தது. மாணவர்கள் கூட்டமாக 'ஜன கண மன' பாடுவது கேட்டது. என்ன இன்று?

ஓ, ஆகஸ்ட் 15, அந்த வார்டன் கூட இன்று கொடி ஏற்றுவார்.

அவன் முழங்காலைத் தூக்கி மடித்து கைகளால் கட்டி முகத்தை புதைத்துக் கொண்டான்...

"ஜண்டா ஊஞ்சா ரஹே ஹமாரா..." அவன் கொடியைத் தூக்கிக்கொண்டு ஓடுகிறான் ஏ.ஆர். ரஹ்மானின் "மா துஜே சலாம்" ஸ்டைலில், மனசு பொங்கிப் பொங்கி எழுகிறது.

"மா துஜே சலாம்..." தலையில் காந்தி குல்லா.

அவனுடன் ஓடும் நண்பன் பசவப்பா நெற்றியில் எப்பவும் விபூதி அணிந்திருப்பான். அவன் வீட்டுப் பூஜைகளுக்கு வாப்பாவின் கடையிலிருந்துதான் பூ வாங்கிப் போவார்கள்.

அவன் அப்பாவும் வாப்பாவும் ஜிக்ரி தோஸ்துகள். அதேபோல அவனும் பசவப்பாவும். ஸ்கூலில் அடுத்தடுத்த நாற்காலியில் அமர்வார்கள். பசவப்பாவின் எதிரில் போய் நின்றால் அவனுக்கு என்னை அடையாளம் தெரியுமா? முன்புபோல் என்னை வந்து அணைப்பானா? நடுவில் ஒரு யுகம் நழுவிப்போயிருந்தது. அத்துடன் நம்பிக்கைகள், உறவுகள் காணாமல் போயிருக்கும்.

அவனுக்கு மீண்டும் அழுகை வந்தது காரணம் புரியாமல். யாரோ செத்துப்போனதற்கு அழுவதுபோல்.

அவன் தன்னை சுதாரித்துக்கொண்டு எழுந்தான். சிறுவர்கள் சீருடையில் பள்ளியிலிருந்து வெளியில் வந்துகொண்டிருந்தார்கள் சளசளவென்று சிரித்தபடி. அவன் சற்றுநேரம் ஆர்வத்துடன் பார்த்துவிட்டு ஸ்டேஷனுக்கு நடையைக் கட்டினான். முன்பு மைசூருக்குக் கிளம்பமுடியாமல் போனது நினைவுக்கு வந்தது. இன்று அப்படி ஏதும் நடப்பதற்குள் போய்விட வேண்டும்.

மைசூருக்குச் செல்லும் தனிப்பெட்டியில் இன்னும் ஜனம் வரவில்லை. அவனுக்கு ஜன்னலோரமாக சௌகர்யமாக ஒரு இருக்கை கிடைத்திருந்தது படுக்கும் வசதியுடன். இரவுக்கு ஒரு சாப்பாட்டுப் பொட்டலத்தை வாங்கிகொண்டு அவன் சீட்டில் சாய்ந்து அமர்ந்தான். இன்று விடியும்வரை இப்படி மைசூருக்குச் செல்லும் வண்டியில் உட்காருவோம் என்று அவனுக்குத் தெரியாது என்பது விந்தையாக இருந்தது. பெட்டி நிரம்ப ஆரம்பித்தது. இவர்கள் எல்லோரும் நிச்சயமான ஒரு வாழ்வு வாழ்பவர்கள். நாளை என்ன செய்யப்போகிறோம் என்று அறிந்தவர்கள். ரயில் சீக்கிரம் கிளம்பாதா என்றிருந்தது அவனுக்கு. தாமதமாக ஆக அவனுடைய நிலை நிச்சயமற்றது. ஒரு காக்கிச் சட்டை அவனை எழுப்பலாம், பிடறியில் கையை அழுத்தி "நட ஸ்டேஷனுக்கு" என்று சொல்லலாம்.

நல்ல வேளை! ரயில் கிளம்பிற்று ஒரு வழியாய், அவன் வெளியில் விரைந்து மறையும் வெளி உலகத்தை சற்றுநேரம்

வேடிக்கை பார்த்தான். இதன் பயணத்தின் முடிவில் இருக்கிறது மைசூர்.

அவன் சாப்பிட்டுப் படுத்தான். கண்ணை சுழற்றிக்கொண்டு தூக்கம் வந்தது. தூங்கவே பயமாக இருந்தது. கண்ணை மூடிய உடனேயே பேய்கள் அவனைச் சூழ்ந்துக் கொள்ளும். கையில் சாட்டையை வைத்துக்கொண்டு மிரட்டும்...

"அயூப்கான் சொல்லு! நீ யார்? எந்தக் கும்பலைச் சேர்ந்தவன் நீ யாரு?"

முதுகு பிளந்து ரத்தம் சொட்டும். அவனுக்கு வரும் மயக்கத்தில் அவர்கள் மீண்டும் மீண்டும் அந்தக் கேள்வியைக் கேட்கும்போது, தான் யார் என்றே அவனுக்கு மறந்துப்போகும். பெயர் சூட்ட ஞாபகம் வராது. ஒரு சமயம் பசவப்பா என்று சொன்னான். பொய் சொல்றியா? திருட்டு ராஸ்கல்! அய்யோ அம்மா காலும் கையும் முதுகும் துண்டு துண்டாக்கினதுபோல் அடி கிடைத்தது.

இன்று பிசாசுகளை விரட்டிக்கொண்டு ஊர் தெருக்கள் வந்தன. வாப்பாவும் அம்மியும் ஓடி வந்தார்கள். தேவராஜ் மார்கெட் விரிந்துக்கொண்டு போயிற்று. வாப்பா பூக்குவியலுக்கு அருகில் நடுநாயகமாக அமர்ந்து கன்னடத்தில் கூவுகிறார், கால் கேஜி மல்லிகே 20 ரூபாய்! கால் கேஜி ரோஜா ஹூவூ இப்பத்து ரூபாய். பன்னி! பன்னி! வாங்க, வாங்க அண்ணன் அகமத் அவனை இழுத்துக்கொண்டு ஓடுகிறான். வா, வா, நிறைய மாலை தொடுக்கணும் நாளை கணேசா ஹப்பா பண்டிகை. அவன் கட்டக் கட்ட மாலைகளை அள்ளிக்கொண்டு போகிறார்கள்.

அவன் காத்திருக்கிறான். குலாபி வருகிறாள். முகத்தில் சிரிப்பு இல்லை. அவன் தோளைக் குலுக்குகிறாள்.

"அல்கொய்தாவா? இந்திய முஜாஹூதீனா? நீ யாரு? சொல்லு சொல்லு!"

சாரே ஜஹான்ஸெ அச்சா. இந்துஸ்தான் ஹமாரா. ஜண்டா ஊஞ்சா ரஹே ஹமாரா... அவன் கையில் கொடி, ஏ.ஆர். ரஹ்மான் ஸ்டைலில், மா துஜே சலாம்.

அவன் கண்விழித்தபோது பொழுது நன்றாகப் புலர்ந்திருந்தது. அவன் சரேலென்று எழுந்து உட்கார்ந்தான். எதிரில் அமர்ந்திருந்த பெரியவரிடம் அவன் கேட்டான்.

''பெங்களூர் போயிடுச்சா?''

''ஓ, அரைமணிநேரம் ஆகுது. அங்க இறங்கணுமா?''

''இல்லே மைசூரு.''

''நீ என்ன வருஷக்கணக்கா தூங்காதவனாட்டம் தூங்கினே?''

அவன் பதில் சொல்லாமல் கழிப்பிடத்துக்குச் சென்றான். மைசூரை நெருங்க நெருங்க உடம்பின் ரத்த நாளங்களெல்லாம் சிப்பிக்கொண்டதுபோல் இருந்தது. மனசு நிலைகொள்ளாமல் பரபரத்தது. சீதோஷ்ணம் வெகுவாக மாறியிருந்தது, தண்ணென்று வாடைக்காற்று அடித்தது. அப்படியும் அவனுக்கு உள்ளங்கை வியர்த்தது.

மைசூரில் வண்டி நின்றதும், அவன் தாபத்துடன் தன்னைச் சுற்றிப் பார்த்தான். புரட்சி வெடித்தது போன்ற மும்பை நிலையத்திற்கும், அமரிக்கையான இந்த நிலையத்திற்கும் எந்த ஒட்டு உறவும் இல்லை என்று தோன்றிற்று. பூமியில் கால் பதித்ததும் உணர்ச்சிவசப்பட்டு அவனுக்குக் கண்களில் நீர் நிறைந்தது. எந்த பூதம் என்னை அங்கு இட்டுச் சென்றது?

அவன் வெளியில் வந்து அந்தக் காற்றை இழுத்து சுவாசித்தான். சற்று தூரத்தில் இருந்தது அரண்மனை. முத்துப்போல் அழகோ அழகு, நாற்சந்தியின் நட்ட நடுவில் கிருஷ்ணதேவராஜ் உடையாரின் சிலை. சற்றுத் தொலைவில் தேவராஜ் அர்ஸ் சாலை, அதைக் கடந்தால் தேவராஜ் மார்கெட். அவனுடைய வாப்பா, மற்றும் அகமத் பூ வியாபாரம் செய்யும் இடம். இன்னேரம் அங்குதான் இருப்பார்கள், அவனுக்கு உடனடியாக அம்மா ஜானைப் பார்க்கவேண்டும் என்று இருந்தது. வீட்டிற்குச் சென்றால் ஓரளவு நிலவரம் புரியும்.

கடைத்தெருக்களின் கலகலப்பு மனசில் ஒரு நூதன கிளுகிளுப்பையும், பாதுகாப்பான உணர்வையும் ஏற்படுத்திற்று.

பூரி மசாலா வாசனை காற்றில் மிதந்து வந்தபோதுதான் தனக்கு அசுர பசி இருப்பதையும், தான் ஒரு உணவகத்துக்கு முன் நிற்பதையும் அவன் உணர்ந்தான். வீட்டில் இந்த வேளையில் நாஷ்டா தயாராகி இருக்குமா என்று தெரியாது. புதிதாகத் தென்பட்ட அந்த ஹோட்டலுக்குள் நுழைந்து ஒரு கப் காப்பிக்கும் ஒரு மசாலா தோசைக்கும் ஆர்டர் செய்து, சுற்றிலும் ஒரு துரித பார்வை பார்த்தான். அவனுக்குப் பரிச்சயமான முகம் ஏதும் புலப்படவில்லை. அல்லது, அவனை யாருக்கும் அடையாளம் தெரியவில்லை. அவன் லேசாகக் கண்ணை மூடி நாற்காலியில் சாய்ந்து உட்கார்ந்தான். ஊருக்கு வந்துவிட்டோம், அவன் பிறந்த ஊர், பழகிய எளிய மக்கள், எல்லோரும் மதிக்கும் பூக்கடை மெஹபூப்கானின் மகன், காணாமல் போனவன் திரும்பிவிட்டான், காணாமல் போன ஆடு திரும்பியதுபோல்.

யாரோ அவன் தோளைத் தொட்டார்கள். தன்னிச்சையாக தோள்கள் பயத்தில் விதிர்த்தன, அவன் திடுக்கிட்டுக் கண் திறந்தான்.

"அயூப்?"

எதிரில் நெற்றியில் விபூதிக் கீற்றுடன் ஒருத்தர் நின்றிருந்தார். அவனுக்குப் பொறிதட்டிற்று.

"பசவப்பா?"

சட்டென்று எழுந்தான். அவனை அணைத்துக்கொள்ளச் சென்ற கரங்கள் பின்வாங்கின. குளித்து எத்தனையோ நாட்களாகி விட்டன. எதிரில் நிற்பவன் தூய்மையின் உறைவிடமாக இருந்தான்.

பசவப்பா அவனது இரு தோள்களிலும் கைவைத்து நம்பமுடியாதவன் போல் சிரித்தான்.

"எங்கேடா ஓடிப்போனே, சொல்லாம கொள்ளாம? எத்தனை வருசமாச்சு? எங்கே இருந்தே, என்ன பண்ணறே?"

அவனுக்குக் கண்களில் மீண்டும் நீர் நிறைந்தது.

''அடையாளம் கண்டுக்கிட்டியா? ஆச்சரியமா இருக்கு உன்னை எனக்குத் தெரியல்லே பாரு. ரொம்ப குண்டாயிட்டே''

பசவப்பா அட்டகாசமாகச் சிரித்தான். ''தெனம் மசாலா தோசை சாப்பிட்டா என்ன ஆகும்? நீ காயலாக்காரன் மாதிரி இருக்கே. ஆனா முகம் மாறல்லே. கொஞ்சம் வயசான முகம், சரி என்ன ஆச்சு? ஏன் ஒரு லெட்டர்கூட போடல்லே? இப்ப ரிக்ஷாக்காரன். இஸ்பத்திரிகாரங்க கூட செல்போன் வெச்சிருக்காங்க, நீ ஏன் இப்படி இருக்கே?''

''அது ஒரு கதை பசவப்பா. பயங்கர கதை. நீ நம்புவியோ மாட்டியோ. அப்புறம் நீ இப்படி கை போட்டுக்கூடப் பேசமாட்டே''

பசவப்பா அவனை யோசனையுடன் பார்த்தான். ''நா மாறியிருப்பேன்னு நினைச்சியா? உருவம் மாறினா மனசும் மாறிடுமா? நம்ம சிநேகிதம் மறக்குமா?''

பிறகு சிரித்துக்கொண்டே மேஜையில் தாளம் போட்டு ''ஜண்டா ஊஞ்சா ரஹே ஹமாரா'' என்று பாடினான்.

அவன் சிரித்துக் கொண்டு தலையாட்டினான். நாபியிலிருந்து பந்தாய் ஏதோ மேலெழுந்து, தொண்டையை அடைத்தது.

''இந்தப் பாட்டை நினைக்கும்போதெல்லாம் எனக்குக் கண்ணுலே தண்ணி வருதுன்னா நீ நம்புவியோ பசவப்பா?''

''கண்டிப்பா, எனக்கும் வரும். நா ஒரு கிறுக்குன்னு எம் பசங்க நினைக்கிறாங்க.''

டிபனும் காப்பியும் வந்தது.

''நீயும் சாப்பிடேன்''.

''எனக்குத்தான் முதல் நைவேத்தியம் இங்கே. இது என் ஹோட்டல், தோசை மட்டும் போதுமா? இட்டிலியும் சாப்பிடு. இவரு நம்ம விருந்தாளிப்பா''

வயிறு முட்டிவிட்டது. இந்த ருசியையெல்லாம் மறந்துகூட போய்விட்டிருந்தது,

"உம் சொல்லு உன் கதையை."

அவனுக்குக் கூச்சமாக இருந்தது.

"முதல்லே வீட்டுக்குப் போறேன் பசவா."

"சரி போ, உங்க அம்மி சந்தோஷப்படுவாங்க. பாவம் என்ன அழுகை அழுதாங்க. நீ செத்துப்போயிட்டேன்னு அவங்க நினைக்கிறாங்க. நாந்தான் நம்பல்லே. நல்லவேளை நீ உயிரோட இருக்கே. ஆமா எதுக்கு அப்படி ஓடினே? யாரும் பரிட்சையிலே ஃபெயிலாறதில்லையா? அப்பா அம்மா திட்டறதில்லையா?"

அவன் தலையைக் குனிந்துக்கொண்டான். வாப்பாவின் கோபக்கார முகமும், அடித்த அடியும் அவனுள் பொங்கிய கோபமும் நினைவிலிருந்து மறைந்து எத்தனையோ நாட்களாகிவிட்டன.

"ஆமாம். நா செஞ்ச ரொம்பப் பெரிய அசட்டுத்தனம் பசவா, விதிங்கறதிலே உனக்கு நம்பிக்கை இருக்கோ?"

பசவப்பா அவனையே பார்த்தபடி இருந்தான்.

"நீ இங்கயே இருந்திருந்தா விதி ஒண்ணும் செஞ்சிருக்காது. சரி வா, உன் வீடுவரை நா வர்றேன், பேசிட்டு போவோம்."

"இப்ப இல்லே பசவப்பா. இன்னொரு நாளைக்குச் சொல்றேன்."

"சரி உன் இஷ்டம். நீ எதுவுமே சொல்ல வேணாம். உன்னைப் பார்த்தது எத்தனை சந்தோஷமா இருக்கு தெரியுமா? சீரங்கபட்டணத்திலே ஒரு ஹோட்டல் திறக்கப் போறேன். திப்பு சுல்தான் பார் ஆனதாலெ திப்பு ஸ்கஃபேன்னு பேரு வைக்கப் போறேன்" என்று கண்சிமிட்டிச் சிரித்தான். "எனக்கும் உதவிக்கு ஆள் வேணும். நீ அதைப்பாத்துக்கலாம். இதப் பாரு, சும்மா சும்மா கண் கலங்கக் கூடாது."

பசவப்பா அவன் முதுகில் தட்டி, "சாயங்காலம் சந்திக்கலாம். ஒரு காரியம் செய்யலாம். கிருஷ்ணராஜசாகர் அணைக்குப் போகலாம். இந்த வருடம் நிறைய மழை. எக்கச்சக்கத் தண்ணி இருக்கு. பார்க்க ஜோரா இருக்கும்" என்றான்.

அவன் புன்னகையுடன் தலை அசைத்து வீட்டை நோக்கி நடந்தான். மனசு லேசாகி இருந்தது. பசவப்பா மாறவே இல்லை என்பது நம்பமுடியாததாக இருந்தது. என் கதை தெரிந்தால் என்ன சொல்வான்?

'நீ எதுவுமே சொல்ல வேணாம். எப்படி? இங்கு எதுவும் மாறவில்லையா?'

தெருக்கள் அப்படியேதான் இருந்தன. மும்பை நகரத்தைப்போல எந்த அடுக்குமாடிக் கட்டிடமும் இதுவரை தென்படவில்லை. பளபளப்பான அங்காடிகள் இல்லை. அமைதியாக இருந்தது மைசூர். ஏதோ மோனத்தவத்தில் இருப்பதுபோல.

அவன் வசித்த தெரு. பதினாறு வயது வரை இந்தப் புழுதியில் விளையாடிய தரை. கிரிக்கெட் விளையாடிய இடம். அடுத்த தெருவில் இருந்தது, அவனும் பசவப்பாவும் படித்த ஸ்கூல். அப்பா அவனையும் அண்ணனையும் மதரஸா பள்ளிக்கு அனுப்பவில்லை. எல்லா இந்தியப் பிள்ளைகளும் படிக்கிற இடத்திலேதான் நீங்களும் படிக்கணும் நாம் வித்தியாசமானவங்க இல்லே என்றவர், படிப்புதாண்டா ஆயுதம் என்பார். நீயும் பூவித்துதான் பிழைக்கப்போறியா படிக்காத அப்பன்மாதிரி என்று சொல்லித்தான் அன்று அடித்தார். அவனுக்குப் பூ விற்பது கௌரவக் குறைச்சலாகத் தோன்றவில்லை. அங்குதான் குலாபியைப் பார்க்கமுடியும்.

சட்டென்று அவன் கால்கள் தயங்கின. வீடு, அவன் வசித்த வீடு. வாப்பாவும் அகமத்தும் பூக்கடைக்குப் போயிருப்பார்கள். அவன் வாயிலில் நின்று கதவின்மேல் இருந்த அழைப்பு மணியை அழுத்தினான். யாரு? என்று கேட்டபடி ஒரு வயதான அம்மாள் வந்தாள். அவனுக்குத் தொண்டை அடைத்துக் கொண்டது. கண்களில் நீர் நிறைந்தது. தலையெல்லாம் நனைத்து. கண்கள் ஒளியிழந்து.

"அம்மி" என்றான் மெல்லிய குரலில்.

அவளுக்குத் தூக்கிவாரிப் போட்டது. சற்று நேரம் உற்றுப்பார்த்து திகைத்த குரலில், "யாரு? அழூபா வந்துட்டியா?" என்று விசும்பியபடி அவனை அணைத்துக்கொண்டாள்.

"எனக்குத் தெரியும் ஒருநாள் நீ வருவேன்னு. நீ உசிரோடதான் இருப்பேன்னு. எங்களையெல்லாம் ஒதுக்கிட்டுப்போன கல்நெஞ்சுக்காரன்னு, எனக்கு ரொம்பக் கோவம் இருந்தது."

அவன் உடைந்துப் போனான். அவளது அணைப்பில் இத்தனை ஆண்டுகளாகப் பட்ட துயரங்கள் அவமானங்கள் எல்லாவற்றிற்கும் கிடைத்த வடிகாலாக கண்ணீர் கரை புரண்டு ஓடிற்று. மார்புக்கூடு விண்டுவிடும்போல் கேவல் கிளம்பிற்று. வார்த்தைகளே வரவில்லை.

"அழாதே, உள்ளே வா, கோவத்தோட வீட்டைவிட்டு ஓடினியே, இருபது வருஷமா நீ இருக்கியா செத்தியான்னு தெரியாம, நாங்க பட்டபாடு உனக்குப் புரியுமா? இப்ப திடீர்னு வீட்டு ஞாபகம் வந்துதா?"

அவன் தீவிரமாகத் தலையாட்டினான். முகத்தைத் துடைத்து ஆசுவாசப்படுத்திக் கொண்டான். "கடந்த இருபது வருஷத்திலே உங்கள நினைக்காத நேரமில்லே, என்னை நீங்க நம்பணும்."

"ஒரு போன் செய்ய முடியல்லே? கடுதாசு போட முடியல்லே?"

"முடியல்லே. நா ஒரு விசித்திர இக்கட்டிலே மாட்டிக்கிட்டேன் அம்மி. அது ஒரு பயங்கர கதை."

அம்மாவின் கண்கள் பீதியில் விரிந்தன. "ஏதானும் தப்பு தண்டாவிலே சேர்ந்துகிட்டயா, சில அசட்டுப் பிள்ளைங்க மாதிரி, நம்ம ஜனத்தும்பேரை கெடுக்கற மாதிரி? அப்படீன்னா இப்பவே கிளம்பிப் போயிடு. வாப்பா வர்றதுக்கு முந்தி"

அவன் திகைத்தான் அவளுடைய தீவிர முகபாவத்தைக் கண்டு.

''இல்லே, இல்லே, நா சொல்றதை நீங்க நம்பணும்.''

''வா உள்ளே வா, சொல்லு''

உள்ளே நடுக்கட்டம் வழக்கம் போலவே அதிக வெளிச்சம் இல்லாமல் இருண்டிருந்தது. அங்கு இருந்த பழைய சோபாவில் இருவரும் அமர்ந்தார்கள்.

அம்மா ஜான் அவனை ஆதுரத்துடன் பார்த்தாள். அவனது தாடைகளை வருடினாள்.

அவள் கண்களில் வழிந்த நீரைக் கண்டு அவனுக்குத் துக்கமேற்பட்டது. அவனுக்கு அனைத்துத் தனது துயரங்களை அதில் கரைக்கவேண்டும்போல் இருந்தது.

''நாஷ்டா சாப்பிட்டியா கண்ணு, காபி வேணுமா? கொண்டு வரேன்'' என்று எழுந்திருக்கப் போனவளை. அவன் தடுத்து உட்கார்த்தினான்.

''வேண்டாம் அம்மி. வரும்போது சாப்பிட்டுதான் வரேன்''

அவன் அவளது கைகளைப் பற்றிக்கொண்டான்.

''அம்மி, நா சொல்ற ஒவ்வொரு வார்த்தையும் நிஜம். நா பொய் சொல்ல மாட்டேன்.''

''சொல்லு. மருமக குளிக்கப் போயிருக்கா. வீட்டிலே யாருமில்லே.''

''அம்மி உங்க மடியிலே படுத்துக்கலாமா?''

''படு கண்ணு.''

மெத்தென்றிருந்தது அவளது தொடை, அதன் மெல்லிய சூடு அவனது ரணங்களையெல்லாம் ஆற்றுவதுபோல சுகமாக இருந்தது. உயிர் இதற்காகவே, இந்தத் தருணத்துக்காகவே காத்திருந்ததுபோல இருந்தது. அவன் கண்களை மூடிக் கொண்டான். பதினாலு வயதுச் சிறுவனாகிப் போன துடிப்பு ஏற்பட்டது.

அன்று என்ன மழை பெய்தது. அவன் படுக்கையில் தீவிர யோசனையுடன் படுத்திருந்தான். சொல்லத் தெரியாத

ஆத்திரம் அவனை ஆட்கொண்டது. பரிட்சையில் யாரும் "பெயிலாவதில்லையா?" அதற்காக அப்படி அடிக்க வேண்டுமா? பரிட்சையில் பெயிலான துக்கத்தைவிட, அதுவரை அவனை அடித்தோ திட்டியோ செய்யாத வாப்பா கோபத்துடன் தனது பெல்டால் விளாசியதும், வார்த்தைகளால் அவமானப்படுத்தியதும் தாங்க முடியாத துக்கத்தைக் கொடுத்தது. அவர்மேல் காரணம் புரியாத சீற்றத்தை ஏற்படுத்தியது. முதுகில் அவர் அடித்த இடம் சுரீரென்று நெருப்பாய் தகித்தது. களிம்பு மருந்து தடவ வந்த அம்மியை அவர் மூர்க்கத்துடன் தள்ளினார். எதுவுமே நடக்காததுபோல் எல்லோரும் படுக்கச் சென்றார்கள், அவனுக்குத் தூக்கம் வரவில்லை. உள்ளே குமுறிய கோபத்தில் அழுகைகூட வரவில்லை. வெளியே மழை கொட்டிக்கொண்டிருந்தது. எல்லோரும் உறங்கிய பிறகு அவன் வெளியேறினான். எங்கேயாவது கண்காணாமல் போய்விட வேண்டும் யாருக்கும் சொல்லாமல். பசவப்பாவுக்குகூட சொல்லாமல். பிறகு எங்கிருந்தாவது அவனுக்கு மட்டும் தகவல் சொல்லலாம். அவன் குருட்டாம்போக்கில் மழையில் நனைந்தபடி ஓடினான்.

ரயில் நிலையத்தில் ஒரு ரயில் நின்றிருந்தது. அதில் ஏறிக்கொண்டான். வண்டி ஓட ஆரம்பித்ததும் மனசு இனம்புரியாத விடுதலை உணர்வில் பரபரத்தது. இதுவரை எங்கும் தனியாகச் சென்றதில்லை. கையில் காசு இல்லை, என்ன செய்யப்போகிறோம் என்று யோசிக்கக் கூட இல்லை. டிக்கெட் பரிசோதகர் வரும் போதெல்லாம் அவன் கழிப்பறையில் மறைந்துகொண்டான். ரயில் கடைசியாக நின்றபோது அவனும் இறங்கினான். மும்பை தாதரில், மும்பை மகாபெரிய நகரம் என்றும் கேள்விப்பட்டிருக்கிறான், இங்கு ஏதாவது வேலை செய்து பிழைக்கலாம். பூ மட்டும்தான் கட்டத் தெரியும் அவனுக்கு பத்தாவது ஃபெயிலானவனுக்கு என்ன வேலை கிடைக்கும்? பசித்தது. ஒரு நகைக்கடை கண்ணில் தென்பட்டது. விரலில் இருந்த தங்க மோதிரத்தை

கல்லாப் பெட்டியில் அமர்ந்திருந்தவரிடம் காட்டி, விற்க விரும்புவதாகச் சொன்னான். தலையில் வெள்ளைக் குல்லாய் அணிந்திருந்த அவர் ஒரு முஸ்லிம் என்பதை உணர்ந்து உருதுவில் கேட்டான். அவனை அவர் உற்றுப்பார்த்தார்.

''வீட்டைவிட்டு ஓடிவந்தியா?'' என்றார்.

அவன் பதில் சொல்லாமல் தலையைக் குனிந்துக்கொண்டான்.

''என்ன பேரு?''

''அயூப்கான்.''

அவர் மோதிரத்தை நிறுத்துப் பார்த்து ரூபாயை எண்ணி ஒரு கவரில் போட்டுக்கொடுத்தார்.

''ஜாக்கிரதையா வெச்சுக்க. மும்பை பொல்லாத ஊரு. எங்க தங்கப்போறே?''

அவன் விழித்தான்.

அவர் புன்னகையுடன், பக்கத்திலிருந்த ஒரு அலமாரியிலிருந்து ஒரு சின்ன வெள்ளை பின்னல் குல்லாவை எடுத்தார். ''இதை தலையிலே போட்டுக்கணும். முஸ்லிமா இருந்து இப்படி அடையாளம் இல்லாம திரியக்கூடாது.''

அவன் அதைப் போட்டுக்கொள்ளும்வரை அவர் காத்திருந்தார். அவன் அதை அணிந்தான். மைசூரில் மசூதிக்குச் செல்லும்போது மட்டுமே அணிந்து பழக்கம்.

''இனிமே நீ நம்ம ஆளு. நம்ம வீட்டிலே தங்கிக்கலாம். சாப்பிடலாம்.''

அவனுக்கு நம்பமுடியவில்லை. எத்தனை நல்லவர்கள் மும்பையில் இருக்கிறார்கள் இங்கு வந்து சேர்ந்தது எந்த வகையிலோ தனக்கு வெற்றி என்று அவனுக்கு நிச்சயமாயிற்று. அம்மிக்கு அவன் விரைவில் எழுதுவான்.

''வாப்பாவுக்குச் சொல்லு, நா இங்க ரொம்ப சந்தோஷமா இருக்கேன். சீக்கிரத்திலே சுயமா சம்பாரிச்சு பெரிய மனுஷனாகி காண்பிக்கப் போறேன்''

யாசின் முபாரக் கான், அந்தப் பகுதியில் எல்லாருக்கும் வேண்டியவராக இருந்தார். அவர் வீட்டில் அவனைப்போல இன்னும் நான்கு இளைஞர்கள் இருந்தார்கள், அன்பாகப் பேசினார்கள், மூன்று வேளை சாப்பாடு கிடைத்தது. ஐந்து வேளை தொழுகை நடந்தது. தொழுகையின்போது தினமும் வீட்டில் ஐம்பது பேருக்குமேல் குழுமினார்கள்.

அவனுக்குக் கொடுக்கப்பட்ட சின்னச் சின்ன வேலைகளை அவன் சந்தோஷமாகச் செய்தான். பழக்கமில்லாத ஊரில் வாழ்க்கை இத்தனை சரளமாக அமையும் என்று அவன் எதிர்பார்த்திருக்கவில்லை என்பதால் மனத்தை ஒரு நன்றி உணர்வு நிறைக்கும். படே பாய், பெரிய அண்ணன் என்று எல்லோரும் அழைத்த யாசின் முபாரக் கான் எத்தனை நல்லவர் என்று பிரமிப்பு ஏற்படும்.

அன்று எப்போதும்போல் விடிந்தது. யாசின் முபாரக் கான் விடிகாலையில் எழுந்திருந்து யார் யாருடனோ தொலைபேசியில் பேசியபடி இருந்தார். வழக்கத்துக்கு விரோதமாக தொழுகையின்போது அவர் மட்டும் இருந்தார். வீட்டுப்பெண்கள் யாரையும் காணோம். ஊருக்குப் போயிருப்பதாகச் சொன்னார்கள். நாஷ்டா ஹோட்டலிலிருந்து வந்தது. யாசின் முபாரக் கான் அன்று கடைக்குச் செல்லவில்லை. அவனைத்தவிர மற்றவர்களை படே பாய் எங்கோ அனுப்பிவிட்டு தொலைக்காட்சி பெட்டியின் முன் உட்கார்ந்திருந்தார். ஒவ்வொன்றாகச் செய்திவர ஆரம்பித்தது. மும்பையில் பல இடங்களில் குண்டு வெடிக்க ஆரம்பித்தது. அவனும் ஒரு மூலையில் உட்கார்ந்து திகைப்புடன் பார்த்தான். மனிதர்கள் செத்து விழுந்திருந்தார்கள். கலவரமடைந்த ஜனக் கூட்டம் அலறிக்கொண்டு இங்கும் அங்கும் ஓடஆரம்பித்தது. சிலர் காயம்பட்டு அழுதபடி இருந்தார்கள். டி.விக்காரர்கள் உரத்த படபடத்த குரலில் கத்திக்கொண்டிருந்தார்கள். என்ன பேசுகிறார்கள் என்றே புரியவில்லை. பீதியில் அவன் உறைந்து போனான்.

''ஆத்தங்வாதிகளின் தாக்குதல்'' என்று திரும்பத் திரும்ப வார்த்தைகள் ஒலித்தன.

''ஆத்தங்வாதின்னா என்ன?'' என்றான் அவன் பலத்தகுரலில், யாசின் மாலிக் திடுக்கிட்டவர்போல் அவனைப் பார்த்தார்.

''பயங்கரவாதின்னு அர்த்தம்.'' என்றார் அவர் மெல்லிய எரிச்சலுடன்.

''அவங்க கொலைகாரங்க, சாத்தான்கள், எதுக்கு இப்படி தெருவிலே போறவங்களையெல்லாம் கொல்வதும்? அவங்க நம்ம விரோதிகளா? பாகிஸ்தானியா?'' என்றான் அவன் படபடப்புடன்.

''அட, பெரிய மனுஷன் மாதிரி பேசாதே, உன் வேலையைப்பாரு போ'' என்றார் அவர், என்றுமில்லாத கோபத்துடன்.

அவன் எழுந்து அவனுக்கு ஒதுக்கப்பட்டிருந்த அறைக்குச் சென்றான். மார்பு இன்னும் பீதியில் படபடத்தது. என்ன நடக்கிறது? இந்த மாதிரி மைசூரில் இப்படி எதுவும் நடந்து அவன் பார்த்ததில்லை. படே பாய் இன்று வேலைக்குச் செல்லாதது வியப்பாக இருந்தது. இந்தக் கலவரம் முடிந்தபிறகு அவரிடம் சொல்லிக்கொண்டு ஊருக்குத் திரும்பி விடவேண்டும் என்று அவன் நினைத்துக் கொண்டான். ஜன்னல் வழியே தெரிந்த தெரு வெறிச்சோடிக் கிடந்தது. எல்லோரும் பயந்து வீட்டுக்குள் இருந்தார்கள். இரண்டு நாட்கள் எல்லோரும் வீட்டுக்குள்ளேயே முடங்கி இருந்தார்கள். கடைத்தெருவே மூடிவிட்டதால் படே பாய் கடைக்குச் செல்லவில்லை. மூன்றாம் நாள் படே பாய் எங்கோ கிளம்ப ஆயத்தமானவர்போல் இருந்தார். அவர் கொல்லை வழியாகக் கிளம்ப யத்தனித்தபோது போலீஸ் வந்தது. அவருக்குக் கைவிலங்கிட்டது. அவனுக்குத் தூக்கிவாரிப்போட்டது. கண்கள் விரியப் பார்க்கும்போதே அவனையும் மற்ற பிள்ளைகளையும் கழுத்தை நெம்பித் தள்ளி போலீஸ் வேனில் அடைத்துச் சென்றது. அங்கிருந்து நேராக சிறையில் அடைத்தார்கள். அவன் என்ன தப்பு செய்தான் என்று அடைத்தார்கள் என்பது அவனுக்குத்

தெரியவே வராத மர்மம், வெளி உலகத்தில் என்ன நடக்கிறது என்று தெரியாமலே கழிந்தன. இருபது வருஷங்கள். அந்த இடைவெளியில் அவன் அனுபவித்த...

அவன் நிறுத்தினான். அந்தக் கொடுமைகளை அம்மியிடம் சொல்ல முடியாது. அடியும் உதையும் மின்சாரக் கம்பியினால் ஆண்குறியில் கிடைத்த அதிர்வலைத் தண்டனைகள், காவலர்கள், சகக் கைதிகளின் பாலியல் பலாத்காரங்கள், இவற்றையெல்லாம் பெற்றவளிடம் எப்படிச் சொல்வது?

"அம்மி, ரொம்பக் கஷ்டப்பட்டேன். எதுக்குன்னே புரியாம. முந்தா நாள் திடீர்னு உனக்கு விடுதலை, உன் மேலத் தப்பில்லேன்னு கோர்ட்டு சொல்லிடுச்சு என்கிறாங்க."

அம்மா கண்ணீர் மல்கக் கேட்டாள் "இருபது வருஷம் ஆச்சா அவங்களுக்குச் சொல்ல?"

வெகுநேரம் மௌனமாக இருந்தாள் ஏதோ யோசனையில் இருப்பவள்போல், அவளது உடலின் கதகதப்பில் அவனுக்குத் தூக்கம் வந்தது. மனசின் சுமையை இறக்கியதில் லேசாகியிருந்தது.

அம்மி மெல்லக் கேட்டாள். "அயூப், உண்மையைச் சொல்லு, நீ எந்த தப்புத் தண்டாவும் செய்யல்லியே?"

அவனுக்குத் தூக்கிவாரிப்போட்டது, விருக்கென்று எழுந்தான். "அம்மி, என்மேல் உங்களுக்கு நம்பிக்கை இல்லையா? நா சொன்னதெல்லாம் நிஜம் அம்மி."

அம்மியின் கண்களில் நீர் நிறைந்திருந்தது. பேசுவதற்கு சிரமப்படுவது தெரிந்தது.

அவனை நேரடியாகப் பார்க்காமல் தொலைவைப் பார்த்தபடி சொன்னாள்.

"காலம் கெட்டுக் கிடக்கு அயூப். நம்ம ஜனத்திலே பெத்த புள்ளை என்ன செய்யறான்னே ரொம்பப் பேருக்குத் தெரியல்லே."

நம்ம பேரைச் சொன்னாலே சந்தேகத்தோட மத்த ஜனங்க பாக்கறாங்க. நாட்டிலே எந்த மூலையிலே குண்டு வெடிச்சாலும் நாம் பயந்து சாக வேண்டியிருக்கு. பசங்க காணாம போறாங்க. போலீஸ் நம்ம வீட்டைத் தேடிவந்துச்சுன்னா வாப்பா அவமானத்திலே செத்துடுவாங்க.''

அவன் திகைப்புடன் அவளைப் பார்த்தான். வயதுக்கு மீறிய மூப்பின் கோடுகள் தெரிந்த அந்தத் தளர்ந்த முகத்தில், புதிய கவலைக்கோடுகள் தெரிவதாகத் தோன்றிற்று. வலைப்பின்னல்போல் அவை அதிகரித்து அவளுடைய முகத்தையே மாற்றின. அவற்றைக் கிழித்தெறிய வேண்டும்போல அவனுக்குப் பதறிற்று. எப்படி? எதன்மேல் சத்தியம் செய்தால் அவள் அவனைப் புரிந்துகொள்வாள்?

அவனுக்கு அடிவயிறு துவண்டது. மனத்தை இனம் புரியாத கலக்கம் ஆட்கொண்டது.

தான் எத்தனை விளக்கிச் சொன்னாலும் புனித குரான் மேல் சத்தியம் செய்தாலும் அம்மிக்கு அடிமனத்தில் சந்தேகம் இருக்கும் என்கிற உணர்வு தாங்கமுடியாத அதிர்ச்சியாக இருந்தது.

"அம்மி'' என்று அவன் சொல்ல ஆரம்பிக்கையில், அவள் அவன் வாயைப் பொத்திக் கைகளைப் பற்றினாள். கண்களில் நீருடன் ரகசிய குரலில்,

"அயூப், என்னைத் தப்பா நினைக்காதே. நீ எங்கயாவது போய் பிழைச்சுக்கோ. இங்க மட்டும் வராதே'' என்றாள்.

அவன் நம்பமுடியாமல் அவளையே பார்த்தபடி நின்றான். அவனை ஒரு பீதி அழுத்தியதாகத் தோன்றிற்று. அவன் சீக்கிரம் வெளியேற அம்மி காத்திருந்ததுபோல் இருந்தது. என்னென்னவோ வார்த்தைகள் உள்ளே பீறிட்டுக்கொண்டு கிளம்பின. நா குற்றமற்றவன்னு நீதிமன்றமே சொல்லிடுச்சு. நானும் சகஜமான வாழ்க்கை வாழ ஆசைப்படறேன் அம்மி. வேலைக்குப் போகணும். மனசுக்குப் புடிச்ச பொண்ண

நிக்காஹ் செய்துக்கணும். வாப்பாவுக்கு உதவியா இருப்பேன். அஹமதுக்குத் துணையா இருப்பேன். இருபது வருஷங்களாக இந்த தருணத்திற்குக் காத்திருந்ததைச் சொல்லலாமா என்று யோசிக்கையில்.

''நீ கிளம்பு கண்ணு. மருமக குலாபிக்குத் தெரிஞ்சா ரகளை ஆயிரும்'' என்றாள் அம்மி.

அவனுக்குத் தூக்கிவாரிப் போட்டது.

''யாரு?''

''குலாபி, பூக்கடைக்கு வருவா, அகமதுக்குப் புடிச்சுப் போச்சு. நிக்காஹ் ஆகிப் பத்து வருஷம் ஆச்சு.''

அதைக் கிரகித்துக்கொள்ள சில விநாடிகள் பிடித்தன. சடசடவென்று அவன் நிர்மாணித்த கனவுக் கோட்டைகள் கண்ணெதிரில் சரிந்தன. எடுத்து அள்ளமுடியாத துகள்களாகப் பரவி, அவனது நெஞ்சுக்குழியை அடைத்தன. அம்மி அந்தத் துகள்களில் புதைந்து விட்டதுபோல் இருந்தது. அவன் சில விநாடிகள் கழித்து அவளது கைகளைக் கண்ணில் ஊற்றி மெல்லப் புன்னகைத்தான். தன்னைவிட ஒரு பைத்தியக்காரன் யாரும் இருக்கமுடியாது என்று தோன்றிற்று.

''நா கிளம்பறேன் அம்மி'' என்றுவிட்டுத் திரும்பிப் பாராமல் நடந்தான்.

எந்தவித யோசனையும் மூளையில் உதிக்கவில்லை. ஸ்தம்பித்த நிலையில் பேருந்து நிலையத்தை நோக்கி நடந்தான். வழியில் இருந்த பசவப்பாவின் ஹோட்டலை அவசரமாகக் கடந்து சென்று பேருந்து நிலையத்தில் நின்றிருந்த பஸ்ஸில் ஏறி ஜன்னலோரமாக அமர்ந்துகொண்டான். பலத்த காற்று சில்லென்று அடித்தது மழைவரும்போல, தரையில் இருந்த காய்ந்த இலைச் சருகுகள் காற்றில் எழும்பி நகர்ந்தன.

4 ஈன்ற பொழுதினும்

எதற்கு இப்பொழுது வாசலுக்கு வந்தோம் என்று அவளுக்கு மறந்துவிட்டது, மனசு ஜடம்போல் இன்று அசைவற்று இருந்தது. சற்றுநேரம் அவள் திண்ணையில் படர்ந்திருந்த கண் கூசும் வெளுத்த வெயிலைப் பார்த்தாள். காற்றே இல்லாத அந்தப் பொசுக்கும் பொழுதில் அசையாமல் நிற்கும் அந்த மாமரத்தைப் பார்த்தாள். மலட்டு மரம். இதுவரை காயோ பூவோ காண்பிக்காத மரம். அது காய்க்காது என்று ஒரே வார்த்தையில் தோட்டக்காரன் ஆறுமுகத்தால் புறக்கணிக்கப்பட்ட மரம்.

காய்க்காட்டா என்ன? எதோ நிழலுக்கு நிக்குதுன்னு வெச்சுக்க வேண்டியதுதான்.

எல்லா இயலாமைக்கும் அவனிடம் சமாதானம் இருக்கும்.

வாசலில் நடப்பட்டிருந்த அரளியும் நந்தியாவட்டையும்கூட மலட்டு ஜென்மங்கள் என்று சொல்லலாம்.

"இது என்ன ஜாதி ஆறுமுகம், பூக்கவே பூக்காதா?"

"கெணத்துத்தண்ணி உப்புத் தண்ணி, அது என்னதான் செய்யும்? அந்தத் தண்ணில மொகத்தைக் கழுவினா கண்ணு எரியுது. அது இன்னும் உசிரோட நிக்குதேன்னு சந்தோஷப்படுங்க."

பிறகு அவன் கிளம்பும்வரை, பூக்காத அரளியுடனும் கண்ணில் தென்படாத நந்தியாவட்டையுடனும் பேசிக் கொண்டிருப்பான்.

“உப்போ சக்கரையோ தண்ணி விடறதை நிறுத்தாதே” என்று அவள் இடையில் வந்து நினைவுபடுத்தும் வரை பேச்சு நீளும்.

இந்த உப்புத் தண்ணியாவது இருக்கு. அந்தாண்ட தெருவுலே எல்லாக் கிணறும் வத்திப் போச்சு.

அவளுக்கு முகம் வியர்த்து நா உலர்ந்து போயிற்று.

எதற்கு இந்த வெயிலில் வந்து நிற்கிறோம் என்று இப்பவும் நினைவு வரவில்லை. வேறு ஏதேதோ நினைவுக்கு வந்தது மனசு அசைவற்று நடுவில் இனம்புரியாத பிரமையில் சிக்கியிருந்தது. நடுமையத்தில் அம்பி நின்றான். அவள் பேசாமல் உள்ளே திரும்பி கதவைச் சாத்தினாள். தலை கிறுகிறுத்து வரும்போல் இருந்தது. மெல்லிய தடுமாற்றத்துடன் அவள் வரவேற்பறையில் இருந்த சோபாவை நோக்கி நடந்தாள். மிக நீண்ட பாதையாக அது அச்சுறுத்தியது வியப்பாக இருந்தது. அவள் பைய நடந்து எங்கே விழுந்துவிடுவோமோ என்று பயந்து, விழுந்தால் தூக்க ஆளில்லை என்ற நினைவுடன் முன்னால் நகர்ந்தபோது நினைவு தப்பியது.

நினைவு திரும்பியபோது அவள் சோபாவுக்கருகில் சரிந்து விழுந்திருந்தாள். முழங்கையிலும் முட்டியிலும் ஏகமாய் வலித்தது. இப்போது எப்படி எழுந்திருப்பது என்று அவள் யோசனையில் ஆழ்ந்தாள். உள்ளே ராமநாதன் படுத்திருந்தார். வழக்கமாக டி.வியில் என்னவோ நிகழ்ச்சி பார்த்துக்கொண்டிருப்பார். கூப்பிட்டாலும் காது கேட்காது. காது கேட்டாலும் அவர் எழுந்து வருவாரா என்பது சந்தேகம் வந்தாலும் அவரால் உதவமுடியாது. அவருக்கே உதவ ஆள்வேண்டியிருக்கிறது.

சற்றுநேரம் அவள் கண் மூடி உட்கார்ந்திருந்தாள். தரையிலிருந்து இந்த உடம்பை எழுப்ப எத்தனை யோசனையும் வியூகமும் வகுக்க வேண்டியிருக்கிறது என்று ஆயாசமேற்பட்டது. யாராவது ஒரு வாய் நீர் தரமாட்டார்களா என்று தோன்றிற்று. இப்பொழுதெல்லாம் அடிக்கடி அவளுக்கு இந்த விபரீத

ஆசை தோன்றுகிறது. அப்படி ஒரு ஆள் இருந்தால் எப்படி எழுந்திருப்பது என்று யோசிக்க வேண்டியிராது. மையத்தில் நின்றிருந்த அம்பி காணாமல் போயிருந்தான். வெகுநேரம் முக்கி முனகி ஒரு வழியாக எழுந்திருந்தாள். சமையலறைக்கு மெதுவாக நடந்து, ப்ரிட்ஜைத் திறந்து பாட்டிலில் நிரப்பி வைத்திருந்த நீரை தம்பளரில் ஊற்றுவதற்குள் கைவிரல்கள் நடுங்கின. அடுப்பில் ரசம் கொதித்துக் கொண்டிருந்தது. அதை அணைக்கப்போகும்போது நினைவுக்கு வந்தது. வாசலில் ஒரு தொட்டியில் கருவேப்பிலைச் செடி இருந்தது. இரண்டு இலைகளைக் கிள்ளி வரலாம் என்று போனது மறந்துவிட்டது. மறுபடி யார் போறது என்று முணு முணுத்தபடி இலுப்பைக் கரண்டியை சூடாக்கி, நெய் விட்டு கடுகு தாளித்து மூடி வைத்தாள்.

அம்பி நட்ட செடி. அவனுக்கு ஞாபகம் இருக்குமோ என்னவோ!

"இங்க எப்படி வளருது அம்மா, அமெரிக்காவிலே எத்தனையோ தடவை வெச்சுப் பார்த்தேன் வரமாட்டேங்கறது."

"உனக்கெதுக்குடா, அங்க ரசமும் குழம்பும் யார் பண்ணித்தரா உனக்கு?"

"நானே செய்வேனே, வாரத்திலே ரெண்டு நாள். கருவேப்பிலெ போட்டாத்தான் வாசனை."

ஆச்சரியம்தான். அவனுக்குத் தானா காப்பி கலக்கக் கூடத் தெரியாது. ரொம்ப மாறிட்டான் அம்பி. ரொம்ப, அம்மா, அம்மான்னு சுத்திண்டிருந்தவன். அவனைப் பிடிக்க, அலைக்க, அவளுடைய கைகள் பரபரத்தன. வெற்றுவெளியைத் தன்னிச்சையாகக் கைகள் அளைந்தன.

அவர் சாப்பிட வந்துடுவார் என்று நினைவு துருத்திக் கொண்டு வந்தது. எதையோ விரட்டுவதுபோல் அவள் தலையை அசைத்தபடி சாப்பாட்டு மேஜையில் ப்ளேட்டை வைத்து சமைத்த பதார்த்தங்களை ஒவ்வொன்றாகக் கொண்டு

வந்தாள். மனசில் ஏதோ பாரமாக அமர்ந்திருந்தது. ஒவ்வொரு நடைக்கும் மூச்சிரைத்தது.

சமையலறை சிங்க் முழுவதும் பாத்திரம் நிரம்பியிருந்தது. வேலைக்காரி கற்பகம் எப்போது வருவாள் என்று சொல்ல முடியாது. வராமலே போனால் எல்லாவற்றையும் தேய்க்க வேண்டும் என்கிற நினைப்பே அவளை பலவீனப்படுத்தியது. கண்களில் நீர் நிறைந்தது. என்ன செய்யட்டும், என்ன செய்யட்டும் என்று உள்ளே ஒரு குரல் பயங்கரமாகப் பிரலாபித்தது.

அவள் சட்டென்று சுதாரித்துக்கொண்டாள். எத்தனைக் கேவலமாகப் போய்விட்டது இந்த ஜென்மம் என்று கூச்சமேற்பட்டது. மங்குமங்கு என்று இல்லாத வேலையெல்லாம் இழுத்துப் போட்டுக்கொண்டு செய்த காலமெல்லாம் இப்போது கனவாகிப் போய்விட்டது. கீழே உட்கார்ந்தால் எழுந்திருப்பது எப்படி என்கிற கேள்வியே மலைப்பை ஏற்படுத்தும் காலம் வரும் என்று யார் நினைத்தார்கள்? ஏன் வயசாறது?

"முடியல்லேடா அம்பி, முடியல்லே, என்ன செய்யட்டும்? உன்கிட்ட இதெல்லாம் சொல்லக்கூடாதுதான்."

"ஆளைப் போட்டுக்கம்மா."

"போட்ட ஆளெல்லாம் இஷ்டத்துக்கு வருகிறார்கள். யார் சமைச்சாலும் அப்பாவுக்குப் பிடிக்கல்லே, உப்பில்லாம எண்ணையில்லாம யார் செய்வோ? துணி தோய்க்க மெஷின் இருக்குதான். கரண்டு எப்ப நிக்கும்னு சொல்ல முடியாது. தோய்ச்ச துணியை எடுத்து உலர்த்தணும். அது வேலைக்காரியுடைய வேலைன்னு பேரு. அவ வர்ற சமயத்திலே கரண்டு சொல்லி வெச்சமாதிரி போகும், அது திரும்ப வர்ற வரைக்கும் அவ காத்திருப்பாளா என்ன?"

"ஐயாவைப் போடச் சொல்லுங்கம்மா..."

"ஐயாவா? ஈசுவரா? அவர் என்னிக்கு செஞ்சிருக்கார்? அம்பி இருந்தால் கைக்கு உத்தாசையாகச் செய்வான். பாத்திரம்கூடத் தேய்த்துக்கொடுப்பான்."

மின்சாரம் இருக்கிறதா? என்று ஒருமுறை பார்த்துவிட்டு அவள் வாஷிங் மெஷினைப் போய்க் கவனித்தாள். ஓடிக்கொண்டிருந்தது.

'நல்ல வேளை' என்று முணுமுணுத்தபடி அவள் உள்ளே வந்தாள்.

ராமநாதன் சாப்பாட்டு மேஜைக்கு வந்துவிட்டார்.

"சாப்பிடலாமா?"

"ஓ வாங்கோ."

தான் நினைவு தப்பி விழுந்ததைப்பற்றி இவரிடம் சொல்லலாமா என்று யோசித்துவிட்டு அவள் பேசாமல் இருந்தாள். வேண்டாம் இன்னிக்கு வேண்டாம்.

ராமநாதனின் முகம் சோர்ந்திருந்தது. இவருக்கு என்ன வந்தது? நான்னா பாரத்தை சுமக்கறேன்?

"உடம்புக்கு ஒண்ணும் இல்லையே?"

அவர் வெடுக்கென்று நிமிர்ந்தார்.

"ஒண்ணுமில்லே, நன்னாத்தான் இருக்கேன்."

நீ எப்படி இருக்கே என்று அவர் கேட்பார் என்று அவள் எதிர்பார்த்ததில்லை, அவர் கேட்டதே இல்லை.

அவர் சாப்பிட்டு முடிக்கும்வரை காத்திருந்தது முன்பு பழக்கம், இப்போது அது ஒன்றுதான் மாறியிருக்கிறது, அதுவும் அம்பி வந்து கட்டாயப்படுத்தியதில், நீயும் சேர்ந்து சாப்பிடும்மா, உனக்கும்தான் வயசாச்சு.

இன்று எதுவுமே ருசிக்கவில்லை, சாம்பார் புளித்தது. ரசத்தில் உப்பு குறைவு, ராமநாதன் எதையும் கவனிக்காமல் சாப்பிட்டார். அவர் மனசில் என்ன இருக்கும் என்று அவளுக்குத் தெரியாது, அவர்கள் அதிகம் பேசிக்கொண்டதே இல்லை. இருவரிடையே ஒரு தொலைவு எப்போதும் இருந்தது. அதை அவர் கவனமாக அனுசரித்ததாகத் தோன்றும். அந்தத் தொலைவுக்கு அப்பால்

செல்ல முயற்சி செய்தபோதெல்லாம் அவர் நறுக்கென்று எதையாவது சொல்லிக் கத்தரித்து விடுவார். அத்தகைய நெருக்கம் தேவையில்லை என்பதுபோல், இப்போது புதிதாக எப்படி வரும் நெருக்கம்? மனசே மௌனித்துப் போனதுபோல் முடங்கிவிட்டது. என்ன பேசுவது என்றுகூடத் தோன்றுவதில்லை.

அம்பி இருந்தபோது இந்த வினோதமான உறவைப் பற்றி அவள் அதிகம் யோசித்ததில்லை. அதற்கு அவசியம்கூடத் தோன்றியதில்லை. அவன் அவளது உலகம். அதில் மூழ்குவதில் மனசு பூரணமாகத் திருப்திபட்டுக்கொள்ளும். அம்பியின் பேச்சு, அழகு, சாமர்த்தியம், என் பிள்ளை, நா பெத்தபிள்ளை...., எத்தனைபேருக்குக் கிடைப்பான் இப்படிப்பட்ட குழந்தை?

வீட்டில் இருக்கும்போது அவளது நிழலைப்போல ஒட்டிக் கிடப்பான்.

ஏன் வயசாகிறது? ஆசைகள் இறக்கைக் கட்டிக்கொண்டு தொலைதூரம் அழைத்துப் போவானேன்?

"வந்துடுவேன்மா"

"எப்படா?"

"பார்க்கலாம். பார்க்கலாம். இந்தியாவிலே எனக்கு ஏத்தமாதிரி வேலை கிடைக்கும்னு தோணல்லே. கிடைக்காதும்மா, சொன்னா உனக்குப் புரியாதும்மா."

"அப்ப?"

அவனிடமிருந்து பதில் வராது. தலைகுனியும். சற்று பொறுத்து முணுமுணுப்பாக வரும்.

"என்ன செய்யட்டும் அம்மா? அங்க இருக்கிற வேலைதான் எனக்குத் திருப்தியா இருக்கு. நா சந்தோஷமா இருக்கணும்னுதானே நீ நினைப்பே?"

அவளது வாய்க்குப் போடப்பட்ட நூறாயிரம் பூட்டுக்களில் அது முக்கியமானது.

''வாராவாரம் பேசுவேன் ஸ்கைப்லே, நேரப் பார்க்கிற மாதிரி இருக்கும்.''

அது தமிழ்நாட்டில் சாத்தியமில்லை என்று அவனுக்குத் தெரியாது, கரண்ட் இல்லை. இண்டர்நெட் கனெக்டின் தொடர்ந்து கிடைக்காது என்றால் அவனுக்குக் கோபம் வருகிறது.

''என்ன மாதிரி தேசம்மா அது?''

''கொஞ்சம் கேசரி பண்ணிவைக்கட்டுமா?'' ராமநாதன் திடுக்கிட்டுப் பார்த்தார்.

''என்ன?''

''அம்பிக்கு ரவா கேசரின்னா ரொம்பப் பிடிக்கும்''

அவர் தலையை அசைத்தார் ஆயாசத்துடன்.

''உனக்குப் பித்துதான் பிடிச்சிருக்கு.''

அதற்கு என்ன அர்த்தம் என்று புரியவில்லை. அவரது குரலில் இனம்புரியாத கடுமை இருந்தது. மனசு லேசாக திடுக்கிட்டது. தெரிந்து சொல்கிறாரா தெரியாமல் சொல்கிறாரா என்று புரியவில்லை.

''அந்த ரூமைத் தயார் செய்யவேண்டாமா? அதைச் செஞ்சா போறும்.''

இவர் குரலில் ஏன் கடுமை குறைய மாட்டேன் என்கிறது?

அவளுடைய கண்களில் நீர் கோத்தது. இன்னிக்கு என்ன இத்தனை பலவீனம்?

''கற்பகத்தை வெச்சுண்டு செய்யி, கூடக் காசு தரேன்னா செய்வா''

குரல் சற்று இறங்கியிருந்தது. மேற்கொண்டு அங்கு நிற்காமல் அவர் படுக்கை அறைக்குச் சென்றார்.

'நா பெண் பிள்ளையா பிறந்திருக்கக் கூடாதோ' என்று அவள் நினைத்துக் கொண்டாள். சாப்பிட்ட பாத்திரங்களை

ஒழித்துத் தேய்க்கப் போடுவதற்குள் படுக்க மாட்டமா என்றிருந்தது. இதிலிருந்தெல்லாம் எப்போது விடுதலை? எத்தனை வயசுவரை செய்வேன் யாருக்கோ அடிமை சாசனம் எழுதிக் கொடுத்தமாதிரி?

"இப்ப எனக்கு எந்த ஆசையும் இல்லே தெரியுமோ? சும்மா காலை நீட்டி உட்கார்ந்திருக்கணும். யாராவது சோறாக்கிப் போடணும். வயசானவாளுக்கு ஹோம் இருக்காமே, அங்கே போயிட்டா என்ன?"

"நா வரல்லே நீ வேணா போய்க்கோ." இதற்குமேல் என்ன பேசமுடியும்?

பொசுக்குனு நா கண்ணை மூடிட்டேன்னா என்ன செய்வார்? அம்பியின் அறையை சுத்தம் செய்ய அதிகம் முயற்சி தேவையிருக்கவில்லை... "அம்பி வரான் கற்பகம்" என்கிற வார்த்தையே கற்பகத்துக்குப் போதுமானதாக இருந்தது. புதிய மெத்தை விரிப்பு, தலையணை உறை எல்லாம் போட்டு குளியலறையையும் சோப் போட்டுக் கழுவியதும் உற்சாகமாகச் சிரித்தாள்.

"இந்த தடவையாவது ஒரு நல்ல பொண்ணா பாத்துக் கல்யாணம் செஞ்சு அனுப்பு" என்றாள்.

அவள் பதில் சொல்லவில்லை. சட்டென்று ஒரு பலவீனம் அவளை ஆட்கொண்டது.

"சரி வேலை முடிஞ்சாச்சுன்னா கிளம்பு, எனக்குச் சித்த படுக்கணும்"

"அம்பியை இங்கயே வேலை பாக்கச் சொல்லு. மகனும் மருமகளும் கூட இருந்தா நீ இப்படித் திண்டாட வேண்டியதில்லே பாரு"

அதைக் கற்பனை செய்வதே ரம்யமாக இருந்தது. வீட்டை அவர்கள் பார்த்துக்கொள்ள அவள் தேமேனென்று ஊஞ்சலில் படுத்திருக்கலாம். ஒரு குட்டித் தூக்கம் போட்டு பேரக் குழந்தை சுருக்குக் கதை சொல்லலாம். எத்தனை ஆனந்தமாக இருக்கும் அது?

''நா சந்தோஷமா இருக்கணும்னு தானேம்மா நீ நினைப்பே?''

''என்ன கேள்விடா இது? உன் சந்தோஷம்தான் எனக்கு முக்கியம்''

''நா இப்ப ரொம்ப சந்தோஷமா இருக்கேம்மா. ஒரு அமெரிக்க பெண்ணைக் கல்யாணம் செஞ்சுண்டிருக்கேன்.''

அடிவயிறு துவண்டது.

''என்னடா இது சொல்லாம கொள்ளாம திடீர்னு சொல்றே?''

''நா நேரிலே வரேன். விளக்கமா சொல்றேன். நா நிசம்மாவே சந்தோஷமா இருக்கேம்மா.''

''அவர்கிட்ட சொன்னியா?''

''இல்ல. நேரிலே வந்து சொல்றேன். நீ சந்தோஷப் படுவேன்னு சொன்னேன். ரகசியமா வெச்சுக்கோ.''

அவளுக்குச் சற்றுநேரம் வார்த்தைகள் வரவில்லை. முதுகில் சுமையேறி அமர்ந்தது. சட்டென்று ஒரு கவலை முளைத்தது.

''அவளும் வராளா, உன்கூட?''

''இல்லே. அடுத்த தடவை பார்க்கலாம்.''

நிம்மதி ஏற்பட்டது.

''அவன் கல்யாணமே செஞ்சுக்கப் போறதில்லையாம் கற்பகம்.''

கற்பகம் கிளம்பிப் போயிருந்தாள்.

தலை கிறுகிறுத்து வரும்போல் இருந்தது. மெல்லிய தடுமாற்றத்துடன் அவள் வரவேற்பறையில் இருந்த சோபாவை நோக்கி நடந்தாள். மிக நீண்ட பாதையாக அது அச்சுறுத்தியது வியப்பாக இருந்தது. அவள் பைய நடந்து எங்கே விழுந்து விடுவோமோ என்று பயந்து, விழுந்தால் தூக்க ஆளில்லை என்ற நினைவுடன் முன்னால் மிக எச்சரிக்கையுடன் நகர ஆரம்பித்தாள்.

காதலின் சாதல் 5

அவள் வெகுவேகமாக ஓடினாள். மார்புக்குள் ஒரு டமாரம் ஒலித்தது பயங்கரமாக, இதயத்தை விண்டு விடும்போல. அக்டோபர் மாதத்து நள்ளிரவுக் காற்று. உடலைத் துளைத்து லேசான நடுக்கத்தை ஏற்படுத்திற்று. துப்பட்டாவை இழுத்துத் தலையையும், காதுகளையும் அழுந்த மூடிச் சுற்றினாள். ஓடிய வேகத்தில் முகம் மட்டும் சூடேறி, நெற்றியில் நீர் துளித்திருந்தது. அவளுக்கு எதைப்பற்றின பிரக்ஞையும் இல்லை. காலில் செருப்பு இல்லை என்பது உள்பட, சோள வயற்காடுகளுக்கு இடையே குறுக்காகத் தலைதெறிக்கும் வேகத்துடன் கால்கள் பறந்தன.

போய்விடவேணும் போய்விட... உசிரு போனாலும்... அவளுக்கு அடிவயிறு வலித்தது. செத்துவிட்டால் தேவலைபோல் இருந்தது. இன்னும் எத்தனை தூரம் தன்னால் ஓடமுடியும் என்று தெரியவில்லை. மயக்கமும் விழிப்புமாக இருந்த நிலையில் இது நிகழ்காலமா அல்லது என்றோ கடந்துபோன காலமா என்று குழப்பமேற்பட்டது. அவள் சற்று நின்றாள், விடிவதற்குள் யார் கண்ணிலும் படுவதற்கு முன் போய்விட வேண்டும். அதற்குப் பிறகு என்ன வேணுமானாலும் ஆகட்டும். வயற்காட்டின் விளிம்பில் இருக்கிறது காவல் நிலையம். இரண்டு தொடைகளும் பாறையாகக் கனத்தன. அவள் மூச்சைப் பிடித்துக்கொண்டு ஓடினாள். ஏதேதோ பேச்சரவமும் கூச்சலும் அவளைத் தொடர்ந்தன. சிந்தையை

ஆக்கிரமித்தன. அவள் பீதியுடன் விரைந்தாள். போங்கள் போங்கள். பிசாசுகள்... பிணம் தின்னிகள்... போங்கள்...

***

பக்காவுல்லா தலையில் தொப்பியை சரி செய்தபடி தடியை எடுத்துக்கொண்டு கிளம்பினார். வீட்டுக் கொல்லை முற்றத்தில் ஒரு சிறிய பெண்கள் கூட்டம் அமர்ந்திருந்தது. ஃபரீதாவின் ஏற்பாடு, திருக்குரானை ஓதும் கும்பல், வாராவாரம் அமர்வது வழக்கமாகிவிட்டது. வண்டுகளின் ரீங்காரம்போல் கீழ் சுருதியில் வாக்கியங்களின் ஒலி சுற்றுக்காற்றில் கலந்து வீட்டின் சுவர்கள் மோதி தெருவுக்குச் செல்வதுபோல் அவரைத் தொடர்ந்தது. அவருக்குச் சட்டென்று ஒரு நிராசை மனசைக் கவ்விற்று.

எதுக்காவது அர்த்தம் இருக்கா?

அவர் படி இறங்குவதற்குமுன் தனது கழியால் தரையைத் தட்டினார். ஃபரீதா விரைந்து வந்தாள்.

“நா மீரட் வரைக்கும் போயிட்டு வரேன்.”

ஃபரீதா நெற்றிச் சுருங்க அவரை யோசனையுடன் பார்த்தாள். மறுபடியுமா என்பதுபோல்.

“நல்லது நடக்கும் அப்பாஜான். போய்வாங்க...” என்றாள் மெல்ல.

பக்காவுல்லா தலையை அசைத்தபடி நடந்தார். நல்ல பெண். நல்ல எண்ணம், நல்லது நடக்கும்.

அவரது எழுபத்தி ஐந்து வயசில் இப்படிப்பட்ட நிராசை மனசைக் கவ்வியதில்லை. ஊர் உலகத்தில் என்னென்னவோ பேசுவார்கள். எந்த அக்கப்போரிலும் அவர் கலந்து கொண்டதில்லை, இப்போது அவர் யோசனைப் வெந்து தட்டுகிறது. சம்பந்தமில்லாமல். இத்தனை அபத்தமாக ஒரு சிக்கலில் சிக்கிக்கொள்வோம் என்று யார் நினைத்தார்கள்? அந்த உச்சகட்ட அபத்தம் நம்பமுடியாத அதிர்ச்சி

அளிப்பதாக இருந்தது. அதன் முடிவு என்னவாக இருக்கும் என்பது மகாபெரிய கேள்விக்குறியாக எதிரில், ஒரு ஆள் நின்று அச்சறுத்துவதுபோல் நின்றது. அவர் நடக்கும்போது ஒரு நிழலாகத் தொடர்ந்தது. உள்ளிருந்து வரும் பெண்கள் ஓதும் வார்த்தைகளின் மேல் படரும் சல்லாத்துணியாக,

'நல்லது நடக்கும், அப்பாஜான்.'

எது நல்லது. எது கெட்டது? யாராவது அதற்கு நேர்மையான பதில் சொல்வார்களா?

அவருக்குத் திடீரென்று சுலைமான் நினைவு வந்தது. ஃபரீதாவின் மூன்று வயதுச் சிறுவன், அந்தக் குரான் ஓதும் பெண்களைச் சுற்றிச் சுற்றி ஆனால் அவர்களிடமிருந்து ஒதுங்கி நடந்தவண்ணம் இருந்தான். கண்களில் குழப்பமோ கேள்விக் குறியோ இருந்தது. தனக்கும் சுலைமானுக்கும் வித்தியாசமில்லை என்று அவர் நினைத்துக்கொண்டார். அவரும் சுற்றிச் சுற்றி வருகிறார். கிட்ட நெருங்கப் பயந்து சற்று ஒதுங்கியிருந்தபடி.

எங்கும் ஒரு கூட்டம் நிற்கிறது. மந்திரத்தை உச்சரிப்பதுபோல எதையோ திருப்பித்திருப்பிச் சொல்கிறது. அவரது பேச்சு அதன் காதில் விழுந்ததாகத் தெரியவில்லை. வரலாற்றின் மிக மோசமான சதுக்கத்தில் திசைபுரியாமல் தாம் நிற்பதாகக் குழம்பிற்று. யாரை நம்பலாம்? எது நிஜம், எது பொய்? எதுவும் புரியவில்லை. பெத்த மகனக்கூட நம்பமுடியாது... உண்மையாகவா? அந்தப் பெண்கள் கண்களை மூடிக்கொண்டு மந்திரத்தை ஜபித்து அற்புதம் நடக்கும் என்று நம்புகிறார்கள். நடப்பியலை கவனிக்க மனசில்லாமல்.

"அஸ்ஸலாமாலேகும்!" அவர் நிமிர்ந்து பார்த்தார், நவாபின் தம்பி அகமத்.

தம்மை அறியாமல் "வாலேகும்சலாம்" என்று முணு முணுத்தார், அகமத் அவரை அணைத்துக்கொண்டான்,

"இந்த வயசிலே நீங்க அலையவேண்டியிருக்கு பாருங்க, ஏதாவது தகவல் இருக்கா?"

பக்காவுல்லா உதட்டைப் பிதுக்கினார். ''இருந்தா உனக்குத் தெரியவராதா?''

அகமத் மேல்மூச்சு கீழ்மூச்சுவாங்க எதயோ சொல்ல ஆரம்பித்தான். அவன் என்ன சொல்லிவிடுவானோ என்று அவருக்குள் அச்சமேற்பட்டது. எதையும் கேட்கும் திராணி போய்விட்டது, யாரைப்பார்த்தாலும் வாயைத் திறக்காதீர்கள் என்று சொல்லவேண்டும்போல் இருக்கிறது. ஃபரீதா பாவம், நல்லது நடக்கும் என்று மட்டுமே சொல்கிறாள். எதிரில் நாசியும் உதடும் துடிக்க இவன் வார்த்தைகளைக் கேக்கத் தடுமாறுவதைப் பார்க்கையில் சங்கடமாக இருக்கிறது.

''ரெண்டு மாசம் ஆச்சு. ஒரு விவரமும் சொல்ல மாட்டேன்னுறாங்க.''

பக்காவுல்லா அவன் தோள்மேல் கைவைத்தார்.

''இப்பத் தான் ஃபரீதா சொன்னா. நல்லது நடக்கும், பொறுமை வேணும் நமக்கு''

''எப்படி? எப்படி? ஊர்ல நடக்கற விவகாரமெல்லாம் எதுவும் நம்பிக்கைத் தர்றமாதிரி இல்லை''

''நம்பிக்கை வை அகமத். இல்லேன்னா நாம் மனுஷங்க இல்ல''

''அந்த அசட்டுப்பிள்ளை கலீமினாலே.''

மேற்கொண்டு பேச தனக்கு விருப்பமில்லப்பு என்பதுபோல் பக்காவுல்லா நகர்ந்தார். சற்று தொலைவு வெறுமையாகிப் போன உணர்வுடன் நடந்தபிறகு அந்தக் கேள்வி மீண்டும் எதிரில் நின்றது கொக்கிபோல,

''உனக்கிருக்கா?''

''என்னது?''

''நம்பிக்கை இருக்கா உனக்கு?''

அன்றைக்கு வழக்கம்போலத்தான் விடிந்தது. ஐந்துமணிக்கு மசூதியின் தொழுகைக்கான பாங்கு ஓதல் ஒலித்ததும் விழிப்பு

ஏற்பட்டது. வீட்டில் சர்வ நிசப்தம் குடியிருந்தது. எல்லோரும் அசந்து தூங்கிக்கொண்டிருந்தார்கள். அப்துல்லாவும் ஃபரீதாவும் தூங்குகிறார்களோ அல்லது எழுந்து என்ன ஆகப்போகிறது என்று படுத்திருந்தார்களோ தெரியாது. முந்தையதினம் பலநாள் நோய்வாய்ப்பட்டுக் கிடந்து இறந்த மகனை அடக்கம் செய்த களைப்பிலும், சோகத்திலும் எல்லாரும் கட்டையாகிக் கிடந்தது போலத் தோன்றிற்று. பாவம் அப்துல்லா, மகனுக்காக இரவு பகல் விழித்துக் களைத்துப் போனவன். சாதாரணமாக அவர் மசூதி அழைப்பில் எழுந்துவிடுவார். இன்று படுத்திருக்க வேண்டும்போல் இருந்தது. மீண்டும் கண்ணயர்ந்த தருணத்தில் ஏக இரைச்சலாக இருந்தது. அவர் திடுக்கிட்டு எழுந்தபோது போலீஸ் ஜோடுகளும் காக்கி உடையும் கண்ணில் பட்டன. பக்கென்று அடிவயிற்றை பீதி கவ்வியது.

என்ன இப்ப? யாருக்காக? சில மாதங்களாகவே போலீஸ் தொப்பியைக் கண்டதுமே குலை நடுங்குகிறது. கேள்வி ஏதும் தொண்டையிலிருந்து கிளம்புமுன் அப்துல்லாவைக் கிளப்பிக் கொண்டு போனார்கள். ஃபரீதாவின் திகைத்துப்போன காலத்தில் ஏதும் விளங்கவில்லை.

"ஏன் எதுக்குன்னு ஒண்ணும் புரியல்லே" என்று அழுதாள். "உங்க மகன் கேட்டதுக்கு எதுவும் அவங்க விளக்கல்லே."

அப்படியும் உண்டா? அப்படித்தான் அன்று நடந்தது. அதே தெருவில் இருந்த நவாப், சனாவுல்லா அடுத்த தெருவில் இருந்த கலீம் எல்லோரையும் அள்ளிக்கொண்டு போயிற்று.

என்... என்ன காரணம்? யாருக்கும் விடை தெரியவில்லை, சம்பந்தமில்லாதவர்கள் ஏதோ பரிபாஷையில் பேசிக் கொண்டார்கள். கலீமுக்கும். அப்துல்லாவுக்கும் என்ன தொடர்பு? திரும்பத்திரும்ப போலீஸ் வந்து கதவைத் தட்டிக் கேட்டது. அவர் விழித்தார்.

"ஒரு சம்பந்தமும் இல்லே சாப், ஒரே ஊர்க்காரங்க என்கிற சினேகிதம் தான்"

''அப்துல்லா ஒரு முல்லாதானே?''

''இல்ல இல்லே சாப். ஒரு விவசாயி, என்னைப்போல.''

''பொய். பொய்சொல்றதே வேலையாப் போச்சு இல்லே உங்களுக்கு?''

''இதிலே பொய் சொல்ல என்ன இருக்கு சாப்? ஊரிலே யாரை வேணும்னாலும் கேளுங்க''

நவாபின் தம்பி அகமத் வந்து அழுதான். ''தப்பு செஞ்ச கலீமை வேணா புடுச்சுக்கிட்டு போகட்டும். என் அண்ணனையும் உங்க மகனையும் அந்த அசட்டு சனாவுல்லாவையும் ஏன் புடிச்சிக்கிட்டுப் போகணும்?''

''கலீம் நல்ல பிள்ளையாச்சே. அவன் என்ன தப்பு பண்ணான்?''

அகமத் எரிச்சலுடன் அவரைப் பார்த்தான். ''நீங்க சரியான அப்பாவி தாத்தா. ஊர் முழுக்க பேசுது. அவன் சம்பாதிச்ச வம்புதானே இது?''

''நா எதையுமே கேட்டுக்கறதில்லப்பா.''

அகமத் குரலைத் தாழ்த்திக்கொண்டான். ''அவன் ஒரு இந்துப் பொண்ணோட சிநேகிதம் வெச்சிருக்கறது தெரியாதா?''

அவர் கவலையுடன் அவனைப்பார்த்தார். ''அடப் பாவிப்புள்ள. அது வேண்டாத பிரச்சினையைக் கிளப்புமே?''

''சொல்லியாச்சு, கேக்கலபே, இப்பப் புரியுதா? சாதாரணப் பிரச்சினையில்லே, இது. போலீஸ் சொல்றதைக்கேட்டா யாரை நம்பறதுன்னே புரியல்லே''

அவர் குழப்பத்துடன் அவனைப் பார்த்தார். ''என்ன சொல்வது? போலீஸ், கலீம் விவகாரத்திலே மத்தவங்களுக்கு என்ன சம்பந்தம்?''

''என்ன எழவோ'' என்று அகமத் முணுமுணுத்தான். ''எல்லாருமா சேந்து பள்ளிக்கூட்டம் விட்டதும் மத்ரஸாவிலே வெச்சு தப்பா நடந்துகிட்டாங்களாம்.'' அகமது அவர்

பார்வையைத் தவிர்த்தான். "அந்தப் பொண்ணுகிட்ட அது அங்கே டீச்சர் வேலை பாத்துது"

அவருக்குத் தூக்கிவாரிப்போட்டது. "யார் சொல்றது அப்படி?"

"அந்தப் பொண்ணு சொல்லியிருக்கு, போலீஸுகிட்ட"

"அடப்பாவி!" என்றார் அவர். "அப்துல்லா இரவும் பகலும் சீக்காளி பையன் கிட்டன்னா கிடந்தான்?"

"அப்படிக்கட்ட ஒருத்தி வாய்கூசாம சொல்லுவாளா?"

"சொல்லியிருக்காளே? போலீஸ் அவ குடுத்த வாக்குமூலத்தைப் புடிச்சுக்கிட்டு திமிராப் பேசுது."

அடிவயிற்றைக் கனல் பற்றிற்று. அடப்பாவிகளா, மனச பதைக்கையில், அந்தப் பொண்ணு பொய்சொல்லுவானேன் என்கிற கேள்வியும் பரிதவிப்பும் பொங்கிப் பொங்கி எழுந்து நெஞ்சை அடைத்தது.

"கலீம் அந்த பொண்ணுகிட்ட தப்பா நடந்திருப்பானோ?"

"யாரு கண்டாங்க? அதைத்தான் கேக்கறேன்? மத்தவங்களை ஏன் அபாண்டமா பழி சுமத்திப் புடிச்சுக்கிட்டுப் போகணும்?"

அவர் குழப்பத்தில் தடுமாறினார்.

"நமக்கு உதவ யாருமில்லே தாத்தா."

"நம்ம சனங்க யாரும் உதவ மாட்டாங்களா?"

"எல்லாரும் நழுவறாங்க. யாருக்கும் வம்பிலே மாட்டிக்க இஷ்டமில்லே."

"அடப்பாவிங்களா", அவருக்கு மேற்கொண்டு என்ன யோசிப்பது என்றே புரியவில்லை.

இப்பொழுதெல்லாம் அடப்பாவிங்களா என்ற வார்த்தை, ஈட்ட நாவில் வருவதில்லை. நாந்தான் பாவி, இதெயெல்லாம் அனுபவிக்கணும், பார்க்கணும்னு இருக்கே. நம்பிக்கை வெச்சதெல்லாம் தப்பாப் போயிடுச்சுன்னா எதை நம்பறது?

பதினைந்து நாட்களுக்கு ஒரு முறை மீரட்டுக்குப் போய் ஜெயில் வாசலில் நிற்கும் வழக்கம் ஏற்பட்டுவிட்டது. ஒரு முறைதான் அப்துல்லாவைப் பார்க்கமுடிந்தது. அவரைப் பார்த்து அவன் கண்ணீர்தான் விட்டான். அவர் கேட்ட கேள்விகளுக்குப் பதில் சொல்லவில்லை. ஒரு ஓரமாகச் கலீம் காணப்பட்டான். அடையாளமே தெரியாத வகையில் இளைத்திருந்தான். கட்டுமஸ்தான அழகிய இளைஞன், அவன் அருகில் நவாப். கருத்து, இளைத்து. அவனோடு இன்னொருத்தன், அசட்டு சனாவுல்லா. அவருக்கு அடி வயிறு சில்லிட்டது, எல்லோருமாகத் தப்பு செய்திருப்பார்களா?

அத்தனை வெறி இருந்திருக்குமா? கலீமுக்கும் அந்தப் பெண்ணுக்கும்தானே சிநேகிதம் என்று அகமத் சொன்னான்?

கொஞ்ச நாட்களுக்கு யார் யாரோ கோஷம் போட்டார்கள். இதில் அரசியல் இருக்கு, சும்மா விடமுடியாது என்றார்கள். பிறகு எல்லாம் அடங்கிவிட்டது.

"எம்புள்ள நல்லவன் நிரபராதின்னு எல்லா அப்பாக்களும் சொல்றதுதான்" என்று நேற்றுகூட அந்த இன்ஸ்பெக்டர் சிரித்தார். "இந்தமாதிரி குற்றத்துக்கெல்லாம் இப்ப பெரிய தண்டனை தெரியுமில்ல? ஆயுள் தண்டனைகூடக் கிடைக்கலாம்."

கேட்டதும் திக்கென்றிருந்தது. எப்படி, இன்னும் விசாரணையே ஆரம்பிக்கல்லே. குத்தம் செஞ்சான்னு நிரூபிச்ச மாதிரி பேசறாங்க? சிறைக் கம்பிகளுக்குப்பின் நிறுத்தி வைக்கப்பட்டால் பிறகு, விடியலே கிடையாது என்று தோன்றிற்று. யார் உதவுவார்கள். யார் உதவ முன்வருவார்கள்? அப்துல்லா உண்மையிலேயே நல்லவன். பெத்தவன் எனக்குத் தெரியாதா?

வர வர எல்லாமே சந்தேகத்துக்கு இடமளிப்பதாக, நம்பிக்கை தளர்வதாக பீதி எழுந்தது.

இனிமேல் விவசாயத்தை யார் பார்த்துக்கொள்வார்கள்? அப்துல்லாவுடன் பிறந்தவர்கள் எல்லோரும் பெண்கள். திருமணம் ஆகிக் கிளம்பிப் போய்விட்டார்கள். இந்த விவகாரம்

கிளம்பியதிலிருந்து. மருமகன்கள் எட்டிப்பார்க்கவில்லை. மகள்களும் வரவில்லை. வந்துபார்க்க அவர்களுக்கு அனுமதி இருந்திராது. நவாபும் வீட்டுக்கு மூத்தபிள்ளை. அவனுடைய வருமானத்தை வைத்துத்தான் குடும்பம் நடக்கிறது. அகமத் ஒரு உதவாக்கரை, கலீம் நன்றாகப் படிப்பவன். தகப்பனில்லாப் பிள்ளை. அவனை நம்பித்தான் இருக்கிறாள் அவனுடைய உம்மா ஃபாதிமா, எப்போது விசாரணை ஆரம்பித்து, எப்போது தீர்ப்பு வரும்? அதற்குள் மூன்று வயது சாமானுக்கும் மூப்பு வந்துவிடும், எப்படிப்பட்ட இக்கட்டான காலகட்டம் இது என்று கலக்கம் ஏற்பட்டது, மனசில் நிரந்தர வாசம் செய்ய வந்துவிட்ட கலக்கம்.

மீரட் போய் சேர்ந்தபோது நடுப்பகல் ஆகிவிட்டது. இன்றும் அப்துல்லாவைப் பார்க்கமுடியுமோ இல்லையோ.

சிறைவாசலுக்கு முன்பு சூழல் இறுக்கமாக இருந்தது. உள்ளே எவரையும் விடமுடியாது இப்போதைக்கு என்று அங்கு ஒரு காவலாளி கடுமையாகச் சொன்னார். அவரைப்போல் அங்கு வந்து காத்திருந்தவர் எவருக்கும் காரணம் புரியவில்லை. மதியம் வந்து பார்ப்போம் என்று சிலர் கிளம்பினார்கள். அவரும் உணவு அருந்திவிட்டு வருவோம் என்று கிளம்பினார். பேருந்து நிலையத்தை ஒட்டி ஒரு பஞ்சாபி டாபா இருந்தது. சோள ரொட்டியயும் கடுகுக்கீரை மசியலையும் ஒரு கிண்ணம் தயிரையும் வாங்கிக்கொண்டு அங்கிருந்த பெஞ்சில் உட்கார்ந்தார். மதிய வெய்யிலும், சிலுசிலென்று அடித்த காற்றும் மெல்லிய மயக்கத்தை ஏற்படுத்திற்று. சாப்பிட்டுக் கைகழுவி பெஞ்சில் சாய்ந்தபடி கண்ணை மூடினார். விரல் இடுக்கில் மணல் சரிவதுபோல மெல்ல மெல்ல உறக்கத்தில் ஆழ்ந்து போனார். கனாவில் கலீம் வந்து நின்றான். அழகான புத்திசாலியான பிள்ளை, அவனைப் பார்த்ததுமே மனசு மகிழ்ச்சியில் நிரம்பிற்று. சட்டென்று நினைவு வந்தது. இவன் படுபாவி. அப்பாவிகளையும் தன் சதியில் இழுத்தவன். காதல்னு நடிச்சு அந்தப் பொண்ணை ஏமாத்தினியா? போயிடு, போயிடு, நீ ஒரு சைத்தான்.

அவர் கண்விழித்தபோது வெய்யில் இறங்க ஆரம்பித்திருந்தது. 'என்ன கனா அது' என்று முணுமுணுத்தபடி, எழுந்த அவர் அங்கிருந்த குழாய் நீரில் முகத்தைக் கழுவிக்கொண்டு கிளம்பினார். இப்பவும் கலீமின்மீது அவருள் எழும்பிய கோபம் அடங்காமல் இருந்தது வியப்பாக இருந்தது.

சிறை வாயில்வளாகத்தில் சின்ன கும்பல் நின்றிருந்தது.

"என்ன விஷயம். உள்ளே யாரையும் விடல்லியா இன்னிக்கு?" என்றார் அவர்.

"விடமாட்டாங்க. யாரோ ஒரு கைதி செத்துட்டானாம்."

"யாரு?"

"நமக்கெப்படி தெரியும். இதுவும் பராபரியா காதிலே விழுந்ததுதான்."

"இவங்க அடிக்கிற அடியிலே எது வேணா நடக்கும்"

"தற்கொலைங்கிறாங்க!"

"இவங்க பின்ன வேற எப்படிச் சொல்வாங்க?"

அவருக்கு இதயம் விண்டுவிடும் போல் துக்கம் ஆட்கொண்டது. பட்டப் பகலில் கண்ட கனா நினைவுக்கு வந்தது. கலீமாக இருக்குமோ? போயிடு போயிடு என்று தாம் அலறியது நிஜம்போல் இருந்தது. அவருக்கு தேகமெல்லாம் நடுங்கிற்று. படுபாவி அவமானம் தாங்காம தற்கொலை செஞ்சுக்கிட்டானோ? அது அப்துல்லாவாக இருக்கலாம். இன்று இல்லாவிட்டால் இன்னொரு நாள் அவனாக இருக்கும், கும்பலோடு நின்று சேதியின் விவரங்களைக்கேட்டு அறியும் தெம்பு அவருக்கு இல்லை. கனாவின் ஸ்பஷ்டமான நினைவில் அது கலீமாக இருக்கக்கூடும் என்று தோன்ற ஆரம்பித்தது. அதைச் சொல்லத்தான் அவன் வந்தானா? மன்னிப்புக் கேட்க வந்தானா? இல்லை அப்துல்லாவைப்பற்றி கெட்ட சேதி சொல்ல வந்தானா? ஃபரீதா என்னவோ சொன்னாளே? அப்துல்லாவாக இருக்காது. மனசு ஓரேயடியாக மரத்துப்

போனது. அப்துல்லாவைப்பற்றின சேதியாக இருந்தால் போலீஸ் வந்து நாளைக் கதவை இடித்துச் சொல்லும்.

குறிப்பிட்ட சிந்தனை ஏதும் இல்லாமல் அவர் மீரட்டை வலம் வந்தபடி இருந்தார். வெகு நேரம் கழித்து ஊர் வந்து சேர்ந்த போது இருள் படர்ந்திருந்தது. பஸ் நிலையத்தில் அவரைக்கண்டு அகமத் ஓடி வந்தான். "இப்பத்தான் தொலைக்காட்சியிலே உள்ளூர் சேதிலே சொன்னாங்க, யாரோ கைதி மீரட் சிறையிலே இறந்துட்டானாம். கைதிங்க ஒரே ரகளை பண்றாங்களாம்."

அவன் கண்களில் தெரிந்த பீதி அவரைத் தொற்றிக்கொண்டது.

"எனக்கு ஒண்ணும் தெரியாது அகமத். நாம் கவலைப்பட்டு ஒண்ணும் ஆகாதுன்னு இப்ப புரிஞ்சுகிட்டேன். ஃபர்தா ஏதோ அற்புதம் நடக்கும்னு நினைக்கிறா."

"முட்டாள் பெண்ணுங்க"

அவர் பதிலேதும் சொல்லாமல் வீடு போய்ச் சேர்ந்தார்.

ஃபரீதாவின் கேள்விகளுக்கு மிகச் சுருக்கமாகப் பதில் சொல்லி நழுவினார்.

"சாப்பாடு தயாருன்னா போடு, சீக்கிரம் படுக்கணும்போல இருக்கு" என்றார்.

***

அவள் நிற்காமல் ஓடினாள். தொலைவில் தெரிந்த ஒற்றைவிளக்கை இலக்கு வைத்து ஓடிச்சென்று நுழைந்தபோது அரைத்தூக்கத்தில் இருந்த போலீஸ் விழித்துக்கொண்டது.

அவர்கள் கொடுத்த நீரைப்பருகி ஆசுவாசப்படுத்திக் கொண்ட பிறகு அவள் சொல்ல ஆரம்பித்தாள். அவர்கள் லேசில் நம்பவில்லை.

மேஜிஸ்ட்ரேட்டுக்கு முன்னிலையில் சொல்ல வைத்தார்கள்.

காலையில் யாரோ கதவை இடித்தார்கள். இதற்காகவே காத்திருந்தவர்போல் பக்காவுல்லா எழுந்தார்.

"இறைவா! தாங்கற பலத்தைக் குடு", போலீஸ் தொப்பி தெரிந்தது. அவருக்குக் கண்கள் மங்கிவிட்டதுபோல் இருந்தது,

"சொல்ல வந்ததைச் சொல்லுங்க, நா எதிர்பார்த்ததுதான்."

அவர்கள் வாயே திறக்கவில்லை. அவர்களுக்குப்பின்னால் தெரிந்த உருவத்தை அவர் கூர்ந்து பார்த்தார்.

அப்துல்லா உள்ளே நுழைந்தான். ஃப்ரீதா திகைப்புடன் ஓடிவந்தாள். சுலைமான் கூடவே வந்தான், போலீஸ் ஜீப் சத்தமில்லாமல் நகர்ந்தது.

அவர் நம்பமுடியாதபடி, "அப்துல்லா, வா," என்றார்.

"உனக்காகத்தான்" என்று சொல்லமுடியாமல் திணறினார். அப்துல்லா உணர்ச்சிமேலீட்டில் சற்றுநேரம் பேசாமல் அவரை அணைத்துக்கொண்டான்.

"என்ன ஆச்சு? எப்படி விட்டாங்க? சொல்லு"

குறிப்பறிந்து சடுதியில் சாயா தயாரித்து வந்த ஃபரீதாவை அவர் வியப்புடன் பார்த்தார்.

வீட்டு முற்றத்தில் கயிற்றுக்கட்டிலில் அமர்ந்து தேநீரைப் பருகியபடி அப்துல்லா சொன்னான்.

"அந்தப் பொண்ணு நேத்து ராத்திரி போலீஸ்கிட்ட போய் சொல்லிடுச்சு முதல்லே தந்த புகாரெல்லாம் பொய்யினு வீட்டிலே அடிச்சு உதைச்சு கட்டாயப்படுத்தி சொல்ல வெச்சாங்களாம் அது கர்ப்பம்னு தெரிஞ்சதும், அதுக்கு நம்ம ஜனத்து ஆளோட சிநேகிதம்னு தெரிஞ்சதும் நாலைஞ்சு பேர் செஞ்ச பலாத்காரம் கதைகட்டி சொல்ல வெச்சிருக்காங்க."

அவருக்கு ஆத்திரம் கட்டுக்கடங்காமல் வந்தது. "இப்ப, அவ வந்து சொல்லியிருக்கல்லேன்னா என்ன ஆகியிருக்கும்?

நாலு பேர் வாழ்க்கை மண்ணா போயிருக்கும் இல்ல!'' அகமத்தின் கோபம் அவரைத் தொற்றிக்கொண்டதுபோல் உதடு துடித்தது. நாடி நரம்பெல்லாம் சூடேறிற்று.

''இப்ப எப்படி வந்து சொல்லத் துணிஞ்சா?''

''யாரு கண்டாங்க, கலீமைப் பாக்கணும் அவனைத்தான் கட்டிக்குவேன்னு சொல்லிச்சாம். வீட்டிலே வேறு யாருக்காவது கட்ட ஏற்பாடு செய்யறாங்களோ என்னவோ? நா வீட்டுக்குப் போகமாட்டேன்னு அழுதுதாம், அவளை ஒரு நாரி நிகேதனுக்கு பாதுகாப்பா அனுப்பியிருக்காங்க.''

அவர் சங்கடத்துடன் கேட்டார். ''எப்படி இருக்கான் கலீம்?''

''அவனையும் விடுவிச்சுடுவாங்கன்னு சொன்னாங்க. நேத்து ஒரு அகதி தூக்கு போட்டுக்கிட்டான். ஜெயில் போலீஸ் பயப்படுது.''

அவர் மெல்ல தன்னை ஆசுவாசப்படுத்திக்கொண்டார்.

இந்த சேதி அந்தப்பெண் காதில் விழுந்திருக்கும் என்று அவர் நினைத்துக்கொண்டார். அதுதான் அவளைப் பிடித்துத் தள்ளியிருக்கும் என்று அவருக்கு நிச்சயமாகத் தோன்றிற்று.

அவர் ஏதொ சொல்ல வாயைத் திறக்க முயன்றபோது, ''விடுங்க, அப்பாஜான்'' என்றாள் ஃபரீதா, ''நம்பிக்கை வெச்சது வீணாப் போகல்லே''.

பக்காவுல்லா அவளைப் பார்த்து மெல்லப் புன்னகைத்தார். முட்டாள் பொண்ணுங்க என்று அகமத் சொன்னது இவளை அல்ல.

6 சீற்றம்

இன்று காலை எழுந்ததிலிருந்து மனசில் இனம்புரியாத கலக்கம் அடி வயிற்றைப் பிசைந்தவண்ணம் இருந்தது. ஏதோ உள்ளுக்குள் கழண்டு போவது போல. இத்தனைக்கும், வயிற்றுக் கோளாறு ஏதுமில்லை. இரவு எப்போதுமே மிக லேசான ஆகாரம்தான். தானியக்கஞ்சி, உடைத்த கோதுமையை லேசாக வறுத்து, அரை மணி நேரம் குழைய வேகவிட்டு உப்புப் போட்டு சூடாகக் குடிப்பது சில ஆண்டுகளாகப் பழகிப்போன ஒரு வழக்கம். வேறு எதுவுமே இந்தக் குளிருக்கும், மழைக்கும் ஒத்துக்கொள்வதில்லை. முக்கியமாக, ஐம்பதை நெருங்கும் வயசுக்கு.

சின்ன வயசில் தெருக்கோடியில் கடைவைத்திருந்த ராமு தாத்தாவின் மிளகாய் பக்கோடா நாவில் நீரை வரவழைக்கும். இங்கு சீதோஷணம் எப்பவுமே மப்பும் மந்தாரமுமாக இருப்பதால் கொறிக்க ஏதாவது சுடச்சுடக் கிடைத்தால் எந்த வேளையிலும் வயிறு கொண்டா கொண்டா என்று ஆவலாதிப்படும். மதிய பூஜை முடியும் வேளையில் ராமு தாத்தாவின் அடுப்பில், தீ நாக்குகள் தழுவிய ப்ரும்மாண்ட இலுப்பச்சட்டியில் புகைவரும் எண்ணையில் குதிக்கும் நீள நீள மிளகாய் பக்கோடாவின் மணம் காற்றில் மிதந்து கோவில் வாசலைத் தட்டும். வாயகன்ற எண்ணைச் சட்டியில் உப்பு, காரம் கலந்த கடலைமாவில் தோய்த்து லாவகமாக விழும் மிளகாயின், போர்த்திய பிம்பம் நினைவில் வந்து நின்று ஆசைகாட்டி அழைக்கும். கால்கள் தாமாக பக்கோடாவைத்

தேடிப் போகும். அத்துடன் சூடான தேநீர் உள்ளே இறங்கும்போது, சத்தியமாக இதுதான் சுவர்க்கம் என்று நினைக்கத் தோன்றும்.

"எத்தனை வேணும் லிங்கா?"

"நான் போதும்னு சொல்றவரை குடு."

ராமு தாத்தா சிரிப்பார்.

"நா ஒருமுறை காஷ்மீருக்குப் போனேன். ஜம்மு கோவில் வாசல்லே இப்படித்தான் ஒரு கடை இருந்தது. சுத்த நெய்யிலே பூரி சுடறாங்கப்பா, என்ன ருசி என்ன ருசி தெரியுமோ? அத்தோட உருளைக்கிழங்கு பாஜி. அதுதான் சொர்க்கம்னு நினைச்சேன்."

"எனக்கு உன் மிளகாய் பக்கோடாதான் சொர்க்கம்"

தாத்தா கடகடவென்று சிரிப்பார்.

"பண்டிட் ஜியுடைய பையன் பேசற பேச்சா இது?"

"அந்தக் கேதார்நாத் பக்கோடா சாப்பிடட்டும்; அவரே கோவிலைவிட்டு இங்க வந்துடுவார்."

மீண்டும் சிரிப்பு, தாமரை இலைத்தட்டில் பக்கோடா விழுந்தவண்ணம் இருக்கும்.

அது சின்ன வயசு. தோள்கள் தினவு கொண்டிருந்தன. காற்றில் சுத்தமும் அமைதியும் இருந்த அற்புத கால பருவங்கள், காலம் தவறாமல் வெந்து பரவசப்படுத்திய ஊடகம் அது, நடராத்தில் சதா ஆனந்தம் குடியிருந்ததன் ஞாபகம் இன்னும் இருக்கிறது... சாமி தரிசனத்துக்கு வந்திருந்த பார்வதியை கள்ளத்தனமாகப் பார்த்து மையல் கொண்ட வயசு... பின்னால் சென்று வழிமறித்து காதல் மொழி பேசத் துணிந்த வயசு.

ஆனால் கோவில் வேலை முடியும்வரை எல்லா ஆசையையும் அடக்கவேண்டும். இல்லாவிட்டால் அப்பாவின் கோபத்திற்கு ஆளாக வேண்டிவரும்.

அப்பாவின் கோபம் பிரசித்தம். "ஈஷூவரனுக்குக் கோபம் ஜாஸ்தி, கேதார்நாத்துக்குப் பூஜை செய்யற ஆசாமிக்குக் கோபம் கூடவே வருது" என்று எல்லோரும் பேசிக்கொள்வதை அவன் கேட்டிருக்கிறான். ஆனால் சன்னிதிக்குள் இருக்கும்போது அப்பா சாந்தஸ்வரூபி ஏதோ தன்னுள் மூழ்கிய கிறக்கத்தில் இருப்பவர்போல. ஊரில் யாருக்கு நோய் நொடி என்றாலும் உடனே போய் கோவில் பிரசாதம் கொடுத்து ஆசீர்வதித்துவிட்டு வருவார், சாமியுடைய பிரதிநிதிபோல். ஆனால் அவருள் நூறாயிரம் விஷயங்கள் இருந்தன சிடுசிடுக்க... மற்றவர்களுக்கு அற்பமாகத் தோன்றும் விஷயங்கள், தேவையற்ற சிடுசிடுப்பு என்று அவனுக்கே அலுப்பு ஏற்படும். எங்கப்பார்த்தாலும் அபச்சாரம் அதிகரிச்சுப் போனாதாலதான், மந்தாகினி நதியே வேறு திசைக்கு போயிட்டது என்பார். அவனுக்குத் தெரியும், மந்தாகினி ஏன் நகர்ந்து போயிற்று என்று. அங்கங்கே மின்சாரத்துக்காக அரசாங்கம் மின் உற்பத்தி நிலையங்களைக் கட்ட ஆரம்பித்துவிட்டது. குறுக்கே ஆறு பாய்ந்தால் எப்படிக் கட்டுவார்கள்? ஆற்றை வேறு திசைக்குத் திருப்பி விட்டார்கள், அடேயப்பா, அது சாத்தியமா என்று அவனும் அவனது நண்பர்களும் வாயைப் பிளந்தார்கள். அந்த வேலை நடக்கும்போது ஏதாவது சாக்கு வைத்து வேடிக்கைப் பார்க்கப் போவார்கள். ஏகப்பட்ட வெளி ஆட்கள் தொப்பியுடன் இங்கிலீஷில் பேசியபடி இருப்பார்கள். மெத்தப் படித்தவர்களாக இருக்க வேண்டும். மண்ணையும் பாறையையும் வெட்ட மட்டும் நம்ம ஆட்கள். அவர்களுக்கு வேலை கிடைத்த சந்தோஷம், தினக்கூலிதான். இருந்தும் என் கையில் காசு தவறாமல் கிடைத்தது. படிப்பறிவில்லாதவனுக்கு வேறு என்ன வேணும்?

அப்பாதான் சுத்தக் கட்டுப்பெட்டி. வேலை நடந்த காலம் பூராவும் கடுகடுத்தவண்ணம் இருந்தார். அவருக்கு யார் என்ன விளக்கினாலும் விளங்காது, அல்லது பிடிவாதமாகக் கேட்க மறுத்தார். 'நதி என்கிறது வெறும் தண்ணின்னு

நினைப்பா?' என்று ஒருநாள் ஒரு மலைப்பாறையில் நின்று கத்திக்கொண்டிருந்தார். "முட்டாளே! அது தெய்வம். கை வெச்சே, உன்னை முழுங்கிடும்"

அவனுக்கு அவமானமாக இருந்தது. மற்றவர்கள் சுத்தக் கட்டுப்பெட்டி என்று அப்பாவை அவருக்குப் பின்னால் பரிகசிக்கும்போது சங்கடமாக இருக்கும். வேலை முடிந்த அன்று மந்தாகினி வழக்கமான இடத்திலிருந்து காணாமல் போயிற்று. அப்பா யாரோ செத்துப்போனதுபோல் துக்கம் காத்தார்.

மின்சார நிலையத்தில் வேலைக்கு இருந்த ஒரு சாஹப் வேலை மெனக்கெட்டு அப்பாவிடம் வந்து உட்கார்ந்து சமாதானமாக விளக்கினார், "மந்தாகினி எங்கேயும் போயிடல்லே. கொஞ்சம் தள்ளி வேற வழியா போகுது அவ்வளவுதான். தங்கையோட பாகீரதி, அபேகநந்தா எல்லாமே வேற பாதைக்குத் திருப்பப்பட்டிருக்கு. வேறு வழியில்ல, பெரியவரே. உங்களுக்கு மின்சாரம் வேணுமா வேண்டாமா?"

அப்பா மூர்க்கமாகத் தலையசைப்பார். கண்ணில் நீர் கொப்புளிக்கும், உதடுகள் துடிக்கும். "உங்களுக்கு அதிலெல்லாம் கை வைக்க ஏது அதிகாரம்? நீ இங்கிலீஷ் படிச்சவன், உனக்குப் புரியாது. இது சாமி குத்தம். இதெல்லாம் நல்லதுக்கில்லே. மந்தாகினி நதிக்குப் பக்கத்திலே கோவில் இருக்கணும்னு கேதார்நாத் இங்க தங்கினார், மந்தாகினியிலே குளிச்சு பூஜை செய்யறதுதான் விசேஷம். இப்ப அங்கக் குளிச்சு ஈரத்தோட எப்படி சன்னிதிக்கு வரமுடியும்? என்னைப் பாவியாக்கிட்டீங்க எல்லாரும்."

நீண்ட பெருமூச்சு விட்டபடி சாஹேப் எழுந்தார், அப்பாவின் கோபம் அர்த்தமானது என்று அவன் நினைத்துக் கொள்வான், மந்தாகினி எங்கும் போய்விடவில்லை, அங்குதான் இருந்தது. சற்று விலகிப் போயிற்று அவ்வளவுதான். நதியில் மனுஷன் கை வெச்சதே தப்பு என்கிறார் அப்பா. சாமியிடம்

தினமும் ஏதோ புலம்பிக்கொண்டிருப்பார், அதிகரிக்கும் ஜன நடமாட்டத்தையும் மளமளவென்று மலைப்பாதை ஒட்டிக் கிளம்பிய கட்டிடங்களையும் மிரட்சியுடன் பார்ப்பார். அதுதான் காரணமோ வேறு எதுவோ, அதற்குப் பிறகு அப்பா அதிகநாள் இருக்கவில்லை. ஒரு அதிகாலை மந்தாகினியில் குளிக்கணும் என்று போனவர். சாலையோரத்தில் குளிரில் விறைத்துப் பிணமாகக் கிடந்தார்.

கோவிலுக்குச் செல்லும்போது தினமும் அந்தக் காட்சி நினைவுக்கு வருகிறது. சாலையோரத்தில் அநாதையாகக் கிடந்த அப்பாவின் சடலம், எதையோ தேடும் வெறித்த பார்வை. இதெல்லாம் நல்லதுக்கில்லே., அசரீரி வாக்குபோல் மலைக்காற்றில் ஒலித்துக்கொண்டே இருக்கிறது. இப்பவும், இந்த நிமிஷமும்...

லிங்காச்சாரியா திடுக்கிட்டார். அப்பாவின் நினைவு இன்று துரத்திக்கொண்டு வருவதுபோல் இருந்தது. அவரது கோபமும், சபிப்பதுபோன்ற வார்த்தைகளும்... கேதார்நாத் சாமி தனக்கே சொந்தம் என்று அவர் நினைத்தார். அதோடு அதன் ஆறுகள், மலைகள், மரங்கள் எல்லாமே அவருக்கு சாமிமாதிரி. அவற்றைக் கண்டு அவர் பரவசப்பட்டாரா, பயந்தாரா என்று லிங்கா சிறுவயதில் யோசிப்பான், சரியான கிறுக்கு என்று எல்லோரும் சொன்னார்கள். இப்போது புரிகிறது. அப்பா இந்தச் சூழலை நேசித்தார். ஒரு பக்தனைப்போல "டேய், இதெல்லாம் பல்லாயிரம் வருஷமா இருக்கு. மனுஷன் பிறந்து ரொம்ப காலமாகல்லே, அதனாலெதான் சொல்றேன், இதுமேல் கை வைக்க நமக்கு அதிகாரமில்லேன்னு."

தானே இப்போது பாதி அப்பாவாக மாறிவிட்டதாக லிங்காச்சாரியா நினைத்துக்கொண்டார். அவருக்கு இங்கு குழுமும் கூட்டத்தையும், வாகன நெரிசலையும் பார்க்கும்போது அச்சமேற்படுகிறது. கோவில் உண்டியல் நிரம்பி வழிகிறதுதான், தட்டில் விழும் காசு அவருடையது. பனிக்காலத்தைக் கவலை

இல்லாமல் ஒட்டும் அளவுக்கு இருந்தும், ஏதோ வகையில் கும்பலைக் கண்டு கலக்கம் ஏற்பட்டது. ஆர அமர அமர்ந்து பரவசப்படும் கும்பல் இல்லை அது. எதையோ நாடி வரும் சனங்கள். அல்லது எதையோ தொலைக்க, அவர்கள் போடும் காசில் அது கசியும் நிச்சயமாக, ஆசையும் நிராசையும் கலந்த கசிவு. அவர்மேல் அவர்கள் ஏற்றும் பாரங்கள்.

லிங்காச்சார்யா தலையை உசுப்பிக்கொண்டு தன்னை, நிதானப்படுத்திக் கொண்டார். குளிர் வெடவெடத்து கம்பிளிச் சட்டைக்குள் ஊடுருவிற்று.

பலத்த ஓசையுடன் காற்று வீசிற்று. கால்கள் லேசாகத் தடுமாறின. இன்றைக்கு என்ன ஆகிவிட்டது என்று மனசு குழம்பிற்று. காற்றில் என்னவோ இருந்தது. கெட்ட சேதி ஏந்தி வந்ததுபோல. நேற்று இரவு மழையான மழை, இருந்த கம்பிளியெல்லாம் போர்த்தியும், குளிர் நடுக்கி எடுத்துவிட்டது. கோவில் பணி மட்டும் இல்லாமலிருந்தால் வீட்டிலேயே முடங்கி இருக்கலாம். அப்படி நினைக்கமுடியாத காலம் இது. சாமி தரிசனத்துக்கு பக்தர்கள் வர ஆரம்பித்துவிட்டார்கள். ஆந்திராவிலிருந்தும், தமிழ்நாட்டிலிருந்தும் இரண்டு பெரிய கும்பல் வந்திருந்ததாக சாலையோர டாபாக்களில் பேசிக் கொண்டார்கள். ஹோட்டல்கள் நிரம்பி வழிந்தன. பேருந்துகள் உருளைக்கிழங்கு மூட்டைகளை இறக்குவதுபோல் யாத்திரிகர்களை இறக்கியவண்ணம் இருந்தன. பெண்கள், ஆண்கள், குழந்தைகள் எப்படி வருகிறார்கள் இப்படி? குளிருக்கும் மழைக்கும் அஞ்சாமல்?

“என்ன பண்டிட்ஜீ இப்பத்தான் கோவிலுக்குப் போறீங்களா? ஜனங்க கியூவிலே காத்துக்கிட்டிருக்காங்க?”

லிங்காச்சாரியா திடுக்கிட்டு சுயநினைவுக்கு வந்தார்.

ராமு தாத்தாவின் மகன் சோனு கடையைத் திறக்கும் யத்தனத்தில் இருந்தான். பற்ற வைத்த அடுப்பிலிருந்து நெருப்புப் பொறிகள் சடசடவென்று பறந்தன.

"நேத்து ராத்திரி பெஞ்ச மழையிலே தூங்கவே முடியல்லே, விடியக்காலம் கொஞ்சம் அசந்துட்டேன், கோவில் திறக்க இன்னும் அரைமணிநேரம் இருக்கே. ஜனங்க ராத்திரியே வந்து நிக்கிறாங்க, நான் என்ன செய்யட்டும்? மழையானாலும், புயலானாலும் எப்படித்தான் வராங்களோ? எல்லாருக்கு பக்தி ஜாஸ்தி ஆயிட்டது சோனு."

சோனு சிரித்தான். "இப்ப ரோடு இருக்கு. பஸ் இருக்கு. கையிலே காசு இருக்கு. கேதார்நாத் எட்டாத எடம் இல்லே. இப்ப, ஏன் வரமாட்டாங்க? பனி பெய்ய ஆரம்பிச்சா யார் வரப் போறாங்க? இந்த சீசன்லேதான் காசு பண்ணமுடியும் நாம் எல்லாரும்."

லிங்காச்சார்யா பதில் சொல்லாமல் மண்டையாட்டியபடி நகர்ந்தார்.

அவன் சொல்வது வாஸ்தவம்தான் என்று நினைத்துக் கொண்டார். இது புண்யச்சேத்திரமா வியாபார ஸ்தலமா என்று பலசமயம் குழம்புகிறது. கோவில் விசேஷ கால பூஜைகள் திடீரென்று பிரபலமாகிவிட்டதுபோல் திகைப்பேற்பட்டது. ஏக ஹோட்டல்கள் மலையை ஒட்டி அல்லது மலையின் மேல் பல அடுக்குகளாக முளைத்து விட்டன. மரம் தெரிந்த இடங்களிலெல்லாம் கட்டிடங்கள் தெரிகின்றன. மழைக்காலம், பனி பெய்யும் காலம் தவிர மற்ற மாதங்களில் மூச்சை முட்டுவதுபோல் ஜனங்கள். பல பாட்டிகள். பல நிறங்கள், பல் உடைகள், ஆண்கள், பெண்கள், குழந்தைகள்... எப்படி வருகிறார்கள்? எதை எதிர்பார்த்து? கேதார்நாத்தின் மகிமையைத் தன்னைவிட அவர்கள் அதிக ஆழமாகப் புரிந்துகொண்டவர்களாகத் தோன்றிற்று.

கம்பளிச்சால்வையை இழுத்துப் போர்த்தியபடி அவர் ஈரமான வழுக்கும் பாதையில் மெல்ல நடந்தார். இந்தப் பாசறையில் அவசரமாக நடந்தால் வழுக்கிக் கீழே விழ வேண்டியதுதான், சரியான இடத்தில்தான் உட்கார்ந்திருக்கிறான்

கேதார்நாதன். மனித சஞ்சாரமே இல்லாத இடத்தில் பனிச்சிகரங்களுக்கு இடையே இருக்கலாம் என்று வந்திருப்பான். இந்த இயற்கை வளத்தை, இவ்வனப்பை அவன் மட்டுமே அனுபவிப்பதாவது என்று மனுஷனுக்குத் தோணிப்போச்சு. பனிச்சிகரம் கேதார் டோம் காலை உதயத்தில் பார்க்கும்போது தெய்வதரிசனம் கிடைத்தாற்போல் மெய் சிலிர்த்துப்போகும். மூன்று மலைகளுக்கு இடையே இருக்கும் சிறு பள்ளத்தாக்கின் உச்சியில் அது இருப்பதை அப்பாதான் ஒருமுறை அவனை எழுப்பிக் காண்பித்தார். ''பார் பார், ஈஷ்வரன. அங்கேதான் இருக்கு சாமி.''

''கோவிலே இல்லே?''

அப்பா தலையசைப்பார் இல்லை என்பதுபோல்.

''பின்னே நீங்க ஏன் பூஜை பண்றீங்க கோவில்லே?''

''இதை நினைச்சு தாங்க செய்யறேன்.''

அப்பா அதற்குமேல் விளக்கமாட்டார். அது விளக்கக்கூடாத ரகசியம் என்று அவன் அனுபவத்தில் பிறகு புரிந்துக்கொண்டான். அப்பா சொன்னது உண்மைதான். ஈசுவரன் கோவிலுக்குள் இல்லை. பூடகத்தில் இருப்பவன். இமயத்தில் வாழ்ந்தவர்களுக்கு மட்டுமே புலப்படும் பூடகம், நிசப்தத்தில் அவன் குரல் ஒலிக்கும். பனிச்சிகரத்தில், முதல் சூரியக் கிரணங்கள் படும் வேளையில் ஈஷ்வரன் அங்கிருந்து புன்னகைப்பான். வைரமாய் ஜொலிக்கும் அதன் தெய்வாம்ச அழகு நிசப்தத்தில்தான் கண்ணில் படும். பார்வதியை ஒருமுறை இங்கு அழைத்து வந்து காண்பித்தது துல்லியமாக நினைவிருக்கிறது. அவளது பட்டு கன்னங்கள் பளபளத்தன. அவள் கிறங்கிப் போனவள்போல் அன்று இருந்தாள். அவளும் ஈஷ்வரனை அன்று தரிசித்தவள்போல், நிசப்தத்தில் உறைந்துபோனவள் போல். இப்போது இங்கு சந்தைக்கடை இரைச்சல் நிசப்தத்தை விரட்டிவிட்டது. ராட்ஷச இரைச்சல். அதில் என்ன வேண்டுமானாலும் அடித்துக்கொண்டு போகும்.

காதல்கூட அழகும் மனிதமும்... எல்லாமும் அதன் அலையில் காணாமல் போகும். வக்கிரங்கள் துளிர்த்து நிமிரும், பாற்கடலில் ஆலகால விஷம் வெளிப்பட்டதுபோல. சிவன் அப்போது வருவானா காப்பாற்ற என்று தெரியாது.

ஆனால் மக்கள் அணிவகுப்பு தொடர்கிறது. நூற்றுக்கணக்கானவர்களை புகைக்கும் பேருந்துகள், சுமந்துவர ஆரம்பித்துவிட்டன. பயங்கரமாக, இந்த மலைப்பாதையில் ஓரள்வுக்குதான் செல்ல முடியும். பிறகு யாத்ரிகர்கள் நடக்கவேண்டும். நடக்க முடியாதவர்கள் டோவியிலும் குதிரையிலும் வருவார்கள். நேபாளத்திலிருந்து இங்கு வந்து வாழும் கூர்க்காக்கள் முதுகில் பக்தர்களைச் சுமந்து பாதையில் ஓடுகிறார்கள். நேற்று இங்கிருந்து 14 கி.மீ., தொலைவில் இருக்கும் கௌரிகுண்டிலிருந்து டோலியில், குதிரையில் யாத்திரிகர்கள் வந்தார்கள். பாதை வழுக்கியதில் உயிர் போய்விட்டது என்றார்கள் பஸ்ஸைப் பிடிக்கவேண்டும் என்று அவசரமவசரமாய் தரிசனத்தை முடித்துக்கொண்டு கிளம்பிப் போனார்கள். என்ன பார்த்தார்களோ ஈஷ்வரனுக்குத்தான் வெளிச்சம்.

இன்று கனமழைவரும் என்று மேகமும் காற்றும் அச்சுறுத்திற்று.

“ஓ பண்டிட் பார்த்துப் போங்க.”

லிங்காச்சார்யா கவனம் கலைந்து நிமிர்ந்தார்.

தலையில் கம்பளியும் போர்வையுமாக, பவன் தாக்கூர் அவனது ஹோட்டல் வாசலில் நின்றிருந்தான். கையில் பற்பசையும் ப்ரஷூமாக. அந்தக் குளிரிலும் அவரது அடிவயிற்றில் ஒரு ஜ்வாலை பரவிற்று. அவனும் அவனது வெற்றிலைக்காவி படர்ந்த சிரிப்பும், பின்னால் அவனது கர்வச் சிரிப்புக்கு சாட்சியமாய் அந்த நான்கு மாடி ஹோட்டல் நின்றிருந்தது. யாத்ரிகர்கள் வரும் காலத்தில் அவன் சம்பாதிப்பது இரண்டு தலைமுறையைத் தாங்கும். அந்தக் கம்பிளிப் போர்வைக்கு அடியில் கனமாய் இரண்டுவடத்

தங்கச் செயினும், கையில் தங்கக் காப்பும், அத்தனை விரல்களிலும் மோதிரங்களும், பத்து வருடங்களுக்கு முன் அன்னக்காவடியாய் இருந்த பவன் தாக்கூர். தனக்கு, அவனது உருவம் ஏற்படுத்தும் அருவெறுப்பு யாருக்கும் ஏற்படாதது ஆச்சரியம் என்று நினைத்தபடி நடையைத் தொடர்ந்தார்.

"யோவ் சீக்கிரம் போ! ஜனங்க ரொம்ப நேரமா கியூவிலே நிக்கிறாங்க."

"நிக்கட்டும்." என்றார் லிங்காச்சார்யா சற்று எரிச்சலுடன். "கோவில் திறக்க இன்னும் அரை மணிநேரம் இருக்கு."

"அதுக்குள்ள மழை வந்துடப் போகுது, ஓடு!"

அவனை இத்தனைத் திமிருடன் பேசவைப்பது அவனுடைய பணம் என்கிற ஆத்திரம், மீண்டும் ஒரு ஜுவாலையை எழுப்பிற்று. அந்தப் பணம் செய்யக்கூடாத பாதகத்தையெல்லாம் செய்துவிட்ட பிறகு, இவனது சாதாரண மொக்கைப் பேச்சு ஏன் என்னைக் கோபப்படுத்த வேண்டும் என்று எரிச்சலுடன் அவர் நடந்தார். ஒரு விநாடி, அவனுக்குப் பின்னால் இருந்த கட்டிடத்தையும், அவன் வசிக்கும் பகுதியையும் அவரது கண்கள் அளந்து மீண்டும் பாதைக்குத் திரும்பியது. அவனது சிரிப்பு முதுகைத் துளைத்தபடி தொடர்ந்தது. ஈசுவரா, என்னை மறுபடி மனுசனா பிறக்க வைக்காதே. சுமை தூக்கக் குதிரையாவோ கழுதையாவோ, ரோசமில்லாத பிரக்ருதியா...

தரிசனத்துக்காக நின்ற ஜனங்களின் கியூ வரிசை தெரிந்தது. ஏ! அப்பா ஒரு மைலுக்கு நீளும்போல் இருக்கிறது, பல நிறங்களில் ஆடைகள். கம்பிளிச்சட்டைகள், புடவைகள், சுடிதார் கம்மீசுகள் குழந்தைகள் வேறு. அவருக்கு மறுபடியும் இனம்புரியாத பீதி எழுந்தது. ஏன் வருகிறார்கள் இப்படி?

அவர் சட்டென்று தன்னை சமாளித்துக்கொண்டு பின்னிக்கொண்டு போன கால்களை சிரமப்பட்டு அகல அகலமாக வைத்து வேகமெடுத்தார். எனக்கு ஏன் இப்படிப்பட்ட

எண்ணம் வருது? இவர்கள் சுற்றுலாவுக்கு வரவில்லை. தெய்வ தரிசனத்துக்குக் காத்திருக்கும் ஜனங்கள் இவர்கள். எத்தனை எத்தனை வேண்டுதல்களுடன் வந்து காத்திருக்கிறார்களோ? வயதானவர்கள். பெண்கள், குழந்தைகள். பிரச்சினைகள், நோய்கள், எதிர்பார்ப்புகள், கனவுகளைச் சுமந்தபடி....

சளசளவென்று பல மொழிகளில் பேச்சு, பஜார் பகுதியிலிருந்து பேருந்து இரைச்சல், கடைகளின் இரைச்சல், டோலி சுமப்பவர்களின் கத்தல், பழகிப்போன மந்தகதியில் அவர் நடந்தார்.

திடீரென்று பயங்கர இடி ஓசை கேட்டது. செவிகளை நேரடியாகத் தாக்கிற்று. அவர் வெலவெலத்துப்போனார். வெறும் இடி ஓசை இல்லை இது. நினைப்பதற்குள் அது நடந்தது. பிரளயம்போல் நீர் எங்கிருந்தோ பொங்கிக்கொண்டு வந்தது. கிடால் மலைப்பகுதி அல்லவா அது? கேதார் டோம் பிளந்து விட்டதா? நிமிர்ந்து பார்க்கமுடியவில்லை. பனிபோர்த்திய சூழலில், சமுத்திர அலையைப்போல் ஆர்ப்பரித்து ஆவேசத்துடன் பாய்ந்த பனிப்பாறைகளும், ஐஸ் நீரும் கண்ணை மறைத்து மூளையை ஸ்தம்பிக்கச் செய்தது. கோவிலுக்குள்ளே நீர் சென்றால் என்ன செய்வது? பூஜை நேரத்திற்குள் எப்படிப் போவேன்? என்று என்னென்னவோ கேள்வி எழுந்து அவர் திகைத்து நிற்கையில், கால்களை சுரீரென்று கடும் குளிர்ச்சியான பனி நீர் நனைத்தது.

'ஈசுவரா ஈசுவரா' என்று பிரலாபித்தபடி அவர் கோவிலை நோக்கி ஓட ஆரம்பித்தார். மளமளவென்று நீர் மட்டம் அவரை விழுங்க ஆரம்பித்தது. கிடுகிடுவென்று நீர் தோள்களைத் தாண்டி கழுத்துக்கு ஏறிவிட்டது. காலுக்கடியில் இருந்த பூமி சரிந்துவிட்டதா? வானம் பிளந்து போனதா? என்று புரியவில்லை. இரண்டும் சாத்தியம்போல் இருந்தது. சுற்றிலும் ஏக அலறலும், கூடக்குரலும்; அதற்குமேல் நீரின் பயங்கர ஓசையும் அவரை நிலைகுலைய வைத்தன. கைகளை அளைந்து முன்னேறியதில் கோவில் சுவர் கிடைத்தது. அதைக் கெட்டியாகப் பிடித்தபடி

நகர்ந்து கோவிலுக்குள் புகுந்தார். பேரோசையோடு வெள்ளமாய் நீரும் நுழைந்தது. இத்தனை தண்ணி வெளியே போக வழியில்லையே என்று பீதி கவ்விற்று. மேற்கு வாசல் கதவு சாத்தியிருக்கும், பெரிய அகலமான மரக்கட்டைத் தடுப்பு, அசைக்கக்கூட முடியாது. எத்தனை ஜென்மமாக அப்படி இருந்ததோ தெரியாது. மூவாயிரம் ஆண்டு பழசு இந்தக் கோவில் என்று ஒரு ஆய்வாளர் சொன்னபோது, அப்பா பலமாகத் தலையை அசைத்தார். பலயுகத்துப் பழசு என்று முணுமுணுத்தார். அந்தக் கதவும் மகா பழசு. யாரும் அதைத் திறந்து பார்த்ததில்லை. திறக்க வேண்டிய அவசியமில்லை. சாத்தியிருப்பது குளிருக்கு அடக்கம்.

கழுத்துக்கு மேல் நீர் வந்துவிட்டது. சாமியே கண்ணுக்குத் தெரியவில்லை. அவர் உறைந்து நின்றார். கோவிலே ஆட்டம் கண்டதுபோல அசைந்தது. கட்டிடம் சாய்ந்துவிடும்போல் இருந்தது. இத்தனை தண்ணி உள்ளே போனால் கோவில் எப்படித் தாங்கும்? "ஈசுவரா உன் இடமே போச்சு" என்று அவர் பித்துப் பிடித்ததுபோல் அரற்றிக்கொண்டிருந்தார். மறுபடியும் ஏதோ பிளாக்கும் ஓசை கேட்டது. தன்மேல் கோவிலின் சுவர் விழப்போகிறது என்று அவர் தயாரானார். கண்களை மூடிக்கொண்டார்.

'நீ சக்திவாஞ்சவன்னு நினைச்சேனே, உனக்கும் என் கதிதானா? நீ பூஜை பண்ணினது போதும்னு சொல்றியா? எனக்கும் அலுத்துப் போச்சு. இத்தனை வருஷமா மந்திரம் சொல்லி என்ன கண்டேன்? பார்வதி என்னைவிட்டுப் போனாள். நீ சும்மா கல்லா உட்கார்ந்திருந்தே, அவன் கொழிக்கறான், காலிப்பல்லைக் காட்டிச் சிரிக்கிறான். மனுஷன் எக்கேடு கெட்டாலும் உனக்கு அக்கறையில்லே. உண்மையிலே நீ இல்லவே இல்லே, பைத்தியக்கார கியூ வெளியிலே நிக்கிறது.' குமுறிக்கொண்டு அழுகை வந்தது, ஏமாற்றப்பட்டதுபோல.

"நானும் ஒரு கிறுக்கன். அப்பா மாதிரி..."

கூரை விழவில்லை. கழுத்தை அமுக்கிய நீரின் அழுத்தம் இல்லை. அவர் கண்ணைத் திறந்தார். ஆச்சரியமாகத் தண்ணீர் வடிந்திருந்தது. மேற்கு வாசல் யாரோ பிளந்ததுபோல திறந்திருந்தது. அவருக்குத் தூக்கிவாரிப்போட்டது.

நீ வந்தியா? திறந்தையா? சன்னிதியில் சாமி அமைதியாக அமர்ந்திருந்தது. சாரைப் பாம்பு வெளியேறுவதுபோல் உள்ளே நுழைந்த நீர் வெளியேறிக் கொண்டிருந்தது. அவருக்கு சிலிர்த்துப்போயிற்று. நீ இருக்கறது நிஜம்தானா?

சற்றுமுன் உறைந்து திகைத்த மனசு உருகி கண்ணீராய் வழிந்தது. குலுங்கக் குலுங்க அழத் தோன்றிற்று. இதுவரை பட்ட அவமானங்கள், துயரங்கள், இழப்புகள் எல்லாவற்றிற்குமான அழுகையாக, அப்பாவுக்காக, செத்துப் பிறந்த மகனுக்காக, ஒருநாள் கண்விழித்தபோது பக்கத்தில் படுத்திருந்த பார்வதி காணாமல் போனதற்காக.

''அரே லிங்கா, பித்துப் பிடிச்சு அலையாதே, பவன் தாக்கூர் வீட்டுக்குப் போயிட்டா உன் பார்வதி'' ராமு தாத்தா இப்போது வந்து சேதி சொல்வதுபோல் இருந்தது.

போகட்டும். கழிசடை போகட்டும், செஞ்ச பாவத்துக்கெல்லாம் ஒருநாள் கணக்கு சொல்லட்டும்.

லிங்காச்சார்யாவின் கோபம் உச்சிக்கு ஏறிற்று. எத்தனையோ ஆண்டுகளாக அமுக்கிய வைத்திருந்த கோபம் புதிதாகக் கிளம்பி குரல்வளையை அமுக்கிற்று. பவன் தாக்கூர் கைய்யில் அகப்பட்டால் கழுத்தை நெருக்கி, குடலைப்பிடுங்கி ஈசுவரன் கழுத்தில் மாலையாய் தொங்கும் பாம்பைப்போல் மாட்டிக்கொள்ளணும் என்று வெறி வந்தது. அந்தக் கற்பனை சுகமாக இருந்தது. சற்றுநேரம் வெளியே பாய்ந்து செல்லும் நீரைப் பார்த்தபடி நின்றார். அதில் பார்வதியும், பவன் தாக்கூரும் அடித்துக்கொண்டு சென்றார்கள். போங்கள், தொலையுங்கள்.

நீ செஞ்ச பாவம், செஞ்ச அக்கிரமம் பிரளயமா வந்திருக்கு. செத்து ஒழியுங்கள். இதிலேருந்து நீ தப்பிக்க முடியாது. ஈஷ்வரன் இருக்கான், தண்டிக்க வந்திருக்கான்.

பொங்கிப் பொங்கி எழுந்த சீற்றத்தில் உடம்பு தகித்தது. அதில் பஸ்மமாகிவிடுவோம் என்று தோன்றிற்று.

மேல் மூச்சு கீழ்மூச்சு வாங்க அவர் நின்றார். சாமி அசையாமல் அமர்ந்திருந்தது. மெல்லப் புலன்கள் விழித்துக் கொண்டன. அவரைச் சுற்றிலும் அசாதாரணமான ஏதோ ஒரு நிகழ்வு நடக்கிறது. பீதி அளிக்கும் நிகழ்வு. இந்த நீரும் அண்டம் அதிரும் ஓசையும் ஏதோ பேரழிவின் அடையாளமாக.

அதன் மையத்தில் ஒரு யுகம் அகப்பட்டுக் கொண்டிருக்கிறது. சாமி அசையாது. சினிமாவில் வருவதுபோல கையைத் தூக்கி ரட்சிக்காது. ஆனால் தண்டிக்கும் என்றார் அப்பா. தண்டிப்பது அதன் இயல்பு என்பதுபோல.

ஈர உடம்பும், கால்களும் ஜுரவேகத்தில் ஆடுவதுபோல நடுங்கின. வெளியில் அவலக்குரல்களும் காற்றின் ஓசையும் குடலை நடுக்க, அவர் தட்டுத்தடுமாறியபடி திரும்பி வாசலை நோக்கி நடந்தபோது அதிர்ந்து நின்றார். வாசல் கதவருகே ஒரு ஆளும், ஒரு குழந்தையும் அணைத்தபடி பிணமாகக் கிடந்தார்கள், அவர்களை எட்ட முனைந்ததுபோல் ஒரு பெண் கரங்களை நீட்டியபடி பிணமாகக் கிடந்தாள்.

விக்கித்து மௌனமாகிப்போன நாவிலிருந்து விநோதமான கேவல் எழுந்தது. எப்படி எப்படி இப்படிப் பிணமானார்கள்?

அவர் உள்ளே வக்கரித்துப்போன எண்ணங்களுடன் என்றோ முடிந்துப்போன ஒரு வரலாறுக்காகப் புதுப்பித்துக்கொண்ட கோபத்துடன் நின்றபோது, இவர்கள் உதவ ஆளில்லாமல் செத்திருப்பார்கள். அவர் நெஞ்சு படபடக்க வெளிப் பிராகாரத்துக்கு வந்தார். அங்கும் நான்கு ஐந்து சடலங்கள். இடம் மாறிவிட்டதா அல்லது கனவு காண்கிறோமா என்று புரியவில்லை. நான்கா, ஐந்தா? எண்ணமுடியவில்லை. சிதறிப் போன பிணங்கள் மேலும் கீழுமாக, குறுக்கும் நெடுக்குமாகக் கிடந்தன. சிதையில் போடப்படாத அநாதை பிணக் கும்பல் கிடக்கும் மயானத்தில் நடப்பதுபோல் இருந்தது. கோவில் வளாகம்தானா இது? மந்தாகினியில் குளித்து ஆத்ம சுத்தமாய்

வருவதில் கருத்தாய் இருந்த அப்பாவின் கால் பதிந்த இடங்கள். புனிதத்தைக் காத்த அப்பா, அவர் கண்மூடு முன்பே புனிதம் போய்விட்டது என்று புலம்பியவர்.

நல்லதுக்கிவ்வே.....

சீச்சீ, கெட்ட வார்த்தை ஏன் எப்பவும் வருது? நல்லதே நடக்கணும்... நின்ற இடத்திலிருந்து பார்க்கும்போது அந்த நினைப்பே அபத்தம் என்று தோன்றிற்று.

சூழலே மாறிப்போயிருந்தது. அவருக்குப் பழக்கமான எதுவும் கண்ணுக்குப் புலப்படவில்லை. சுற்றிலும் இடிபாடுகள், சடலங்கள். கோவிலின் மையப்பகுதி மட்டும் தப்பித்து நின்றது. அதிக அபத்தமாகக் குரூரமாகப் பட்டது.

அவர் பலக்கக் கத்தினார்.

“இப்ப யாருக்கு நீ வேணும்?”

கண்களிலிருந்து ஆறாய் நீர் வழிய, கால்கள் தன் போக்கில் இடிபாடுகளில் தட்டுத் தடுமாறி நடந்தன. பக்தர்களின் வரிசை காணோம். மந்தாகினி பெருக்கெடுத்து சமுத்திரமாகத் துள்ளிற்று. அதில் கலந்திருக்கும் அந்த வேரிசை கண்ணிமைப்பதற்குள், எத்தனைக் கேவலமாக ஏமாந்து போனார்கள்? பூகோள் எல்லைகள் காணாமற் போயிருந்தன. சட்டென்று அவர் நின்றார். பவன் தாக்கூரின் நான்கு மாடிக் கட்டிடம் இடிந்து தரைமட்டமாகியிருந்தது. வரிசையாக, அடுக்குகளாக நின்றிருந்த பல புதிய கட்டிடங்களைக் காணோம். அடியில் நசுங்கிய உயிர்களின், ஒரு சின்ன ஒலிக்கூட இல்லை. நோவை உணரக்கூட முடியாத துரித சாவு. ஒரு விநாடி நெஞ்சில் பந்தாய் ஏதோ வந்து அடைத்தது. பார்வதி? பனிப்பாறையும் நீரும், காற்றும் அடித்துத் தள்ளியபோது எப்படித் தாங்கியிருப்பா? என் நினைவு வந்திருக்குமா? வருத்தமேற்பட்டிருக்குமா? பவன் கையைப்பிடிக்க வந்தானா? என் நினைவு அப்ப வந்திருக்குமா?

அடச்சீ, நான் கையாலாகாதவன், கேவலம் ஒரு பூசாரி. வெளியிலே இருந்து வர்ற கும்பலின் பக்திதான் என்

மூலதனம். மூட சனங்கள். கடவுள்னு ஒரு ஆளே இல்லே. இனிமே தெரிஞ்சு போச்சு, யாரும் வரப்போறதில்லே. நா இப்ப சைஃபர். உனக்கு அது முந்தியே தெரிஞ்சுபோச்சு. அதான் போயிட்டே,

பார்வதியின் மெத்து மெத்தென்ற முகமும், பட்டு போன்ற மார்பும் அந்தக் காவிப்பல்காரன் அனுபவிச்ச உடம்பு... எல்லாம் அதோ அந்த சிமெண்டு இடிபாடுக் குவியலுக்குள்ளே... பவனும் அங்கதான் இருக்கணும் இரட்டைவடத் தங்கச் சங்கிலியும் காப்பும் மோதிரமுமா...

லிங்காச்சாரி மெல்ல ஒரு மேட்டுக்கு ஏறி ஒரு பாறையின் மீது அமர்ந்தார். எங்கு பார்த்தாலும் வெள்ளக்காடு. எல்லா நதிகளும் கைகோர்த்துக்கொண்டு கும்மாளமிட்டது போல. எந்த உணர்வும் இல்லாத, கூடாகிப்போனது போல் ஒரு வெறுமை! படர்ந்தது.

மூளை இயங்கவே இயலாத நிலை, இதுவரை அனுபவித்திராத ஒரு அமைதியைத் தந்தது. வேறு ஏதோ கிரகத்தில் புகுந்ததுபோல் இருந்தது. அவருக்குப் பரிச்சியமில்லாத கிரகம். நீரும், இடிபாடுகளும், இறந்த சடலங்களும்... எத்தனை விநோதமான இடம் இது? சாமி பூதம் இல்லாத உலகம். நிம்மதி.

சாமி இல்ல.

பூதமில்லே.

பார்வதி இல்லே,

பவன் தாக்கூர் இல்லே.

கேதார் டோம் கூட உடைஞ்சு போச்சு. சாமி அங்கேயிருந்து சிரிப்பார் எங்கிற கட்டுக்கதை இனி இருக்காது. அப்பா நீங்க சொன்னது கட்டுக்கதை, மனசு லேசாக இருந்தது. பாரமே இல்லாத மனசு. உடம்பு இருப்பதாகவே தெரியவில்லை. இறக்கை முளைத்து பறக்க யத்தனித்தது.

கையில் ஏதோ பட்டது, மெத்து மெத்தென்று. அவரை உரசியபடி பார்வதி உட்கார்ந்திருந்தாள். ஆள் மாறவே இல்லை, வழுவழுக்கன்னங்கள், பட்டு போலிப் மார்பு. தொட வேண்டும்போல் இருந்தது.

"எது கட்டுக்கதை?"

அழுகிறாளா என்ன? லிங்காச்சாரியாவுக்கு ஒரு விநாடி குழப்பமாக இருந்தது, "எதுவுமே நிஜமில்லே பார்வதி." என்றார்.

"எது?"

"எதுவுமே"

"இந்த மலை, காத்து, வெள்ளம் எல்லாமா?"

"அது நமக்கு சொந்தம்னு நினைச்சது. நீ எனக்கு சொந்தம்னு நினைச்சது... உன் புருஷன் நான்னு நா நினைச்சது."

"உனக்கு இன்னும் கோபம், உன் கோபம் நிஜம்."

"இல்ல. அதுவும் நிஜமில்லே."

"பின்னே எது நிஜம்?"

"எல்லாமே பொய்யிங்கறதுதான் நிஜம்."

அவள் திடீரென்று சிரித்தாள்.

"நீ சரியான கிறுக்கன். உன் அப்பா மாதிரி. பிழைக்கத் தெரியாதவந்தான் அப்படிப் பேசுவான். தோத்துப்போனவன் பேச்சு, அதான் நா ஓடிப்போனேன்."

லிங்காச்சாரியா சற்றுநேரம் பேசாமல் இருந்தார். இவள் வருத்தப்படவேண்டும் என்று, தான் நினைப்பது அபத்தம் என்று தோன்றிற்று.

"அவன் அயோக்கியன், பார்வதி அப்பனைமாதிரி... ஆசாமியினால்தான் கேதாரநாத்தே காணாம போயிட்டார்."

பார்வதி மீண்டும் சிரித்தாள். "பூசாரி நீ. சாமியை திருப்பிக் கொண்டுவர முடியாதா என்ன?"

இப்போது பார்வதிதான் காணாமல் போனாள். லிங்காச்சாரியா புதிதாக முளைத்திருந்த இறக்கைகளை விரித்தார். அவளைத் தேடி அலைந்த வண்ணம் இருந்தார். இன்னும் அலைகிறார்.

யாத்ரிகர்களின் கும்பல் பேருந்திலிருந்து இறங்கியது. பக்தர்களின் கியூ வரிசை விடியலிலிருந்து காத்திருந்தது சாமி தரிசனத்துக்காக. பண்டிட் மஹாதேவ் மலைப்பாதையில் முளைத்த புதிய கட்டிடங்களைத் தாண்டி அவசரமாகக் கோவில் நோக்கி நடந்தார். கோவில் புதுப்பிக்கப்பட்டிருந்தது. மந்தாகினி நதி காணாமல் போயிருந்தது.

மிளகாய் பக்கோடா வேகும் மணம் காற்றில் மிதந்தது, டோலிகாரர்களின் குரல் "வழி வழி" என்று கத்தியவண்ணம் இருந்தது. குதிரைகள் இடையில் வழி கேட்டன. பூசாரி மிரட்சியுடன் நடந்தார். ஊருக்குப் புதுசு. கட்டிடங்கள் புதுசு. நல்லவேளை சாமி பழசு. மேகமும் மலையும் காற்றும் நீரும் பழசு. பனிப்பாறை பழசு.

ரொம்பப் பழசு.

7 ஞானஸ்நானம்

"என்ன வள்ளி?"

"அந்த ஆயா போக வர தொணதொணக்கறாங்க"

"எந்த ஆயா?"

"அதான் பட்டம்மா ஆயா."

"போயிட்டு போவது, ஏதும் பிரச்சினை பண்ணாத கிழவி. யாரையும் அடையாளம் தெரியல்லியே தவிர."

"அது சரி, என்னன்னு கேட்கப்போனா போச்சு, கையை பிடுச்சுக்கிட்டு என் மருமகளைக் கூப்பிடு. ஒரு விஷயம் கண்டிப்பா சொல்லணும்ங்கிறாங்க. என்ன விஷயம், எங்கிட்ட சொல்லுங்கன்னா, ஆங் அதெப்படி உங்கிட்ட சொல்லமுடியும்னு கேக்குறாங்க"

மேரி சிரித்தாள். "கூப்பிடறேன்னு சொல்லிட்டுப் போயிட்டே இருக்கவேண்டியதுதான்."

"பாவமா இருக்கு மேரி சிலசமயம், இருக்கிறவங்களைப் பத்திப் பேசுதா இல்லாதவங்களைப் பத்தியான்னு தெரியல்லே, எங்கே இருக்காங்க அந்த மருமவ, ஆனாலும் ஆயா ரொம்ப உருகுறாங்க. இறந்துப்போன புள்ளையப் பத்திக்கூடப் பேசறதில்லே."

"ஆச்சரியம்தான்... ஆனா நினைவு மழுங்க ஆரம்பிச்சுடுச்சுல்லே? அதுவும் நல்லதுக்குதான்னு வெச்சுக்க. மருமவ எப்பனாச்சும் வருவா. அநேகமா பணம் கட்ட, சில

சமயம் பாக்காமகூடப் போயிறுவா வந்து போனது தெரியாம. மருமவ ஞாபகம் இப்ப எப்படி வருதுன்னு தெரியல்லே.''

''பாவம் ஆயா, எனக்கு சக்கரை வியாதின்னு என் மருமவ கோதுமை தோசை சுடுவா உங்களுக்கு யாருக்கும் செய்ய தெரியாதாடின்னாங்க நேத்து.''

''இங்க இருக்கிற எல்லாத்துக்கும் ஊட்டுக்குப் போயிறமாட்டமான்னுதான் இருக்கு.''

பட்டம்மா ஆயா அங்கு வந்து கிட்டத்தட்ட ஆறு வருஷங்கள் ஆகியிருக்கும். வந்த புதிதில் எப்பவும் கண்ணீர் விட்டபடி இருக்கும். ''ஏன் ஆயா அழுவறீங்க?'' என்று கேட்டால் எதுவுமே சொல்லாது. நெற்றியைக் காண்பித்து தலையெழுத்து என்று பாவனை காண்பிக்கும். 'செத்துப்போன ஒரே மகனை நினைச்சு அழுது' என்று யாரோ சொன்னார்கள். யார் வந்து ஆயாவை இல்லத்தில் சேர்த்தார்கள் என்று யாருக்கும் நினைவும் இல்லை, சிரத்தையும் இல்ல. இந்த இல்லத்துக்கு வரும் கீழ் மத்திய வகுப்பைச் சேர்ந்த முதியவர்கள் அநேகமாகப் பொருளளவில் அநாதைகள். யாரோ வந்து சேர்ப்பார்கள், பிறகு காணாமல் போவார்கள். பூர்வ ஜன்ம கடன்பட்டவர்களாய் இங்கு வந்து சேரும் பெரிசுகள், அனுபவத்திலும் சுபாவத்திலும் அதிக வித்தியாசம் இல்லாதவர்கள். அலுப்பும் வேதனையும் வலியையும் சுமப்பவர்கள். நிராதரவான உணர்வுநிலையின் விளிம்பில் நிற்பவர்கள். வெகுநாட்கள் ஆகும் யதார்த்தத்தை உணர்ந்துக்கொள்ள, அல்லது உணர்வதற்கு முன், நினைவு தப்பிப்போகும். பட்டம்மா ஆயாவுக்கு ஆனதுபோல. அது கோளாரான போராட்டம்தான். மனத்தில் மண்டிக்கிடக்கும் கோபமும் துக்கமும் எல்லார் மீதும் பாயும். மேரி எல்லாவற்றையும் சிரித்துக்கொண்டு பாராட்டாமல் இருப்பது ஆச்சரியமாக இருக்கும். வள்ளி கண்டுக்காம இரு என்பாள். ''அவங்கள்ளாம் அநேகமா நல்லா வாழ்ந்தவங்க. நம்ம

நிலைமை எப்படி இருக்கப்போவுதோ?'' இருந்தாலும் சிலசமயம் எரிச்சல் வரும். இருக்க இடமும் கவனிப்புக்கு ஆளும் கிடைத்தது அவர்களுடைய அதிர்ஷ்டம் என்று வள்ளி நினைத்துக் கொள்வாள். யாருமில்லாத அநாதைப் பொணங்களுக்கு இதைவிட வேற என்ன வேணும் என்று குரூரமாகத் தோன்றும். எத்தனைக் குறைபடுதுங்க, சாம்பாரிலே பருப்பு பத்தாது, வெண்டைக்காய் பொறியல் ஒரே முத்தல், யாரு கறிகாய் வாங்கப் போறது, புகார் எழுதி போடப்போறேன் பாரு. வீட்டிலே வெச்சு மேய்க்கமுடியாதுன்னுதான் இங்க வந்து கடாசறாங்க. அது புரியல்லியா?

''என்னா வள்ளி, நாஷ்டா துண்ணையா?''

வள்ளி சட்டென்று நின்றாள்.

புனிதா அக்கா தனது போனி டெயிலை வருடியபடி நின்றிருந்தாள். முடி வெளேரென்று நரைத்து ரொம்ப நாள் ஆகியிருக்கும். ஆனால் சின்னப்பெண் என்று நினைப்பு. எழுபது வயசு புனிதா அக்காவுக்கு. ''டை போடறதை நிறுத்தினேன் பாரு. குப்புனு முடி வெளுத்துப்போச்சு'' என்பாள். யாரும் கேட்பதற்கு முன் விளக்குவதுபோல. 'ஏன் நிறுத்தினீங்க' என்று ஒருத்தி கேட்டுவைத்தாள் குறும்பாக, புனிதா அக்கா பதில் சொல்லாமல் எங்கோ பார்த்தாள், மூன்று வருஷத்துக்கு முன் ஒரு உறவுக்காரர் சேர்த்து விட்டுப்போனார். ஒரே மகன் எங்கோ வெளிநாட்டில் இருக்கிறானாம். தப்பித் தவறிகூட பிள்ளையைப்பற்றி பேசமாட்டாள். ஆனால் சின்ன வயசில் லலிதா பத்மினியுடன், தான் டான்ஸ் ஆடியதைப்பற்றி மணிக்கணக்காகப் பேசுவாள். அதனாலேயே அவள் அக்கா எல்லாருக்கும். அவள் அந்த வாழ்வை வர்ணிக்கும்போது கோவா கலர் படம்போல பல வண்ணங்களாய் பிரியும், கண்களில் நட்சத்திரங்கள் மின்னும்.

''லலிதா அக்காவுக்கு எம்மேல்தான் நம்பிக்கை. டூர் போகும்போது நான்தான் அவங்க நகையையெல்லாம்

பாதுகாப்பா வெச்சிருக்கணும்னு பொறுப்பு எனக்கு. ஒரு திருகாணிகூட தொலையக்கூடாதேன்னு பக்கு பக்குன்னு இருக்கும்.''

''புனிதவள்ளி திருமண நாட்டிய நாடகத்தைப் பற்றி சொல்லும்போது காதல் பொங்கும் கல்யாணம் செய்து கொள்ளடின்னு கிழவர் வேடத்திலே முருகன் நச்சரிப்பாரா... அப்ப, பப்பி அக்கா போங்க தாத்தான்னு சிணுங்குவா பாரு, அட அட என்ன அழகு தெரியுமோ? லலிதா அக்கா குதிச்சு குதிச்சு கிழவர் வேஷத்திலே வள்ளியை சீண்டுவாங்க'' சிலசமயம் அதை அபிநயித்துக்கூட காண்பிப்பாள்.

வள்ளிக்கும் மற்ற செவிலியருக்கும் பொழுது போகவில்லை என்றால் எங்கே புனிதா அக்கா என்று தேடிக்கொண்டு போவார்கள். மற்ற பரிசுகளைவிட அவள் எத்தனையோ மேல். சரியான தமாஷு, தொலைக்காட்சியில் வரும் தொடர்கள்தான் அவளுடைய நிஜ உலகம் இப்போது. அவற்றை பற்றி விவாதிக்க நிறைய விஷயம் இருந்தது அவர்களுக்கு. 'மகனைப்பத்தி நினைக்கக்கூட அக்காவுக்கு நேரமில்லே' என்று அவர்கள் தங்களுக்குள் சிரிப்பார்கள்.

''சாப்பிட்டேன்க்கா, நீங்க சாப்பிட்டீங்களா?''

''ஏதோ சாப்பிட்டேன். வயிறு சரியா இல்லே. ராத்திரி சரியா தூங்கல்லே''

''ஏன்க்கா?''

''தூக்கம் வராததுக்குக் காரணம்வேற தேடணுமாடி?''

''தூங்கப்போற சமயத்திலே டீவி பாக்கக்கூடாதுன்னு இங்க சட்டம் போடணும்'' என்றாள் அங்கு வந்த சூப்பர்வைசர் அம்புஜம்.

''அது சரி''

உதட்டை சுழித்துக்கொண்டு நகரும் புனிதாவை, வள்ளி சுவாரஸ்யத்துடன் பார்த்தாள்.

இங்கிருக்கும் எல்லோரிடமும் ஒரு டி.வி. தொடர் இருக்கும் என்று தோன்றிற்று. தொடரில் வரும் ஆங்காரம் மிக்க பெண்களாக, கருணையற்ற பெண்களாக இவர்களும் இருந்திருப்பார்களா? மருமகளையும் ஓரகத்தியையும் அசூயையுடன் வெறுத்திருப்பார்களா? சூழ்ச்சி செய்து வாழ்க்கை முழுதும் காய் நகர்த்தியிருப்பார்களா? அதனால்தான் இங்கு அநாதைகளாக வந்து நிற்கிறார்களா? இங்கு எவரையும் அவர்களது பூர்வோத்திரத்தைக் கேட்கக் கூடாது என்று அம்புஜம் மிகக் கண்டிப்பாகச் சொல்லியிருந்தாள். அதை நினைவுபடுத்தினால் அவர்கள் இல்லத்தின் இயல்பான வாழ்வுக்குப் பழகிக்கொள்ள கஷ்டப்படுவார்கள் என்று சொல்வாள்.

"பழசை மறந்துடுங்க இது உங்களுக்குக் கிடைச்சிருக்கிற நாலாவது வாழ்க்கை, வனப்ரஸ்தம்னு சொல்லமாட்டோம்? இங்கே வனம் இல்லே. ஆனா மனம் இருக்கு, தலைக்குமேல் கூரை இருக்கு. நீங்க வலின்னு அழும்போது ஏன்னு கேட்க ஆள் இருக்கு. புரிஞ்சுக்குங்க."

அம்புஜம் அடிக்கடி அளிக்கும் சொற்பொழிவு. எத்தனைபேர் புரிந்துகொண்டார்களோ வள்ளிக்குத் தெரியாது. ஆனால் பழசை மறப்பதைத் தவிர அவர்களுக்கு வேற வழியில்லை. செவிலிகளுக்கும் கதை கேட்க நேரமில்லை. இப்ப பட்டம்மா ஆயா பழசை நினைக்குது. மருமக - மருமக., எந்த ஆயாவும் இப்படி மருமகளை நினைச்சு அனத்தல்லே இதுவரை, பாவம் கிழவி,

மேரி எப்படி, எப்பவும் சிரித்தபடி இருக்கிறாள் என்று வள்ளிக்கு ஆச்சரியமாக இருக்கும். நமக்கு வயசு காலத்திலே என்ன கதி வரப்போவுதோ? இதுதான், இந்தக் கவலையோ பயமோதான் அவளுடைய பொறுமைக்கும் கனிவுக்கும் காரணம் என்று வள்ளி நினைத்துக்கொள்வாள், கணவனால் கைவிடப்பட்டவள்,

"ஒரு நாளைக்கு வேலை முடிஞ்சு வீட்டுக்குப் போறேன். எவளோ ஒருத்தியோட படுத்திருக்கான். 'அடச்சீ நீ ஒரு நாய்

ஜென்மம்'னு கட்டின சீலையோட கிளம்பிட்டேன். வண்டி ஓடறவரைக்கும் சரிதான். அதுக்கப்புறம் என்ன நடக்கும்? கர்த்தருக்குதான் தெரியும்.''

மேரி சிரித்துக்கொண்டே பேசினாலும் வள்ளிக்குக் கண்ணில் நீர் வரும்.

''உன்னை நா பாத்துக்குவேன் அக்கா.''

மேரி அனணத்துக்கொள்வாள். ''அடி என் செல்லம். உனக்கு இன்னும் கல்யாணமே ஆவல்லே. புருஷன் வந்தப்புறம் இப்படிப் பேசுவையான்னு பாக்கறேன்.''

''நா கல்யாணமே செய்துக்கப்போறதில்லக்கா, அம்மாவுக்கு உடம்பு சரியில்ல, ஊரிலே அவங்க அண்ணன் வீட்டிலே இருக்காங்க. அவங்களை நாதான் கவனிச்சுக்கணும். அதுக்கப்புறம் யாரும் கிடையாது. நீதான் இருப்பே.''

மேரி கலகலவென்று சிரிப்பாள் அது நல்ல கற்பனை என்பதுபோல்.

''கல்யாணம் ஏன் செய்துக்கப் போறதில்லே.?''

''ஒருத்தன் மேல் ஆசைபட்டேன். அந்த ஆள் என்னை ஏமாத்திட்டான். தாலி கட்டினாத்தானா? எனக்கு வெறுத்துப்போச்சு''

''சரி, அப்ப இனிமே எனக்கு என்ன கவலை சொல்லு. நாம் ஒதுங்கி வர்றது ஒரு வகையிலே நல்லது. கேட்டுக்க, இல்லேன்னா எத்தனையோ மோசமான அனுபவங்கள் நம்மளை வாட்டி எடுத்திருக்கும். சேவை செய்யறதுக்காகத்தான் இந்த ஜென்மம் எடுத்தோம்னு எனக்குத் தோணுது''

இப்படிப்பட்ட தோழமையை நம்பிதான் இனி வாழ்வு ஓடவேண்டும் என்கிற முடிவுக்கு வள்ளி வந்து ரொம்ப நாளாகிவிட்டது. இருந்தும் மேரியின் பொறுமை தனக்கு இல்லை என்று நினைக்காமல் இருக்கமுடியாது. இல்லத்தில் இரவுச் சாப்பாடு முடிந்து விளக்குகளையெல்லாம் அணைத்து படுக்கையில்

விழும்போது தூக்கம் லேசில் வராது. பட்டம்மா ஆயாவுக்கும் தனக்கும் அதிக வித்யாசமில்லை என்று பீதி ஏற்படும், எனக்கும் யாருமில்லே. யாரையோ எதிர்பார்த்து காத்திருக்கிறமாதிரி இருக்கு. உறவுன்னு சொல்லிப் பேச ஒரு ஆள் இல்லே, அம்மா அவளுடன் சரளமாகப் பேசி வெகுநாளாகிவிட்டது. இனிமே உன் முகத்திலே விழிக்கமாட்டேன் என்று சபித்துவிட்டுத்தான் ஊருக்குக் கிளம்பிப் போனாள்.

வள்ளி புரண்டு படுத்தாள். விஜயனுடைய மூச்சுக்காற்று இப்பவும் அவள் மேனியில் பட்டது, என்னமாய் காதலித்தார்கள். சினிமாக்களில் வருவதுபோல், வனத்திலும் பூங்காவிலும் அருவியிலும்... பாட்டுதான் பாடவில்லை, தன்னைவிட மக்கு எவரும் இருக்கமுடியாது என்று பிறகு புரிந்தது. அவன்மேல் தப்பு என்பதைவிட அம்மா இடித்து இடித்து கேட்டதுபோல "உன் புத்தி எங்கடி போச்சு? படிச்சவங்கறதுக்கு என்ன அடையாளம்? இப்படி கண்ட தடியன்கிட்ட ஏமாந்து போறதா? அவனுக்குக் கல்யாணமாகி ஒரு புள்ள இருக்குன்னுகூட தெரியாம சுத்தினியா? ஊர் பூரா என்னைத் தூத்துது. இனிமே எவண்டி உன்னைக் கட்டுவான்?"

வேண்டாம் எனக்கு இனிமே எவனும் வேண்டாம். அம்மாவின் கோபத்தை அடக்கமுடியவில்லை. அவள் போடும் கடிதங்களுக்கு ஒரு வரி கடிதம் பதிலாக வரும். உறவு முறியவில்லை நல்லவேளை.

அம்மாவின் கோபம் நியாயமானது என்று தோன்றிற்று. நான் எப்படி அத்தனை முட்டாளாக இருந்தேன். அத்தனை சுலபமாக ஒருத்தனுக்கு எப்படி என்னைக் கொடுத்தேன்? ஒரு ஆணின் ஸ்பரிசத்தில் மனசு அப்படிப் பேதலித்துப் போகுமா? நினைக்க நினைக்க தனக்குத்தானே இழைத்துக்கொண்ட கேடுகெட்ட அவமானமாக இருந்தது.

"விட்டுத்தள்ளு" என்றாள் மேரி. அவள் கதையைக் கேட்டு, "உன்னைவிட மோசமான அனுபவங்கள் பல

பேருக்கு ஏற்பட்டிருக்கு. எல்லாத்தையும் ஒதுக்கித் தள்ளிட்டு போய்கினே இருக்கணும்.''

''ஞானஸ்தானம்னு உங்கள்ளே செஞ்சுக்குவீங்க இல்லே?''

''அதுக்கு நீ எந்த தேவாலயத்துக்கும் போக வேண்டியதில்லே செல்லம். இங்கயே கிடைக்கும்'' என்று மேரி சிரித்தாள்.

விட்டு விட்டு வந்த தூக்கத்திலும் கனாவில் பட்டம்மா அவள் கையைப் பற்றிக்கொண்டாள்.

''எம் மருமவளைக் கூப்பிடறியா?'' என்றாள்.

''உங்க மருமவ நல்லவளா கெட்டவளா?'' என்றாள் அவள், மணிரத்தினத்தின் வேலு நாயக்கரைக் கேட்பதுபோல.

''உனக்கு மகாபாரதக் கதை தெரியுமோ? அதிலே நல்லவங்கள்ளாம் கெட்டவங்களாயிடறாங்க! கெட்டவங்கள்ளாம் நல்லவங்களாயிடறாங்க...''

''நீங்க நல்லவங்களா கெட்டவங்களா ஆயா?''

''தெரியல்லேடீம்மா''

கண்விழித்தபோது நிஜம்போல் இருந்தது கனவு. அவள் முகத்தைக் கழுவி அவசரமாகப் பல் துலக்கி பட்டம்மா ஆயா படுத்திருந்த அறைக்குச் சென்றாள். எல்லோரும் அயர்ந்த நித்திரையில் இருக்க, பட்டம்மா ஆயா உடம்பு வெடவெடத்து மூச்சிறைக்கப் படுத்திருந்தாள். வள்ளி சட்டென்று அலாரம் மணியை அழுத்திவிட்டு கட்டிலுக்கு விரைந்தாள். ஆயாவின் தலையை மெல்லத் தூக்கி ஆசுவாசப்படுத்துவதற்குள் அவசர கால் மருத்துவரும் அம்புஜமும் வந்து விட்டார்கள். வள்ளிக்குக் காரணம் புரியாமல் கண்களில் நீர் வந்தது.

''என்ன ஆச்சு, என்ன ஆச்சு,'' என்று புனிதா அக்கா ஓடிவந்தாள்...

''கூட்டம் போடாதீங்க இங்க எல்லாரும்'' என்று அம்புஜம் அதட்டல் போட்டதும் வந்து நின்றவர்கள் எல்லோரும் ஒதுங்கிப்போனார்கள்,

ஆயாவை ஒரு தனி அறையில் படுக்கவைத்தார்கள்.

'மருமவளைப் பார்க்கணும்னு புலம்பிகிட்டே இருந்தா' என்று யாரோ சொன்னார்கள். தகவல் தெரிவிச்சிருக்கோம் என்றாள் அம்புஜம் சுருக்கமாக.

"நல்ல நாளிலேயே அந்தப் பொண்ணு வந்ததில்லே, இப்ப வரப்போறாளா?"

"சித்த பேசாம இருக்கமாட்டீங்க?" எல்லாரும் கப்சிப்பென்று அடங்கிப்போனார்கள்.

நான்கு நாட்கள், ஆயா தேறிவிட்டாள். ஆனால் மருமகள் வரவில்லை.

வள்ளிக்குத்தான் அதிக கவலையாக இருந்தது, அந்த மருமகள் வராமலே போய்விடுவாளோ என்று. ஆயாவின் ரகசியம் அவளுடனேயே புதைந்துபோகுமோ?

அன்றைக்கு ஆயாவை அருகில் இருந்து கவனித்துக் கொள்ளும் டியூட்டி அவளுடையது என்றாள் அம்புஜம், வள்ளி அறைவாசலையே பார்த்தபடி உட்கார்ந்தாள். மதிய உறக்கத்தில் இல்லாம ஆழ்ந்திருந்தபோது வாசலில் நிழல் தட்டிற்று. ஒரு பெண் ஒரு பதினைந்து வயதுச் சிறுவனுடன் நின்றிருந்தாள்.

நாற்பது வயது மதிக்கத்தக்க உருவம். படித்த வேலைக்குச் செல்லும் ஆஃபீசர் தோற்றம். 'செல்வாக்கான ஆளாத் தெரியறே, ஏன் இத்தனைநாள் வரல்லே' என்று கேட்கவேண்டும்போல் இருந்தது.

அந்தப்பெண்ணும் பிள்ளையும் கட்டிலுக்கருகில் வந்து நின்றார்கள். ஆயாவை எழுப்பலாமா என்று வள்ளி யோசிக்கையில் விசையைத் தட்டினாற்போல் பட்டம்மா கண்விழித்தாள்.

"ஆயா யார் வந்திருக்காங்க பாருங்க." என்றாள் வள்ளி ஒரு ஊகத்தில்.

பட்டம்மா அலங்கமலங்க விழித்தாள்.

"யாரு?"

"விமலா வந்திருக்கேன் பாருங்க."

"விமலாவா, எம் மருமவளா, அவ எங்க வரப்போறா? அவகிட்ட முக்கியமா ஒரு விஷயம் சொல்லணும்."

ஆச்சரியமாக வார்த்தைகள் தெளிவாக விழுந்தன.

"எங்கிட்ட சொல்லுங்க."

"அதெப்படி? நெருப்பா இருக்கு. அதையெப்படி நா கொட்டறது உங்கிட்ட?"

விமலா சற்றுநேரம் உதட்டைக் கடித்துக்கொண்டு நின்றாள். பட்டம்மா அவளை உறுத்துப் பார்த்தாள்.

"விமலா வரமாட்டாளா? இன்னும் எத்தனை நாள் நா இருப்பேனோ. நீ போய் சொல்லுவியா?"

"சொல்லுவேன்"

பட்டம்மா கண்ணை மூடிக்கொண்டாள். தலையை இருபுறமும் அசைத்தாள்.

"நா படுபாவின்னு அவகிட்ட போய் சொல்லு."

விமலா பேசாமல் நின்றாள் லேசான திகைப்பு முகத்தில் படர.

பட்டம்மா ஆயா அழுதுவிடும்போல் இருந்தது. "என் பிள்ளை பண்ணின அநியாயத்தை நா பாத்துண்டே இருந்தேண்டே நீ கல்யாணமானவன், ஒரு குழந்தைக்கு அப்பன், வேறு சிநேகிதம் வெச்சுக்கறது தப்புன்னு நா சொல்ல வேண்டாமோ? சொல்ல சொல்ல ஒரு நடுராத்திரியிலே விமலாவை வீட்டைவிட்டுப் போன்னு விரட்டினான். படுபாவி பாத்துண்டு வாய்மூடி நின்னேன். தினம் தினம் அதை நினைச்சு சாகறேன். எத்தனை கஷ்டப்பட்டாளோ தெரியாது. போய் சொல்லுவியா?"

விமலாவின் முகம் சிவந்து போயிருந்தது. உணர்ச்சிக் கொந்தளிப்பில் தடுமாறியதுபோல் இருந்தது. கைக்குட்டையால் முகத்தைத் துடைத்துக்கொள்ள விரைந்து கை விரல்கள் லேசாக நடுங்கின.

ஆனால் ஆச்சரியமாக விரைவில் தன்னை சமாளித்துக் கொண்டாள். தன்னுடன் வந்த பிள்ளையை அணைத்துக்கொண்டு அவள் நின்ற கம்பீரம் பிரமிப்பை ஏற்படுத்தியது. பட்டம்மா அந்தப்பிள்ளையை கவனிக்காமல் விமலாவையே பார்த்தது வினோதமாக இருந்தது.

''பெத்த பிள்ளை போயிட்டான். அதுகூட மறந்து போச்சு. ஆனா இதை போய் சொல்லுவியா?''

ஆயாவுக்கு சோர்ந்து போயிருந்தது, கண்களை மூடிக்கொண்டாள். வள்ளி அவசரமாகச் சிறிது நீர் பருகவைத்தாள்.

விமலா ஆயாவின் தோளைப்பற்றி ''சொல்றேன்'' என்றாள் மெல்ல. பையனுக்கு ஏதோ செய்கை செய்ய, ''போயிட்டு வரோம் பாட்டி'' என்றான் அவன்.

பட்டம்மாவுக்கு அது காதில் விழுந்ததாகவே தெரியவில்லை.

வாசலைத் தாண்டும்போது வள்ளியிடம் விமலா ''நன்றிம்மா'' என்றாள். எதற்கு நன்றி என்று புரியவில்லை.

ஆனால் சந்தோஷமாக இருந்தது வெகுநேரத்துக்கு.

ஆயாவுக்கு மருமகளை அடையாளம் தெரிந்திருக்காதா? சிறிது நேரத்தில் புனிதா அக்கா பரபரவென்று வந்தாள்.

''மாமியோட மருமக வந்தாளாமே அப்படியா?'' என்றாள் சந்தேகத்துடன்.

''எப்படி இருக்கா?''

''படிச்சவங்களாட்டம் தெரியுது.''

''என்ன பேசினாங்க?''

மனசு சட்டென்று விழித்துக்கொண்டது. எப்படிச் சொல்வது? அது பட்டம்மா ஆயாவின் அந்தரங்கம்.

"தெரியாதுக்கா. நா வெளியிலே நின்னுகிட்டிருந்தேன்."

"என்ன பேசினா நமக்கென்ன?" என்று புனிதா சமாளித்துக் கொண்டாள்.

"வந்தாளே, பட்டம்மாவுக்குக் கொஞ்சம் நிம்மதி."

அன்றிரவு டி.வி. தொடர் பார்க்க வராமல் புனிதா அக்கா கொல்லை முற்றத்தில் அமர்ந்து அழுதுகொண்டிருந்ததாக மேரி சொன்னாள்.

8 வேலி

எதிரில் விரிந்திருந்த அந்த வயலைப் பார்த்தபடி அமர்ந்திருந்த கிருஷ்ணதாஸின் கண்ணுக்கு அங்கு வெடிக்கக் காத்திருக்கும் பருத்திப்பூக்களோ, அந்த வயல் காடோ தென்படவில்லை. வயலுக்கு அப்பால் தொலைவில் கேஜரி மரக்காடு கண்ணில்பட்டது. அருகில் சென்றால் அவனை ஆட்கொள்ளுவதைப்போல, படர்ந்து விரிந்த அடர்ந்த காடு. யாரும் வெட்டத் துணியாத மரங்கள். பிஷ்ணோய்களின் தெய்வம், அவர்களது கல்பதரு கற்பக விருட்ஷம். பிஷ்ணோய் சரித்திரம் பிறந்ததே அதை ஒட்டித்தான். அந்தச் சரித்திரமே இன்று பாரமாக முதுகில் அமர்ந்திருந்ததுபோல் அவனுக்குத் தோன்றிற்று.

அந்தக் காட்டில் எத்தனையோ ஜீவராசிகள். புள்ளி மான்கள், அபூர்வமான சிங்காரா மான்கள். பல நிறப் பறவை இனங்கள். அந்த மரத்தையும், அவற்றையும் காப்பது பிஷ்ணோய் குப்பத்தின் தருமம். அவற்றை ரட்சிக்க வேண்டி அவர்கள் கடைப்பிடிக்க வேண்டிய கட்டளைகள் ஒன்றல்ல, இரண்டல்ல, 20 கட்டளைகள் என்று அவனுக்குத் தெரியும். மிகக் கடுமையான கட்டளைகள். அன்னியர் உள்ளே நுழைய முடியாதபடி முள்வேலி போட்டு காக்கப்படும் மரங்கள். அதனால்தான் பூமி குளிர்ந்திருக்கிறது இப்போது. மரங்களுக்கும் மழைக்கும் என்ன சம்பந்தம் என்று கிருஷ்ணதாஸிற்குத் தெரியாது. ஆனால் குரு ஜம்பேஷ்வரரின் கட்டளைப்படி நடந்தால் எந்தப் பிரச்சினையும் இல்லை என்று தெரியும். இப்போது

புதிதாய் முளைக்கும் பிரச்சினைகளுக்கு அவற்றில் தீர்வு உண்டா என்று தெரியவில்லை. ஜம்பேஷ்வரர் இப்படிப்பட்ட இக்கட்டை எதிர்பார்த்திருக்க மாட்டார். மண்ணையும், மரத்தையும், பட்சிகளையும், மான்களையும் பற்றிச் சொன்னவர், பெண்களைப் பற்றி ஒன்றும் சொல்லவில்லை போல் இருந்தது.

அவனது மனசை நூறாயிரம் கேள்விகள் குடைந்தன என்பது, அவனது குழம்பிய அலைபாய்ந்த கண்களில் தெரிந்தது, மகாபெரிய பாரத்தைச் சுமப்பவன்போல் முதுகை வளைத்து அவன் அமர்ந்திருப்பதே அவளுக்கு சோர்வைத் தந்தது. அவன் ஒரு பயந்தாங்குளி என்று அவளுக்கு அலுப்பு ஏற்பட்டது. ஆனால் நல்லவன். இந்த ஊரில் மற்ற ஆண்கள்போல் கட்டினவளைக் காலால் மிதிக்கும் ஆள் இல்லை இவன். உண்மையில், அவளுக்குச் சங்கடம் ஏற்படும் அளவுக்குப் பிரியம் காட்டுபவன்.

அந்த முதுகைத் தட்டி, நிமிர்ந்து நில்லு என்று சொல்ல வேண்டும்போல் இருந்தது.

"என்ன பதிலே காணோம்?" என்றாள் அவள்.

அவன் திடுக்கிட்டுத் திரும்பினான்.

முக்காடுக்குள் மறைந்திருந்த அந்த முகத்தை சோர்வுடன் பார்த்துத் தலையைக் குனிந்தபடி சொன்னான்.

"ஐய்யோ, வேண்டாம் சுஷ்மா, நம்ம ஜனங்க சும்மா இருக்க மாட்டாங்க."

"என்னதான் செஞ்சிடுவாங்க சொல்லேன்?"

அவனுக்குச் சொல்லத் தெரியவில்லை. என்ன வேண்டுமானாலும் நடக்கலாம். நினைத்துப் பார்க்கவே அச்சமாக இருந்தது.

"வேண்டாம்" என்று அவன் தீவிரமாகத் தலையசைத்தான். பிறகு சரேலென்று எழுந்தான். "வேண்டாம், இத்தனை தூரம் வந்ததே பெரிசு. ரொம்ப ஆசைப்படாதே. உனக்குக் கிடைச்ச

வேலையைச் செய். நீ கெட்டிக்காரி, எனக்குத் தெரியும். எப்படியோ சமாளிச்சுக்குவே.''

அவளுக்கு எரிச்சல் ஏற்பட்டது. ''எப்படி செய்யட்டும்? நடுவிலே ஒரு சுவர் வெச்சமாதிரி இருக்கு, வேலை நடக்கணும், எத்தனை வேலை இருக்கு தெரியுமா? பல பேரைப் பாக்கணும், பேசணும், வேலை வாங்கணும். என்னைப் பஞ்சாயத்து தலைவியா ஆக்கினதுக்கு சம்மதிச்சாங்களா இல்லையா?''

''தலைவி ஆனதால நம்ம வழக்கம் மாறிடுமா? அதையெல்லாம் மீறாம நீ செய்வேன்னு நினைச்சுத்தான் ஒத்துக்கிட்டாங்க. பரம்பரை பரம்பரையா இருக்கிற வழக்கத்தை மாத்த விடமாட்டாங்க...''

''என்ன பரம்பரையோ'' என்று அவள் முணுமுணுத்துக் கொண்டாள். ''மாத்த வைக்கணும்.''

''சுஷ்மா சும்மா பிடிவாதம் பிடிக்காதே. உனக்கு வேணா உதவ நான் வர்றேன்.''

''நல்ல கூத்து. அப்ப பஞ்சாயத்துத் தலைவியா பொம்பளை இருக்கணும்னு ஏன் சொன்னாங்க கவர்மெண்டுலே?''

''அவங்களுக்கு என்ன தெரியும் நம்ம ஊர் வழக்கத்தைப் பத்தி? நம்ம ஆட்கள் ரொம்பக் கண்டிப்பு. மாத்தினேன்னு வெச்சுக்க கட்டப்பஞ்சாயத்து வெச்சு ஊரைவிட்டே துரத்திடுவாங்க, பேப்பர் கப்கூட வருதாம். நம்ம ஊர் கட்ட பஞ்சாயத்துக்காரங்க பயங்கரமான ஆசாமிகள்னு. யார் பேச்சையும் கேட்கமாட்டாங்க பரம்பரை வழக்கம்னு வரும்போது. உனக்கே தெரியுமே... மானம் மரியாதைன்னா...''

அவன் மேற்கொண்டு வார்த்தைகளைக் கோர்க்கவே பயந்தான்.

யாரும் பேசத் துணியாததை அவன் பேசுவான் என்று அவளும் எதிர்பார்க்கவில்லை. சுஷ்மா பேசாமலிருந்தாள். அவள் முகத்தை மறைத்து கட்டினால் முக்காடு, முகபாவம் தெரியவில்லை.

சற்று நிம்மதியுடன் அவன் நடக்க ஆரம்பித்தான். அவளும் வருகிறாளா என்று திரும்பிப் பார்த்தபடி... இப்போதைக்கு இந்தப் பிரச்சினை தீர்ந்தது என்று மெல்லிய சமாதானம் ஏற்பட்டது. ஆனால் சுஷ்மா சும்மா இருப்பவள் அல்ல. மீண்டும் ஆரம்பிக்கமாட்டாள் என்பது நிச்சயமில்லை.

ஊர் எல்லையில் அவள் நின்றாள். "அடுத்தத் தெருவிலே சாக்கடை அடைச்சிருந்ததை சரி பண்ண ஆள்கள் போராங்க, நா போய் பார்த்துட்டு வர்றேன். சாப்பாட்டு வேளைக்கு வந்துருவேன்" என்றாள்.

"சரி போயிட்டு வா."

"நேரமாச்சுன்னா, நீ சாப்பிடும். அடுப்புப் பக்கத்திலேயே சாப்பாடு மூடி வெச்சிருக்கேன்."

அவளுக்குக் கோபமோ என்னவோ, குரலில் காண்பிக்கவில்லை.

அவன் சரி என்று மண்டையாட்டியபடி நடந்தான். அடுப்பு பக்கத்தில் இருந்தாலும் காலையில் சமைத்துவிட்டுப்போனது எப்படியிருக்கும்? அவனுக்கு அடுப்பிலிருந்து இறக்கியதும் சாப்பிடவேண்டும். ஏந்தான் இந்தப் பதவி அவளுக்கு வந்ததோ என்றிருந்தது. அதற்குமுன் நிம்மதியாக இருந்தது வாழ்க்கை, வயலிலிருந்து மதியம் சாப்பாட்டுக்கு வீடு திரும்பும்போது, கணகணவென்று எரியும் விறகடுப்பிற்குமுன் பருப்புக் குழம்போ காயோ ஆக்கிக்கொண்டிருப்பாள் சுஷ்மா. அவள் கைப்பட தயாரித்த மசாலா போட்ட குழம்பின் வாசனை வாசலைத் தாண்டி தெருவுக்கு வந்திருக்கும். அவனைக் கண்டதும் ரொட்டி சுட அடுப்பில் ரொட்டிக்கல்லை வைப்பாள், தனியாக வீட்டுக்குள் இருக்கும் போதில் முக்காடு கீழே இறங்கி முகம் ஒளிரும் தகதகவென்று. அது தெய்வாம்சம் பொருந்திய முகம் என்று தோன்றும். இன்னொரு காலடி ஓசை கேட்டால் உடனடியாக முக்காடு முகத்தை மறைக்கும். தன்னைத் தவிர, வேறு ஆண் பார்க்காத முகம் என்கிற நினைப்பு அவனுள் ஒரு பெருமிதத்தை ஏற்படுத்தும்.

இப்போது பஞ்சாயத்துத் தேர்தலில் அவளை எந்த வேளையில் நிற்கச் சொல்லி, தேர்வானாளோ, வாழ்க்கை தலைகீழாகிவிட்டது. காரில் இருந்த பெண்களில் இவள்தான் ஏழாம் வகுப்புவரை படித்திருந்தவள். சுமாராக ஹிந்தி படிக்கத் தெரிந்தவள். ஹரியான்வி மொழியைத் தவிர ஓரளவுக்கு ஹிந்தி பேசத்தெரியும். இப்போது சரளமாகப் பேசுகிறாள். தில்லியிலிருந்து வந்த அரசு வேலை பார்க்கும் மேடம்களுக்கு அவளைப் பிடித்துப்போனது. அதனால் அவளே நிற்கட்டும் என்று ஊர் பெரியவர்களே ஒப்புக்கொண்டார்கள். முக்காடுடன் நின்றிருந்த பெண்கள் கும்பலும் தலையை பலமாக அசைத்து ஆமோதித்தது. சுஷ்மா கெட்டிக்காரி. கொடுத்தவேலையை செய்வார் என்று கிராமமே சொன்னது. அதோடு ஒரு மனதாக அவளைத் தேர்ந்தெடுத்தது. அவ்வப்போது தில்லியிலிருந்து வரும் மேடம்களுக்கு இவளைக்கண்டு பெருமை. என்னவோ இவள் அவர்களுடைய தத்துப்பிள்ளைபோல்.

அவனுக்குதான் நிம்மதி போயிற்று. வீட்டில் வழக்கமாக அவள் செய்யும் ஒரு வேலையையும் அவள் விட்டு வைப்பதில்லைதான். ஆனால் எல்லாவற்றையும் அரக்கபரக்க செய்துவிட்டு ஓடுகிறாள். மதியம் அவன் சாப்பிடச் சாப்பிட தட்டில் சூடாக ரொட்டி வந்து விழும்பாக்கியம் இப்போது இல்லை. அவள் முகத்தைப் பார்த்தபடி எண்ணிப்பார்க்காமல் ரொட்டி சாப்பிடும் ஆனந்தம் போய்விட்டது. ஆனால் பெண்டாட்டி பஞ்சாயத்துத் தலைவி என்பது பெருமைப்பட வேண்டிய விஷயம். அந்தஸ்தான பதவி, அவள் ஏமாந்தவள் இல்லை என்று எல்லாருக்கும் தெரியும். அந்த முக்காடுக்குப் பின்னால் இருப்பது மிக கண்டிப்பான ஆள். "நீ என்கூட வந்து உட்காரக்கூடாது. அப்புறம் புருஷன்தான் செய்யறான்; இல்லை வெறும் பொம்மைன்னு ஆயிடும்" என்று ஆரம்பத்திலேயே அவனிடம் கறாராகச் சொன்னாள். ஊழலும் சோம்பலும் அண்டாத ஆள் என்று புரிஞ்சு போச்சு எல்லாருக்கும், தெருக்கள் துப்புரவாகிவிட்டன. ஒவ்வொரு வீட்டிலும் மின்னிணைப்பும், குழாயில் தண்ணீர் வசதியும் வந்துவிட்டது. எல்லா வீதியிலும்

இரவு இப்போது இருட்டடிப்பு இல்லை. கம்பத்துக்குக் கம்பம் விளக்கு எரிகிறது. அடேயப்பா இதெல்லாம் எப்படி சாத்தியமாச்சு ஒரு பெண்ணாலே என்று அவன் தனக்குள் வியப்பான்.

மற்ற ஆண்களும் அப்படித்தான் நினைப்பார்கள் என்றாலும், வாயைத்திறந்து ஒரு பாராட்டு வார்த்தை வராது. அவர்களுக்கு அவனைக்கண்டு பொறாமை. என்னுடைய அவஸ்தை உங்களுக்கு என்ன தெரியும் என்று அவன் நினைத்துக் கொள்வான். உன்னை இப்ப பார்க்கவே முடியறதில்லே என்று தனித்திருக்கும் இரவு வேளைகளில் அவன் அலுத்துக்கொள்ளும்போது, அவள் பிரியத்துடன் அவன் முகத்தை வருடி "எனக்கு இது ஒரு சந்தர்ப்பம் ஊர்சனத்துக்கு நல்லது செய்ய" என்று சமாதானப் படுத்துவாள்.

"இதப்பாரு. இனிமே இந்த கிராமத்துக் குழந்தைங்க யாரும் பள்ளிக்குப் போகாம இருக்காது. பெண் குழந்தைக்குப் படிப்புத் தேவை இல்லேன்னு பஞ்சாயத்துகூடச் சொல்லாது, சொல்ல விடமாட்டோம். ஏன்னா, கவர்மெண்ட் என்கிறது ஜனங்களைவிடப் பெரிசுன்னு இப்பத்தான் தெரிஞ்சுது! வீட்டுச் செலவுக்கு உபரி வருமானம் வருது இப்ப. பெண்கள் தையல் தைக்கிறாங்க இப்ப, காகிதப்பை செய்யறாங்க. கையிலே காசு கிடைச்சதும், அவங்க முகத்தை நீ பார்க்கணும், விளக்குக்கு ஸ்விட்சு போட்டமாதிரி ஆயிரும்!"

அவள் சந்தோஷமாகச் சிரிப்பாள். அப்போது அவனுடைய முகமும் ஸ்விட்சைத் தட்டியமாதிரி ஒளிரும். அவள் பேச்சு ஓயாது. தோரணம் கட்டிக்கொண்டே போவாள். பசும் பந்தலாய் விரியும். அதன் மையத்தில் அவள் அமர்ந்திருப்பாள் ராணி மாதிரி. ஒரு மலர் சிம்மாசனத்தில். இல்லை, மலர் ஊஞ்சலில் முன்னும் பின்னும் ஆடியபடி.

"வானம் பார்த்த பூமி இது. வறட்சிக் காலத்திலே எல்லா ஆண்களும் தலையிலே கையை வெச்சுகிட்டு உக்கார்ர வழக்கமும் போயிரும் பாரேன்!"

"எப்படி?" என்று அவன் சிரிப்பான்.

"பஞ்சாயத்துத் தலைவிக்குப் பயந்து மழைகூட பெய்யுமா என்ன?"

அவள் சிரிக்காமல் சொல்வாள்.

"நேத்து ஒரு ஆபீஸர் வந்தாங்க. நீர் ஆதாரங்களை எப்படி பெருக்கறதுன்னு சொன்னாங்க. மழைநீர சேமிக்கணும். பாரம்பர்யம்னு சொல்றியே மரம் நமக்கு தெய்வம் மாதிரி, கண்டவன் கேட்டவனெல்லாம் மரத்தை வெட்டற அக்கிரமம் நடக்குது இப்ப, கெஜ்ரி மரத்தைக்கூட மழை. எப்படிப் பெய்யும்? காடுகளை வெட்டறதைத் தடுக்கணும். மரம் வளர்க்கணும். இதுக்கெல்லாம் செலவாகுமேன்னு கேட்காதே, வங்கியிலே பண உதவி கிடைக்குமாம்."

அவள் கனவில் மிதப்பவளைப் போலப் பேசிக் கொண்டிருப்பாள். பஞ்சாயத்துத் தலைவியானாலும் ஆனாள்; என்நேரமும் கிராமத்துச் சிந்தனைதான் அவளுக்கு என்று அவன் உணர்வான்.

குழந்தைகள் பிறக்காத குறையை அவள் சேவையில் தீர்த்துக்கொள்வதாக அவனுக்குத் தோன்றும். ஆனால் குழந்தை இல்லை என்று அவள் குறைபட்டுக்கொண்டதில்லை. அவனுக்குத்தான் முற்றம் நிறைய குழந்தைகள் இருக்கவேண்டும் என்று ஆசை. அடிக்கடி அவனுக்குக் கனவு வரும், முற்றம் நிறைய குழந்தைகள் விளையாடுவதுபோல். அவளுக்குக் குறையே இல்லை என்று அவன் அடிக்கடி நினைத்துக்கொள்வான். எதுவும் வேண்டும் என்று அவள் கேட்டதில்லை. திருவிழாக்காலங்களில் ஒரு ஜோடி வளைகூட அவள் கேட்டதில்லை. அவள் கிட்டத்தட்ட கேஜரி மரம்போல் என்று அவன் நினைப்பதுண்டு. அதற்கு நீர் கூடத் தேவையில்லை. ஆனாலும் தளதளவென்று பசும் இலையும் பூவும் காயுமாக நிற்கும். ஒட்டகத்துக்கும் ஆட்டிற்கும் மனிதனுக்கும் நண்பனாய்.

ஆனால் கொஞ்சநாட்களாக அவள் என்னென்னவோ பேசுகிறாள். அவனுக்குப் புரியாத பேச்சு. அவனுக்குக் கேள்வி கேட்டே பழக்கமில்லை, கேள்வி கேட்காமல் வாழ்வது சௌகரியம். பெரியவர்கள் தெரியாமலா நியமங்களையும் நியதிகளையும் கோடிட்டு வைத்திருப்பார்கள்? எத்தனையோ காலமாக அதன்படி வாழ்ந்தவர்கள் என்ன கெட்டா போனார்கள்? இவளுக்கு ஏன் இப்படி புத்தி போகிறது என்று அவன் கவலைப்பட்டான். பதவி வந்தது திமிரை வளர்த்துவிட்டதா?

அவன் உடனடியாக தன்னையே மறுத்துக்கொள்வதுபோல் பலமாகத் தலையசைத்தான்.

அவளுக்கு நிச்சயம் திமிர் இல்லை. தான் பேசுவதில் நியாயம் இருப்பதாக அவள் நினைத்தாள். அதில் பிடிவாதமாக அவள் இருந்ததுதான் இப்போது பிரச்சினை.

ஊரில் இருக்கும் மூத்தவர்கள் அவளை எப்படி எதிர்க்கொள்வார்கள் என்று நினைக்கவே பயமாக இருந்தது. அவர்கள் கிழிக்கும் கோட்டைத் தாண்ட எந்தக் கொம்பனுக்கும் இங்கு தைரியம் இருந்ததில்லை. ஒரு பெண்பிள்ளை முரண்டு பிடித்தால் என்ன ஆகும்?

"அரே கிருஷ்ணா? என்ன யோசனையில் ஆனாப் பாக்காமியே போறே?"

அவன் நிமிர்ந்தான். சோட்டூ ராம் வாயில் வெற்றிலை மென்றபடி சாய் கடை அருகில் நின்றிருந்தான்.

சோட்டூவைப் பார்க்கும்போதெல்லாம் ஏற்படும் அடிவயிற்று சங்கடம் இப்பவும் ஏற்பட்டது.

"ஒண்ணுமில்லையே, ஏதோ யோசனையிலே இருந்தேன்."

"அதான் கேக்கறேன் என்ன யோசனைன்னு. உன் பெண்டாட்டி நூறு வேலை பார்க்கறா. அவளுக்கில்லாத யோசனையா உனக்கு?"

கிருஷ்ணதாஸ் யோசனையுடன் சோட்டூவைப் பார்த்தான். சோட்டு கிண்டலடிக்கும் ஆள் இல்லை. யதார்த்தமாகப் பேசுபவன். இந்த பிஷ்ணோய் காப் பஞ்சாயத்தினால் காயப்பட்டவன். காயப்பட்டானோ இல்லையோ வாயைத் திறக்க மாட்டான்.

''அவளாலேதான் யோசனை''.

''ரொம்ப யோசிக்காதே, சுஷ்மா சமாளிப்பா''

''தெரியல்லே, போட்டு கவலையா இருக்கு.''

''கவலைப்படாதே. இந்த சமூகத்திலே நம்ம சொந்தப் பிரச்சினைகளுக்கு இடமில்லை சொந்தக் கவலைகளுக்கு அர்த்தமில்லே''

கிருஷ்ணதாஸ் லேசாகச் சிரித்தான்.

''அது அவ சொந்தப்பிரச்சினை இல்லையாம். பொதுப்பிரச்சினையாம்.''

''அப்ப வேற வழியில்லே, காப் பஞ்சாயத்தைக்கூட்டச் சொல்லுவாங்க.''

கிருஷ்ணதாஸ் அதற்குப் பதில் சொல்லாமல் அவனை யோசனையுடன் பார்த்தான்.

''சாயந்திரம் வயல் பக்கமா வர்றியா? காலார நடக்கலாம்''

சோட்டூ அவனை தீர்க்கமாகப் பார்த்தான்.

''சரி... ஆறுமணிக்கு?''

''சரி''.

சுஷ்மா யோசனையுடன் எதிரில் வட்டமாக அமர்ந்திருந்த அந்தப் பெண்களைப் பார்த்தாள். மதியம் மூன்று மணி வெய்யில் பளீரென்று அடித்தது. கோவிலுக்குப் பக்கமாக இருந்த அந்தப் புராதன கேஜரி மரம் அன்று பிறந்ததுபோல் பச்சைப் பசேல் என்ற இலைகளுடன் பளபளத்தது. லேசான மஞ்சள் நிறப்பூக்கள் அடர்ந்த இலைகளைமீறிச் சிரித்தன.

மரம் விரித்திருந்த பரந்த நிழலில் மண்தரையில் அவர்கள் அமர்ந்திருந்தார்கள். வண்ண வண்ண சேலைத் தலைப்புகளால் முகத்தைப் போர்த்தியபடி. மஞ்சள், சிவப்பு, பச்சை, நீலப் பொதிகள் வட்டமாக அமர்த்தி கலக்கப்பட்டிருந்ததுபோல். அவர்கள் விடும் மூச்சுக்காற்றில் முகத்தை மூடிய சேலைத் தலைப்பு மட்டும் உப்பி எழுந்து தணிந்தது. ஆடாமல் அசையாமல், பேசாமல் இடித்த புளி மூட்டைகணக்காய் அமர்ந்திருந்தது கும்பல். கூட்டத்தின் மௌனம் அவருக்கு ஆத்திரத்தை ஏற்படுத்திற்று. உண்ட மயக்கமா? எல்லோரும் அந்த முக்காட்டிற்குள் ஒளிந்தபடி உறங்குகிறார்களா என்ன?

"என்ன, நா சொன்னது. காதிலே விழுந்ததா? யார்கிட்டேருந்தும் பதிலைக் காணோம்? தூங்கறீங்களா?"

அவளுடைய குரல் சற்றே உயர்ந்தது.

அவளருகில் அமர்ந்திருந்த சம்பா லேசாக முக்காட்டை விலக்கி அவளைப் பார்த்துச் சிரித்தாள்.

"தூக்கமா? நீ விஷயம் சொன்ன அன்னிலேந்து தூக்கமே போச்சு ரா வேளையிலே. அதனாலெ இப்ப வேளைகெட்ட வேளையிலே சிலருக்குத் தூக்கம் வருதோ என்னவோ?"

"ஐய்யோ ஆமாம்." என்றாள் ஒருத்தி, புஷ்பாவாக இருக்கவேண்டும். சரியான தூங்குமூஞ்சி.

"அதோட பக்குபக்குங்குது இப்பவே கள்ளத்தனம் செஞ்சாப்பலே"

"வீட்டு ஆண்பிள்ளங்க ஒத்துக்க மாட்டாங்க சுஷ்மா!"

சுஷ்மா சற்று அதட்டலாகச் சொன்னாள்,

"அவங்க ஒத்துக்கமாட்டாங்கதான் கிருஷ்ணாவும் வேண்டாம் என்கிறான். ஆண்களைப் பாதிக்காத விஷயம் இது. இருக்கிறபடியே இருக்கறது அவங்களுக்கு சௌகரியம். நம்மைன்னா இந்த வழக்கம் கட்டிப் போடுது? அடிமைபோல், எதுக்காக?"

"சுஷ்மா, நீ என்னவோ சொல்றே. இதெயெல்லாம் யாரும் கேள்வி கேட்டதே இல்லே. நாம் கேட்டோம்னு வெச்சுக்க, இனிமே இப்படி இந்த கேஜ்ரி மர நிழல்லேகூட உக்கார விடமாட்டாங்க."

சுஷ்மாவுக்குப் பொறுமை நழுவிக்கொண்டு வந்தது. இந்தப் போரில் தான் தனி ஆளாக ஜெயிப்பது என்பது அசாத்தியமான காரியம் என்று அவளுக்குத் தெரியும்.

"இதப்பாருங்க, எல்லாரும் ஒண்ணு சேர்ந்தாதான் இது நடக்கும்" என்றாள் சுஷ்மா.

எதிரில் அமர்ந்திருந்த பெண்களிடமிருந்து பதிலே இல்லை. அவளுக்கு வருத்தமாக இருந்தது. இவர்களைச் சொல்லிக் குற்றமில்லை என்று நினைத்துக்கொண்டாள்.

"பயப்படாதீங்க, யாரும் கேள்வியே கேக்காம இருந்து வழக்கமா போச்சு இங்கே, நல்ல விஷயம்னா, அவசியமான சமாச்சாரம்னா, காப்காரங்க போடற கட்டளையை ஏத்துக்குவோம். தேவை இல்லாத கட்டுப்பாடு எதுக்குன்னுதான் நா கேக்கறேன். உலகம் பூரா இப்படியா இருக்குன்னு நா கேக்கல்லே. இப்ப நம்ம உலகமே மாறிகிட்டு வந்து கொஞ்சம் கொஞ்சமா, ஆண்கள் வெளியூர் போய் சம்பாதிக்கிறாங்க. சினிமா வந்துடுச்சு, தொலைக்காட்சிப் பெட்டியை வீடு வீடா போய் கொடுக்கறாங்க. மத்த ஊரிலே என்ன நடக்குதுன்னு தெரியவந்திருக்கு. நாம் இன்னும் ஜம்பேஷ்வரர் காலத்திலேயே இருக்கணும்னு இவங்க நினைப்பா? ஏண்டி பதில் சொல்லுங்களேன்?"

"நாம் வித்தியாசமானவங்கன்னுதான் இவங்களுடைய தர்க்கமே. நாம் நினைச்சா ஆச்சா சுஷ்மா? காப் பஞ்சாயத்துக்காரங்களுடைய கோபத்துக்கு ஆளானா என்ன ஆகும் தெரியுமில்லே? கொன்னு போடுவாங்கடீ!"

"போடட்டும் பார்க்கலாம்" என்றாள் சுஷ்மா கோபத்துடன்.

வெகுநேரம் அந்தப் பெண்கள் வாயே திறக்காமல் உட்கார்ந்திருந்தார்கள். இது ஒரு தோற்கவேண்டிய யுத்தம் என்ற நிராசை சுஷ்மாவை பலவீனப் படுத்தியது. ஒரு வாரமாக அவர்களுடன் பேசிப்பார்க்கிறாள். அங்கிருந்து கிளம்பியதுமே அவளது வார்த்தைகளைக் கடாசி விடுகிறார்கள். இவர்கள் ஒரு போர் போதனையில் மாறமாட்டார்கள். ஆனால் இவர்களது ஒத்துழைப்பு இல்லாமல் போரை ஜெயிக்கமுடியாது. இவர்கள் யோசிக்கவே பயப்படுபவார்கள்.

தனது ஏமாற்றத்தை வெளிப்படுத்தாமல் மிக மெல்லிய குரலில் அவள் சொன்னாள்.

"பெண்களக் காவு வாங்கறது இந்த மண்ணுக்குப் புதுசில்லே. இத்தனைக்கும், பெண்கள் போட்ட சண்டையினால்தான் இங்க இன்னும் மழை பெய்யுது. மரத்தை வெட்டினா பூமி தாங்காதுன்னு ஒரு பெண்தானே சண்டை போட்டா? அவளை ராஜாவுடைய ஆட்கள் கொன்னாங்க. அதைக்கண்டு ஊரிலே இருந்த மத்த பெண்கள் ஓடி ஒளியலே. எங்களையும் கொல்லுங்க. மரத்தை வெட்டறதை அனுமதிக்க மாட்டோம்னு பாஞ்சு வந்தாங்க. ஆண்களும் சேந்துகிட்டாங்க. முன்னூத்தி அறுபத்துமூணு பேர் செத்துப்போனாங்க. பெண்பாவம் பொல்லாதுன்னு ராஜாவுக்குத் தெரியும். நடுங்கிப் போனானா இல்லையா? அந்தப் பாவத்தைப் போக்கத்தான் ஜம்பேசுவரர் வந்தார். இன்னின்ன காரியத்தை ராஜாவும் சனங்களும் செய்யணும்னார். சரித்திரம் தெரியுமாடி இவங்களுக்கு?"

"அது வேற கதை சுஷ்மா" என்றாள் ஒருத்தி சோர்வுடன். ஆமாம் என்பதுபோல் மற்றவர்கள் தலையசைத்தார்கள்.

"இது நமக்கு மட்டும் ஏற்பட்ட விதி. காப் பெரியவங்க ஒத்துக்க மாட்டாங்க."

சுஷ்மா தீவிர யோசனையில் ஆழ்ந்தாள். "அதான் எனக்குப் புரியல்லே, அம்ருதா தேவிக்கு சிலை வெச்சு கும்பிடறாங்க. கோவில் சுவர்லே அவ கதையைச் சொல்றாங்க. நமக்கிருக்கிற

கட்டுப்பாடு அவளுக்கு இருக்கல்லே. அதனாலெதானே, தைர்யமா ராஜாவுடைய ஆட்களை நேரப் பார்த்துக் கேள்வி கேட்டா?''

பிறகு மெல்லச் சொன்னாள். ''எல்லா கட்டளைகளும் அவங்கதான் போடணுமா? மாத்தவே முடியாதா? வேடிக்கையா இல்லே? என்னை ஒருபக்கம் பஞ்சாயத்துத் தலைவியா ஆக்க சம்மதிக்கிறாங்க. இன்னொருபக்கம் நாங்க கிழிச்ச கோட்டை நீ தாண்டக்கூடாது என்கிறாங்க. இதக்கேளுங்க. இந்தப் பதவி எனக்கு மட்டும் வந்ததில்லே. நீங்களும் இதிலே இருக்கீங்க. நாம் சேர்ந்து போராடணும், இல்லேன்னா. அந்த அம்ருதா தேவி செத்தாளே அது மாதிரி சாவோம். சாகடிக்கிறது இங்க புதுசில்ல.''

திடீரென்று யாரோ விசித்து அழுவதுபோல் இருந்தது. சுஷ்மா திடுக்கிட்டுப் பார்த்தாள். தலைப்பு முக்காடாய் மறைத்திருந்த முகத்தை மூடிக்கொண்டு சமேலி அழுதுக்கொண்டிருந்தாள். சுஷ்மா சட்டென்று அவளருகில் சென்று தோளை அணைத்தாள்.

''அழு சமேலி, இப்பவாவது அழு, நடந்ததை எல்லாம் நீ மறக்கக்கூடாது. எல்லாத்தையும் வாயை மூடிக்கிட்டு நீயும், உன் புருஷனும் ஏத்துக்கிட்டீங்க, அவங்க தீர்ப்பு நியாயம்தான்னு நினைக்கிறாப்பலே. அப்ப அது தப்புன்னு நினைச்சவங்க நிறைய பேர். ஆனா அப்ப நம்ம ஜனம் ஒண்ணு சேராததாலேதான் அந்த அநியாயம் நடந்தது.''

சமேலி அழுவதைப் பார்த்து மற்றவர்களும் கலங்கினார்கள். ஒப்பாரி பாடக்கூட ஆரம்பிப்பார்கள் என்று சுஷ்மா நினைத்தாள். அதற்குமேல் எதுவும் செய்யும் திராணி இல்லாதவர்கள் இவர்கள் என்று அவளுக்குத் தெரியும்.

சமேலி இன்னும் அழுது கொண்டிருந்தாள். சற்றுமுன் யாரோ இறந்துபோனதுபோல. எதிரில் பிரேதம் கிடப்பதுபோல.

சுஷ்மா அவளை காத்துக்கொண்டு சமாதானப்படுத்தினாள்.

"அன்னிக்கு உனக்கு அழக்கூட முடியாம போச்சில்லே? அழுதா காப் காரங்களை விரோதிச்ச மாதிரி ஆகும்னுதானே நடந்த அத்தனைப் பெரிய அநியாயத்தை ஊரே வாயை மூடிக்கிட்டு பேசாம இருந்தது? நமக்கு அன்னிக்குத் துணிச்சல் இருந்திருந்தா, எல்லாரும் சேர்ந்து குரல் எழுப்பியிருந்தா, உனக்கு இந்தத் துக்கம் ஏற்பட்டிருக்காது.

ஊர் உலகத்திலே என்னென்னவோ அநியாயம் நடக்குது. கொலைகாரனையும் திருடனையும் அவங்க ஒண்ணும் செய்யல்லே குல கௌரவம் எங்கேயிருந்து வருது? மனுஷத்தனம் இல்லாத குலப் பெருமை நமக்கு வேணாம்! ஒரு பெண்ணோட மனசு எப்படிப்பட்டதுன்னு அவங்களுக்குத் தெரியுமா? பெண்ணுக்கு மனசுன்னு ஒண்ணு இருக்கறதுகூடத் தெரியுமா? அழாதே சமேலி. உன் துக்கத்துக்கும் நம்முடைய இன்னிய போராட்டத்துக்கும் என்ன சம்பந்தம்னு கேக்காதே. எல்லாத்துக்கும் சம்பந்தம் இருக்கு, சங்கிலி கோத்தமாதிரி, எல்லா அடையாளத்துக்கும் அர்த்தம் இருக்கு. முகமே இல்லாத கும்பலா போயிட்டோம். இப்படியே வாயை மூடிக்கிட்டு இருந்தோம்னு வெச்சுக்குங்க, நமக்குன்னு அடையாளமே இருக்காது. அவங்க சொல்றதுதான் நியாயம்னு ஆயிடும்"

யாரும் போயே திறக்கவில்லை. வெகுநேரம் எதற்கோ துக்கம் அனுசரிப்பதுபோல் உட்கார்ந்திருந்தார்கள்.

சமேலி கண்களைத் துடைத்துக்கொண்டு அவளை நிமிர்ந்து பார்த்துச் சொன்னாள்,

"அது உண்மைதான் சுஷ்மா அநியாயத்தை நியாயம்னு நம்ப வைக்கிற கும்பல் இது"

ஆச்சரியமாக இருந்தது சமேலியின் பேச்சு. பாதி யுத்தத்தை ஜெயித்துவிட்டதுபோல் இருந்தது சுஷ்மாவுக்கு.

அவள் எழுந்தாள்,

"நல்லா யோசிச்சுப் பாருங்க. வீட்டை விட்டு புருஷனை விட்டு ஓடப்போறோம்னா சொல்றோம்? ஒரு சின்ன விஷயத்தை வேலிபோல் ஆக்கி வெச்சது யாரு?"

அவள் நடக்க ஆரம்பித்தாள். பிறகு நின்று, ''இன்னிக்குக் கோவிலுக்கு எல்லாரும் வாங்க, சாயங்காலப் பூஜையை சேர்ந்து செய்வோம்.''

''என்ன விசேஷம் சுஷ்மா?''

''பெண்கள் பள்ளிக்கூடம் ஒண்ணு கட்டணும், அதுக்கு சீட்டுபோட்டு ஒரு பேரை எடுக்கணும், அம்ருதா மாதாஜி சன்னிதியிலே.''

''அம்ருதா தேவியுடைய பேரையே வைக்கிறது.''

''பாப்போம், சாமி என்ன சொல்லுதுன்னு.''

திரும்பி பஞ்சாயத்து ஆபீசை நோக்கி நடக்கும்போது இன்று என்றுமில்லாத வகையில் மனசு சோர்ந்திருந்தது. சமேலி குலுங்கக் குலுங்க அழுத்து காரணமாக இருக்கலாம். இன்று அழுகிறாள் புதைந்துப்போன உணர்வு சிலிர்த்து விழித்த மாதிரி. அன்று அவளும் எத்தனை ஆக்ரோஷத்துடன் இருந்தாள் ஏதோ நடக்கக்கூடாதது நடந்த மாதிரி? நடக்கக்கூடாதது நடந்தபோது அதை ஆமோதிப்பவள் போலல்லவா மௌனமானாள்? இப்போது கதையெல்லாம் முடிந்தபிறகு சொல்கிறாள்,

''அநியாயத்தையும் நியாயம்னு நம்ப வைக்கிற கும்பல் இது'' என்று எல்லாரையும் எப்படி அப்படி நம்பவைக்க முடிகிறது? பயமுறுத்த முடிகிறது?

தெருவில் குழந்தைகள் விளையாடிக்கொண்டிருந்தார்கள். சிறுவர் சிறுமியர், பேதம் பாராமல். குதூகலமாய், ஆண் குழந்தைகள் பெண்களுடன் சேர்ந்து பாண்டி ஆடினார்கள். ஒரு சிறுமி கோலி ஆடிற்று. கைக் கொட்டிச் சிரித்தார்கள். என்ன சிரிப்பு! கோவில் மணி அடிப்பதுபோல. தெய்வீகச் சிரிப்பு. சுஷ்மாவின் கண்களுக்கு நட்சத்திரப் பூக்களாகத் தெரிந்தார்கள். வீட்டுக்கு வீடு நான்கு ஐந்து குழந்தைகள். அவளுக்குத்தான் கொடுப்பினை இல்லை என்று தோன்றிற்று. கிருஷ்ணாவுக்கு அது பெரிய ஏக்கம் என்று அவளுக்குத்

தெரியும். அவளுக்கும் ஏக்கம் இருந்தது என்பது அவனுக்குத் தெரியாது. பெண் குழந்தை வேண்டும் என்று அவளுக்கு ஆசை. ஆனால் சமேலியின் பெண்ணுக்கு நடந்த அக்கிரமத்தைக் கண்ட அன்று வீட்டுக்கு ஓடி முற்றத்துத் தூணை அணைத்து அவள் கதறியபோது, அருகில்வந்து அமர்ந்த கிருஷ்ணதாசை அணைத்துக்கொண்டு சொன்னது நேற்றுபோல இருக்கிறது.

"வேண்டாம், வேண்டாம், நமக்குக் குழந்தைகளே வேண்டாம், என் குழந்தையையும் இந்த காப் பஞ்சாயத்து பொசுக்கிப்போடும். நா சமேலி இல்லே. எல்லோரையும் பொசுக்கிடுவேன். எல்லார் தலையையும் சீவிட்டு வருவேன். ஊர் பெரியவங்கன்னு சொல்லித் திரியற யமன்களை நா கொல்லுவேன்! காளி மாதிரி!"

கிருஷ்ணதாஸ் கலவரத்துடன் அவளது வாயை மூடினான்.

"பேசாம இரு சுஷ்மா, யார் காதிலேயாவது விழப்போகுது"

அவளுக்கு இன்னும் அதிகமாக ஆத்திரமும் கண்ணீருமாய் வந்தது.

"ஐய்யோ, நீ என்ன ஆளு! முதுகெலும்பில்லாத ஆளு எல்லாரும் வாயை மூடிக்கிட்டு இருங்க. மத்தவங்க வாயையும் மூடுங்க. அதான் அக்கிரமம் நடக்குது நம்ம வழக்கம், கௌரவம்னு. தூ!"

கிருஷ்ணதாஸ் அவளைக் கோபிக்கவில்லை. அணைத்த கையை விலக்கவில்லை.

"நா ஒண்டி ஆளு என்ன செய்யட்டும், என்ன செய்யட்டும்?" என்று புலம்பியவண்ணம் அவளது முதுகை வருடியபடி இருந்தான்.

அன்று இரவு அம்ருதா தேவி அவள் கனவில் வந்தாள் தலைவிரி கோலமாய், கண்கள் தீக்கங்குகளாய் ஒளிர்ந்தன.

"கிளம்புங்க எல்லாரும்!" என்றாள்.

''ராஜாவுடைய ஆட்கள் வராங்க, நாம தெய்வமா நினைக்கிற கேஜ்ரி மரங்களை வெட்ட வராங்க, தடுக்கணும் போங்க.''

அவளுக்கு நா நமந்து போயிற்று.

''ஐய்யோ, எப்படி தடுப்போம் அக்கா? அவங்க கையிலே கத்தி இருக்கும் நீளமா, நம்மை வெட்டிச் சீவிடுவாங்க.''

அம்ருதா தேவி அவளைக் கேவலமாகப் பார்த்தாள்,

''அடச்சீ துப்பு கெட்டவளே! நமக்குக் கை இருக்கில்லே? மரத்தை வளைச்சு நிப்போம். அதை மீறி அவன் சீவட்டும் நம்ம தலையை, தரையிலே விழற நம்ம தலை திரும்பி முளைக்கும். வெட்ட வெட்ட அவனைப் பழிவாங்கும். நீ வரல்லேன்னா போயேன். என் பெண்ணுங்க வருவாங்க.''

''வரேன் வரேன்'' அவள் தலைதெறிக்க ஓடினாள்.

ஜோத்புர் மஹாராஜாவின் ஆட்கள் படையாக வருகிறார்கள். ''ஏயப்பா, கையில் அரிவாளும் உடைவாளுமாக, அம்ருதா தேவி மரத்தை அணைத்துக்கொண்டு கத்துகிறாள்.''

''போங்கள். அநியாயம் செஞ்சா மரம் உங்களை சும்மாவிடாது. சாபமிடும்.''

வீரர்கள் அட்டகாசமாகச் சிரிக்கிறார்கள்.

''ராஜாவுக்கு புதுசா அரண்மனை கட்டறாங்கன்னு தெரியாது? அதுக்கு மரம் வேணும். நகரு மூடமே!''

''முடியாது. மரம் எங்களுக்கு சொந்தம். கை வைக்க உங்களுக்கு உரிமை இல்லே.''

''நகரு நகரு, மாட்டியா?''

''மாட்டேன். என்னை வெட்டுங்க மரத்தை வெட்டுறதுக்கு முன்னால!''

சதக் என்று அம்ருதா தேவியின் தலை கீழே விழுகிறது. எங்கிருந்தோ அம்ருதாவின் மூன்று புதல்விகள் ஓடிவந்து மரத்தை அணைக்கிறார்கள்.

"மாட்டோம் வெட்ட விடமாட்டோம், சுஷ்மா நீயும் வா"

அவளும் ஓடுகிறாள். மரத்தைக் அணைக்கும்போது பிரபஞ்சத்தை அணைப்பதுபோல மெய்சிலிர்க்கிறது. வாழ்வாதார வேர்களைத் தொடுவதுபோல் பிரவாகமாய் கண்ணீர் பெருகுகிறது.

சதக் சதக்கென்று ஒவ்வொரு தலையாய் மண்ணில் விழுகிறது.

அவளுக்கு ஆச்சரியமாக இருக்கிறது. வலியில்லை. புத்துயிர் பெறுவதுபோல் இருக்கிறது. விழும் தலையெல்லாம் இரண்டாய், பத்தாய், இருபதாய், நூறாய் எழுகின்றன. தலைமுடியெல்லாம் வாள்களாய், கூர்முனைப்புடன், டக் டக்கென்று நடக்கின்றன... வாளை நீட்டியபடி... நாற்சந்திக்கு... காப் பஞ்சாயத்துத் தலைவர்கள் பீதியுடன் நிற்கிறார்கள்.

சுஷ்மாவுக்கு இப்பவும் சிலிர்க்கிறது அந்த முடிவுபெறாத கனவை நினைத்து. அந்தக் கனவுக்கு ஏதேனும் அர்த்தமுண்டா? அம்ருதா தேவி வந்தது தத்ரூபமாக இருந்தது. இப்பவும் நிஜம்போல். அவளுக்கு ஏதேனும் சேதி சொல்ல வந்தாளா என்ன? அவளுடைய வீரக்கதையைக் கேட்டு கேட்டு வளர்ந்த உடம்பு இது. கதை கேட்டதோடு நிற்காதே என்றாளா?

ஆனால் எதுவும் செய்யமுடியவில்லை. ஊர் எப்பவும்போல் இருந்தது பாவ மூட்டையை சுமப்பது உணராமல்.

கிருஷ்ணதாஸிடம் கனாவைப் பற்றிச் சொன்னபோது பதைத்துப் போனான். அவளைத் தலைமுழுகச்சொல்லி கோவிலுக்குச் சென்று படையல் போட வைத்தான். "கனாவைப்பத்தி யார்கிட்டயும் சொல்லாதே" என்றான். "முக்கியமா சோட்டூவுடைய காதுக்குப் போயிடக்கூடாது. பாவம் அவன் ஏற்கனவே ஏதோ தெய்வ குத்தம்னு நினைக்கிறான்."

அவளுக்குச் சமேலியையும் புரிந்துக்கொள்ள முடியவில்லை. அந்த ஆண்களையும் புரிந்துக்கொள்ள முடியவில்லை, சமேலியாவை பார்க்கும் போதெல்லாம் கனா

நினைவு வந்தது. அன்று நடந்த பயங்கரம் நினைவுக்கு வந்தது. ஒரு பச்சைத் துரோகத்தை. கிராதகத்தை இவர்கள் நீதி என்று நினைக்கிறார்கள். பெண்கள் முக்காட்டிற்குள் தங்கள் உணர்வுகளைப் புதைத்துக்கொண்டு வளைய வந்தார்கள். எது சாமி குத்தம்?

பஞ்சாயத்து ஆஃபீஸில் அன்றைய கணக்குகளை சரி பார்த்தபின் அவள் வீட்டிற்குக் கிளம்பினாள்.

பட்சிகள் ஏகமாய் இரைச்சல் போட ஆரம்பித்துவிட்டன. கூட்டிற்குத் திரும்பும் ஆரவாரத்தில், அவள் வேகமாக நடக்க ஆரம்பித்தாள். லேசாக இருள்கவ்வ ஆரம்பித்திருந்தது. இன்று எல்லாப் பெண்களையும் கோவிலுக்கு வரச்சொன்னது நினைவுக்கு வந்தது. அந்த சன்னிதியில் பெண்கள் எப்பவும் நெகிழ்ந்து போவார்கள். அந்த தேவிதான் அவர்களுக்கு தைரியம் கொடுக்க வேண்டும்.

அவள் சட்டென்று நின்றாள். வழியை மறித்து சமேலியின் பெண் பப்லி நின்றிருந்தாள். அதே அழகு. வாழைக்குருத்து போல கையும் காலும். கண்களில் ஆழம் காணாத சோகம்.

பப்லியா? அழுகிறாளா?

பப்லி பப்லீ பப்லி ஓட ஆரம்பித்தாள்.

பப்லி, நில்லு ஓடாதே.

சுஷ்மா மார்பு படபடக்க அவள் பின்னால் ஓடினாள். மூச்சு இறைத்தது.

பப்லியின் ஓட்டத்துடன் ஈடுகொடுக்க முடியவில்லை. பப்லி காணாமல் போனாள்.

மூச்சிரைக்க அவள் வந்து நிற்பதைக்கண்டு கிருஷ்ணதாஸ் "என்ன ஆச்சு? யாரோ துரத்தினமாதிரி ஓடி வர்றே?" என்றான்.

அவள் தன்னை ஆசுவாசப்படுத்திக் கொண்டாள். இவனிடம் "நா இப்ப பப்லியைப் பார்த்தேன்" என்றால், பித்து பிடிச்சுப்

போச்சு உனக்கு என்பான் அல்லது இன்னொரு படையல் வை என்பான்.

"ஒண்ணுமில்லே, நேரமாச்சுன்னு வேகமா நடந்தேன். சமையல் செஞ்சுவெச்சு கோவிலுக்குப் போகணும். இன்னிக்கு சில பெண்கள் விசேஷ பூஜை பண்றாங்க" என்றபடி உள்ளே சென்றாள்.

சமையல் செய்யும்போதும், கோவிலை நோக்கி நடக்கும்போதும், பப்லியின் முகமே எதிரில் நின்றது. ஏன் வந்தாள் இன்று? அல்லது எனது கற்பனையா?

அவன் கோவிலுக்குள் நுழைந்தபோது இன்னும் எவளும் வந்திருக்கவில்லை. ஆனால் பக்தர்கள் வந்தவண்ணம் இருந்தார்கள். இருண்ட மூலையிலெல்லாம் விளக்கேற்றி ஜகஜ் ஜோதியாக்கினார்கள். யாரோ பஜனை பாடிக் கொண்டிருக்க, கூட்டம் அதில் நெகிழ்ந்து அமர்ந்திருந்தது. சுவரில் ஓவியமாய் தீட்டப்பட்டிருந்த அம்ருதா தேவியின் சரித்திரம் உயிர் பெற்றவைபோலப் பேசின. ஜோத்பூர் ராஜாவின் ஆட்கள் வரும் குளம்பொலி கேட்பதுபோல் இருந்தது.

ஆவேசத்துடன் நிற்கும் அம்ருதாதேவியின் உருவம் அடிவயிற்றில் ஜில்லிப்பை ஏற்படுத்திற்று. மண்ணையும் மரத்தையும் தனது உயிருக்கு மேலாய் நேசித்த பெண். அதிகாரத்தைக்கண்டு அஞ்சாத பெண் இப்போது ஏன் இப்படி ஜடமாகிப் போச்சு இந்த பிஷ்ணோய் பெண் இனம்? வண்ண வண்ண பொதிகளாய் முகத்தை மூடி மௌனமாக அவர்கள் இன்று காலை அமர்ந்திருந்தது நினைவுக்கு வந்தது.

எல்லாரையும் உலுக்க வேண்டும்போல இருந்தது. அசைக்க முடியாதா என்ன? இப்பவும் நெஞ்சில் ஈரம் மிகுந்தவர்கள் அவர்கள். ஒரு முலையை பெத்த பிள்ளைக்கும், இன்னொரு முலையை சிங்கார மானுக்கும் கொடுத்துப் பாலூட்டும் பெண்கள் இங்கு உண்டு. ஒரு சின்ன சலனம் ஏற்பட்டால் போதும். அவர்கள் யோசிக்க ஆரம்பிக்கலாம் தங்களுடைய

சொந்த இழப்புகளைப்பற்றி. இன்று அழுதாளே சமேலிக்காக, கொஞ்சமாவது மாற்றம் வந்திருக்காதா?

அவள் யோசனையுடன் நகர்ந்தாள்.

அடுத்த சுவரில் ஐம்பேஷ்வரரின் சரித்திரம் ராஜா செய்த அக்கிரமத்தினால் பூமி வறண்டு சபிக்கப்பட்டதாய் போனபின் அதை மீட்க வந்த மகான். மண்ணையும், மரத்தையும், நீரையும், பட்சியையும் தெய்வமாக நினைக்கச் சொன்ன அவர்களது குரு. அதற்கு இருபத்திஒன்பது கட்டளைகளை வகுத்தவர். இனத்துக்கு பிஷ்ணோய் என்றே பெயரிட்டவர். யாருக்கும் அந்தக் கட்டளைகளை மீறும் மறதி கூடாது என்று.

அவர் பெயரைச் சொல்லி இப்போது புதிய புதிய கட்டளைகளைப் போடுகிறார்கள். கேஜரி மரக்காட்டை வேலி போட்டுத் தடுத்தும், யார் யாரோ சினிமாக்காரன் வந்து சிங்காரி மானை வேட்டையாடி விட்டுப் போவது எப்படி என்று புரியவில்லை. சிலர் கண்டும் காணாமல் இருக்கிறார்கள். அல்லது பேருக்கு வழக்கு போடுகிறார்கள். எல்லா ஜீவராசியும் தெய்வம் என்று சொன்ன ஜம்பேச்வரருக்கு இவர்கள் பூஜை போடுவதோடு சரி. அவர் இன்று இருந்தால், அவளுடைய கோரிக்கையை நிச்சயம் ஏற்றிருப்பார் என்று அவள் நினைத்துக் கொண்டாள். பெண்களையும் இளசுகளையும்கூட மரத்துக்கு வேலி போடுவதுபோல வேலி போட்டு காப் பஞ்சாயத்து கட்டுப்படுத்தப் பார்ப்பது மூடத்தனம் என்றிருப்பார்.

சுஷ்மா ஓவியங்களைப் பார்த்தபடி நகர்ந்தாள். அவள் திடுக்கிட்டு நின்றாள். மூலையில் பப்லி நின்றிருந்தாள். அதே சோகம் கண்களில்.

''பப்லி வா, என்ன வேணும் சொல்லு?''

பப்லி பின்னால் நகர்ந்தவண்ணம் இருந்தாள். சுவர் பின்னுக்கு நகர்ந்தது, ஆழமாய் கர்ப்பக்கிரகம் நகர்வதுபோல்.

''பப்லி போகாதே, சொல்லு. என்ன வேணும் சொல்லு. நீ ஏன் எங்கிட்ட முன்னமேயே வரல்லே? இப்ப வா, சொல்லு.''

அவள் நகர நகர, பப்லி பின்னால் நகர்ந்தவண்ணம் இருந்தாள்.

"சுஷ்மா, நீ இங்கிருக்கியா? நாங்க அந்தப் பக்கம் தேடறோம்?"

அவள் திரும்பினாள். கூப்பிட்டவர்கள் எல்லாரும் நின்றிருந்தார்கள்.

அவள் முலையைப் பார்த்தாள். பப்லியைக் காணோம்.

அவர்கள் அம்ருதா தேவி சன்னிதிக்குச் சென்று பூஜையை ஆரம்பித்தார்கள். ராதாவும் ரோஷ்ணியும் ஆரத்தி எடுத்தார்கள். பாட்டொலியும் மணிஒலியும் இரத்த நாளங்களை ஊடுருவி, கண்களில் நீராய் வழிவதை சுஷ்மா கவனித்தாள். சமேலி முதுகு குலுங்க அழுதாள். பிரார்த்தனையின் போதெல்லாம் பெண்கள் அழுகிறார்கள். அழுவதற்கு வேறு இடம் இல்லாததுபோல். அம்ருதா தேவி கல்லாய் நின்றிருந்தாள். மங்கல ஆரத்தி முடிந்தது. கற்பூரத்தை ஒற்றிக்கொண்டு எல்லோரும் கண்களைத் துடைத்துக் கொண்டார்கள்.

"சீட்டுப் போடுவமா?"

எல்லாரும் வரிசையாக இருக்க, சுஷ்மா நாலைந்து மடித்த சீட்டுத் துண்டுகளை சன்னிதியின் முன் வைத்த பித்தளைத் தட்டில் குலுக்கிப்போட்டாள். அங்கு வந்த ஒரு சிறுமியை எடுக்கச் சொன்னாள்.

சிறுமி ஒரு துண்டை எடுத்து நீட்டினாள்.

"உனக்குத்தான் படிக்கத் தெரியும். படி சுஷ்மா" என்றாள் சமேலி.

சுஷ்மா பிரித்தாள். தொண்டையில் பந்தாக அடைத்தது. செருமிக்கொண்டு படித்தாள்.

"பப்லி" ஒரு அதிர்ந்த மௌனம் அவர்களை ஆட்கொண்டது.

எல்லோரும் அவளை நம்ப முடியாமல் பார்த்தார்கள். எல்லார் முகங்களும் பீதியிலோ, உணர்ச்சிவசப்பட்டோ பளபளத்தன.

ஒருத்தரை ஒருத்தர் பார்த்துக்கொண்டார்கள்.

"என்ன அதிசயம்டீ இது?"

"அம்ருதா தேவியுடைய இச்சை அது" என்றாள் சுஷ்மா.

"நா தேவியுடைய பேரையும் வெச்சேன். ஜம்பேசுவர்னு கூட வெச்சேன். செத்துப்போனவங்களும் நமக்கு தெய்வம்தான். அதனாலே பப்லியின் பேரிலே ஒண்ணு எழுதினேன். இந்த சீட்டுதான் நமக்குக் கிடைச்சுது. பப்லியை நாம் மறக்கக்கூடாதுங்கறா தேவி."

பிறகு குரலைத் தாழ்த்திச் சொன்னாள். "எந்த அநியாயத்தையும், சின்னதோ பெரிசோ நாம ஏத்துக்கக் கூடாதுன்னு தேவி சொல்றமாதிரி இருக்கு எனக்கு."

சமேலி அவளை அணைத்துக்கொண்டு மீண்டும் அழுதாள்.

அதற்குபிறகு அவர்களுடன் சன்னிதியிலேயே ஒரு மூலையில் அமர்ந்து சுஷ்மா வெகுநேரம் பேசினாள் மெல்லிய குரலில். அந்தச் சூழலில் அவர்கள் என்றும் இல்லாத வகையில் நெகிழ்ந்திருந்ததைப்போல இருந்தது.

"ரொம்ப இரகசியமா செய்யணும், புருஷனுக்குகூடச் சொல்லக்கூடாது. உறுதியோட இருங்க, நம்ம பக்கம் நியாயம் இருக்குன்னு நீங்க எல்லாரும் நம்பணும்"

மற்றவர்கள் மௌனம் சாதிக்க "நா உன் பக்கம்" என்றாள் சமேலி.

"எனக்கு இன்னிக்கு நிச்சயமா தோணுது சுஷ்மா. அம்ருதா தேவி நமக்குத் துணை இருப்பா. நீங்கள்ளாம் சேரமாட்டீங்களா?"

"வரோம்" என்றார்கள் கடைசியில்.

"இதப்பாருங்க, சாமி சன்னிதியிலே உறுதிமொழி குடுத்திருக்கீங்க, மாறக்கூடாது. எது வந்தாலும் ஏத்துக்க சித்தமா இருங்க. யாரும் எதுவும் செய்ய முடியாது. உண்மையிலே

நாம் செய்யப்போறது அற்புத காரியம், புரட்சி மாதிரி, கலகம் மாதிரி நினைக்க வைக்கிறாங்க இங்க.''

அவருக்குத் தெரியும். அந்தக் கிராமத்தைப் பொறுத்தவரையில் அது மாபெரும் புரட்சி. அவளுக்கு அதை நினைத்து சிரிப்பு வந்தது. ஒரு சின்ன விஷயத்துக்கு எத்தனைப் போராட வேண்டியிருக்கிறது? இதற்கு எத்தனை பெரிய சிந்தனை மாற்றம் தேவைப்படுகிறது?

''பயப்படாதீங்க.'' என்றாள் அவள் திரும்பத் திரும்ப. ''யாராவது பழி சொன்னா, என்மேல் போடுங்க. ஆனா எடுத்த முடிவிலேந்து பின்வாங்காதீங்க.''

''முடிவை மாத்திக்கமாட்டீங்களே?''

''மாட்டோம். நீ சொன்ன மாதிரி, சாமி எதிர வாக்குக் கொடுத்திருக்கோம், தேவி காப்பாத்தட்டும்.''

வீடு திரும்பும்போது ஓரளவுக்குத் திருப்தி ஏற்பட்டது. காப் பஞ்சாயத்தைச் சேர்ந்த எட்டு பத்து ஆண்கள் என்னமாய் இந்த ஜனங்களைக் கோழைகளாக்கி ஆட்டு மந்தையாக மாற்றி விட்டார்கள் என்று ஆத்திரம் வந்தது. அவர்களைக் கண்டு நடுங்க அல்லவா எத்தனிக்கிறார்கள் ஒட்டுமொத்தமாக எல்லாரும் அவர்களைப் புறக்கணித்தால் அவர்களுக்கு சக்தி எங்கிருந்து வரும்?

கிருஷ்ணதாஸ் வயல்மேட்டில் காத்திருந்தான்.

சோட்டூ ராம் பக்கத்துக் கிராமத்தில் ஒரு பஞ்சாலையில் வேலை பார்ப்பவன். அவன் வருவதற்கு இன்னும் அரைமணி நேரம் ஆகலாம். பஞ்சாலையில் சேர்ந்து இப்போது ஓராண்டுதான் ஆகிறது. அதற்குமுன் அவனும் விவசாயிதான்.

கிருஷ்ணதாஸ் நீண்ட பெருமூச்சு விட்டான். சுஷ்மா சொன்னது சரிதான். சோட்டுவுக்கும், சமோலிக்கும் நேர்ந்த சோகத்தை நினைக்கும் போதெல்லாம் தங்களுக்குக் குழந்தைகள் இல்லாததே நல்லது என்று தோன்றிற்று. சோட்டு

தமாஷ் பேர்வழி. அவன் சிரித்தால் இரண்டு தெருவுக்குக் கேட்கும். அது ஐந்து வருஷத்துக்கு முன்பு. இப்போது அவன் பேசுவது அருகில் நிற்பவருக்குகூடக் கேட்பதில்லை.

சோட்டூவுக்கு அநேகக் கனவுகள் இருந்தன. எல்லா கனவுகளும் அவனுடைய மகன் வினோதைச் சுற்றி இருக்கும். வினோத் பத்து கிளாஸ் படித்தவன். அதற்குப்பிறகு ஏதோ தொழில் பயிற்சி எடுத்துப் பக்கத்து கிராமத்தில் வேலை பார்த்தான். மழையில்லாத காலத்தில் அவனது சம்பாத்தியம் சோட்டூவுக்குப் பெரிய உதவி. அதோடு வினோத் அழகன், நெடுநெடு என்று வளர்ந்த சீரான ஒல்லி உடம்பு. முக்கும் முழியுமாக தீட்சண்யமான பார்வையும் பளிச்சென்று வரிசைப்பல் சிரிப்பும், எந்தப் பெண்ணும் சொக்கித்தான் போவாள்.

சோட்டூவுக்கு மகனைப்பற்றி பிடிபடாத பெருமை. மகாயோக்கியன். ஒரு கெட்ட பழக்கம் கிடையாது. ஊர் பெரியவங்கானா மதிச்சு நடக்கிறவன். என் பேச்சைத் தப்பமாட்டான். இத்தியாதி... எல்லோருக்கும் பொறாமை பெரும் அளவுக்கு, இவன் இத்தனைப் பேசாமல் இருந்தால் நல்லது என்று கிருஷ்ணதாஸ் நினைத்துக்கொள்வான். யாருடைய கொள்ளிக்கண் எப்போது படுமோ?

கண்தான் பட்டிருக்கவேண்டும், விதியோ என்னவோ, யாரோ வேண்டுமென்றே சூழ்ச்சி செய்வதுபோல் அது நடந்தது.

வினோத்துக்குக் காதல் வரும். அதுவும் ஒரே கோத்திரத்தைச் சேர்ந்த சமேலியின் பெண் பப்லியிடம் என்று சோட்டு நினைத்திருக்க மாட்டான்: ஒரே கோத்திரக்காரர்கள் மணம்செய்து கொள்ளக்கூடாது என்பது காப் பஞ்சாயத்தின் மிகக் கடுமையான விதி.

முதன்முதலில் வினோத்தையும் பப்லியையும் கேஜ்ரி மரக்காட்டுக்கருகில் ஒன்றாகப் பார்த்தது கிருஷ்ணதாஸ்தான். அவர்களை அடையாளம் கண்டதும் பதைத்துப் போயிற்று.

வீட்டுக்கு வந்து சுஷ்மாவிடம் சொன்னபோது அவள் நிதானமாகக் கேட்டாள். "என்ன நீ. ஏதோ கொலைக்குத்தம் நடந்தமாதிரி பதறிப் போறே? ஒருத்தருக்கொத்தர் பிரியம் வைக்கிறது பாதகமா? பப்லி நல்ல பொண்ணு. அந்தப் பிள்ளையும் நல்ல பிள்ளை. கல்யாணம் செய்துகிட்டா என்ன தப்பு?"

அவனுக்குக் கோபம் வந்தது. அவள் நிலவரத்தைப் புரிந்துகொள்ளாமல் சிறுபிள்ளைத்தனமாகப் பேசுவதாகப் பட்டது.

"நீ தெரிஞ்சுதான் பேசறியா? ஒரே கோத்திரத்தைச் சேர்ந்தவங்க ரெண்டுபேரும், காப் பஞ்சாயத்து அனுமதி கொடுக்காது."

சற்றுநேரம் சுஷ்மா பேசாமல் இருந்தாள். பிறகு எரிச்சலுடன் சொன்னாள். "நா சொல்றேன் கிருஷ்ணா. அந்தக் காப் பஞ்சாயத்துக்கு நாம் எப்ப முடிவு கட்டறமோ அப்பதான் நமக்கு விடிவுகாலம்."

அவன் அதிர்ந்துப்போனான். சட்டென்று எழுந்து வீட்டுக்கதவை சாத்திவிட்டு வந்தான்.

"என்ன பேசறே நீ? அது பரம்பரையா வந்த ஏற்பாடு. அவங்க அனுமதி இல்லாம் எதுவும் நடக்காது. நீ அந்தப் பெண்ணக் கூப்பிட்டு பக்குவமா சொல்லி வை. இது ஆபத்தான சமாச்சாரம்னு."

அவள் வெடுக்கென்று நிமிர்ந்து பார்த்தாள். "நிச்சயமா மாட்டேன். சமேலி வீட்டுக்கும், சோட்டு ராம் வீட்டுக்கும் ரத்த உறவே இல்லே, எந்த ஜென்மத்து பிறப்பினாலேயோ ஒரே கோத்திரம் இருந்ததுக்கு இந்த பசங்க ஏன் அவதிப்படணும்? நம்ம வழக்கம், சாஸ்திரம்னு சொல்றாங்க. குல கௌரவம் புண்ணாக்கும்பாங்க. சுத்த மடத்தனமா இல்லே? நீங்க எல்லாருமா சேர்ந்து இல்லே, நீயும் சோட்டுவுமா போயி. காப் பெரியவங்ககிட்ட போய் சொல்றதை விட்டுடு"

அவள் பேசாமல் இருந்தாள். அவளுக்குத் தெரியும் அது நடக்காத காரியம் என்று.

அவன் பயந்த மாதிரி ஆயிற்று. அரசல் புரசலாக வினோத், பப்லி விவகாரம் சோட்டூவுக்குத் தெரியவந்ததும், ஆளே மாறிப்போனான். அவனுக்கு அத்தனைக் கோபம் வந்து கிருட்டிணதாஸ் பார்த்ததில்லை. மகனப்பற்றி எப்போதும் அசாத்திய பெருமையுடன் பேசுபவன் அன்று வெறுப்பைக் கக்கினான்.

''என் புள்ளை செய்யறதைக் கேட்டியா? எத்தனைத் திமிர் இருந்தா பெத்த அப்பன்கிட்ட வந்து சொல்லுவான்.''

''நா பப்லியைத்தான் கல்யாணம் செய்துக்குவேன். எனக்கு இந்த கோத்திரம் கீத்திரத்திலே நம்பிக்கை இல்லேன்னு?''

கிருஷ்ணதாஸூக்கு மார்பு படபடவென்று அடித்துக் கொண்டது.

''நீ என்ன சொன்னே''

''அப்படி எங்களை மதிக்காம செய்துகிட்டே நானே உன்னனக் கொன்னு போடுவேன்னேன்''

அவனுக்கு பகீரென்றது.

''சேச்சே. என்ன சோட்டூ. பெத்த பிள்ளை, இந்த வயசிலே இதெல்லாம் இருக்கும்தான். பக்குவமா பேசுவியா. வெட்டுவேன் குத்துவேன்னு. மகன் என்கிறதையும் மறந்து.''

சோட்டூவின் உதடுகள் கோபத்தில் துடித்தன. கண்கள் சிவந்திருந்தன. அபின் வாடை அடித்தது.

''பின்னே? எனக்கு கௌரவம்தான் முக்கியம். நம்ப குலவழக்கத்துக்கு எம் பையனாலே பங்கம் வந்ததுங்கற பேச்சே எனக்கு அவமானம். அப்படிப்பட்ட பிள்ளை எனக்கு வேணாம். என் பேச்சுக்கு மதிப்பு கொடுக்காத பிள்ளை எதுக்கு?''

அவன் ஏற்கனவே வினோத்திடம் பேசி அவன் மறுத்திருக்க வேண்டும்.

''இதச் சொல்லு சோட்டூ. நீ இந்த ஒரே கோத்திர விஷயத்தை நம்பறியா?''

"நா இதையெல்லாம் கேள்வி கேட்கமாட்டேன். நம்ம இனத்திலே அது கூடாதுன்னா கூடாதுதான்"

தான் நம்பிக்கை வைத்திருந்த மகன், தன் அனுமதி இல்லாமல் ஒருத்தியை விரும்புகிறான் என்பதே இவனுடைய கோபத்துக்குக் காரணம் என்று தோன்றிற்று.

"அவசரப்படாதே சோட்டூ. கொஞ்சம் விட்டுப்பிடி. வினோத்தே வழிக்கு வருவான்".

சமேலியும் ஏகத்துக்குப் பெண்ணை அடித்துத் திட்டியதாக, சுஷ்மா வந்து சொன்னாள்.

"இதெல்லாம் நல்லதுக்கில்லே" என்றாள்.

விபரீதம்தான் நடந்தது. ஒருநாள் கிராமமே திமிலோகப்பட்டது. வினோதும் பப்லியும் ஒரு நள்ளிரவில் ஊரைவிட்டு ஓடினார்கள். காப் பஞ்சாயத்து உடனடியாகக் கூடிற்று. மகாக் கடுமையாக இருவரையும் கண்டித்தது. சோட்டூவும் சமேலியுமே அவர்களது காதலுக்கு உடந்தையோ என்று சந்தேகப்பட்டபோது, இருவரும் ஆக்ரோஷத்துடன் சொன்னார்கள்,

"ரெண்டு பேரும் எதிர வரட்டும் இந்தக் கையாலேயே தலையை சீவுவோம்."

காப் தலைவர்கள் திருப்தியுடன் மண்டையாட்டினார்கள்.

அன்று சுஷ்மா சமைக்கவே இல்லை. "என்ன ஊருப்பா, எனக்கும் எங்கயாவது ஓடிப்போகணும் போல இருக்கு" என்றாள். "அந்தக் குழந்தைங்க எங்கேயாவது சந்தோஷமா இருக்கட்டும். தெரியாத்தனமா வந்து நிக்கப்போகுது."

அவர்கள் தெரியாத்தனமாகத்தான் வந்து நின்றார்கள். பெற்றோர்களை வந்து வணங்கினால் அவர்கள் கோபம் தணிந்துவிடும் என்று நினைத்தார்களோ என்னவோ. ஏன் வந்தார்கள் என்பது யாருக்கும் தெரியாத மர்மம். காப் காரர்களே வரவழைத்து ஏமாற்றினார்கள் என்று சிலர் பேசிக்கொண்டார்கள். சோட்டுராம் இதுவரை வாயைத் திறந்ததில்லை. ஊர் எல்லையில்

மறுநாள் காலை இருவருடைய மணக்கோலம் மாறாத உடல்களும் பிணமாகக் கிடந்தபோது. ஊர் கப்சிப்பென்று விக்கித்துப் போயிற்று. விவரம் அறிந்து கிருஷ்ணதாஸ் பதறிக்கொண்டு போய் நின்றபோது, சோட்டூவும் அதிர்ந்து போனது தெரிந்தது. ஆனால் பாவி வாய்விட்டு அழவில்லை. எல்லாவற்றையும் உள்ளே அமுக்கிக்கொண்டது எப்படி என்று கிருஷ்ணதாஸிற்குப் புரியவில்லை. ஆனால் அன்றிலிருந்து ஆள் மாறிப்போனான். அன்று காப் பஞ்சாயத் எதிரில் கோபமாக வீறாப்புப் பேசினவன், அந்த கோரக் கொலைக்குப்பிறகு அவனே செத்துப்போனவன் போல மௌனமாகிவிட்டான். முன்புபோல் சிரிப்பு இல்லை. பேச்சில்லை. காப் பஞ்சாயத்துக் கூட்டத்துக்குச் செல்வதே இல்லை. சமேலி ஒரு மாதத்துக்கு வீட்டுக்கு வெளியில் வரவே இல்லையே. நான்கு சுவருக்குள் எல்லா துக்கத்தையும் அழுது தீர்க்கிறாள் என்றாள் சுஷ்மா.

'என்ன அநியாயச் சாவு' என்று கிருஷ்ணாவுக்கு அதைப் பற்றி நினைவு வரும்போதெல்லாம் மனசு பதைக்கிறது. அன்று சுஷ்மா வெறி கொண்டவளைப்போல அவன் தோளைக் குலுக்கி,

"சொல்லு! இந்தக் கொலை பாதகத்தைப் பாத்துக்கிட்டு நாம் ஏன் சும்மா இருக்கணும்? மரத்தை வெட்டறதும், மானைக் கொல்றதும் பாவம், மனுஷனைக் கொல்றது நியாயமா? அவங்க என்ன தப்பு செஞ்சாங்க? பிரியம் வெக்கிறது தப்பா?" என்று உலுக்கி எடுத்து விட்டாள்.

எல்லோரும் சும்மாதான் இருந்தார்கள். எதிர்த்தால் இன்னும் பல கொலைகள் நடக்கலாம்.

அநாதைப் பிணங்கள்போல் அந்த இளசுகளுக்கு தகனம் நடந்தது. சோட்டூராம் எப்படித் தாங்கிக் கொண்டானோ?

இதெல்லாம் நடந்து ஐந்து வருஷங்கள் ஆகிவிட்டன. சுஷ்மா இப்போது பஞ்சாயத்துத் தலைவி. பதவி தந்த தைரியத்தில் வெடுக்வெடுக்கென்று பேசுகிறாள். ஆனால்

காப் பஞ்சாயத்துக் காரர்கள் மாறவே இல்லை. பெண்ணைப் பெற்றவர்கள் அவசரமவசரமாகச் சின்ன வயசிலேயே ரகசியமாகக் கல்யாணம் செய்து வைக்கிறார்கள் காதல் வியாதி வருவதற்கு முன்,

யோசிக்க யோசிக்க சுஷ்மா சொல்வது சரிதான் என்று தோன்றிற்று. மண்ணையும், மரத்தையும், மானையும் தீவிரமாகப் பாதுகாக்கும் இந்த இனம், காதலுக்கும் பெண்களுக்கும் வேலி போடுகிறது. மனித உணர்வுகள் சம்பந்தப்பட்ட விஷயங்கள் அவை, என்பது புரிந்துக்கொள்ளாமல். சுஷ்மா அதை மாற்றணும் என்கிறாள். எப்படி மாற்றுவது என்று அவனுக்குப் புரியவில்லை. என்னுடைய தீர்மானம் அதுக்கான முதல்படி என்கிறாள்.

அவனுக்கு அடிவயிற்றில் பயம் கவ்விற்று,

"எத்தனை அற்ப விஷயம் இது? அதுக்கு இத்தனை பயமா?"

"ஆஹா, அதுதான் தொல்லை. பெண்கள் சம்பந்தப்பட்ட எதுவும் இங்கு அற்ப விஷயமில்லை. அவள் அற்பம்னு நினைக்கிறது உண்மையில் அற்பம் இல்லை."

சற்று பொறுத்துதான் சோட்டூ தனதருகில் அமர்ந்திருப்பதைக் கிருஷ்ணதாஸ்! உணர்ந்துக் கொண்டான்.

"சொல்லு கிருஷ்ணா" என்றான் சோட்டூ.

அவர்கள் பேசிமுடித்து எழுந்திருக்கும்போது இருட்டிவிட்டது. கோவில் மணி ஓசையும், பெண்கள் பாடும் பஜனையும் காற்றில் தவழ்ந்து வந்தன. எந்தக் கலகமும் இல்லாமல் வாழ்க்கை இப்படியே போனால் எத்தனை நிம்மதியாக இருக்கும் என்று கிருஷ்ணா நினைத்துக் கொண்டான். காதலும், பெண்குரலும் கிளம்பாமல் இருந்தால் எத்தனை சௌகரியமாக இருக்கும்?

"ஏன்தான் இவ பஞ்சாயத்துத் தலைவி ஆனாளோன்னு இருக்கு சோட்டூ. தினமும் எதையாவது சொல்லி என்னை பயமுறுத்தறா."

சோட்டு எதுவும் பேசவில்லை. அவனது மகன் வினோத் மரணமடைந்த சேதி கேட்டு சுஷ்மா பொங்கி எழுந்து பேசினதையெல்லாம் இன்றுதான் பேச்சுவாக்கில் கிருஷ்ணா சொன்னான்,

"என்ன சொல்றே சோட்டூ? அவ சொல்றது சரிங்கிறியா? காப் பஞ்சாயத்து சும்மா விடுமா?"

"விடணும், நாம எல்லாம் ஒண்ணா சேரணும். பேசாம இருந்தது மூர்க்கத்தனம் கிருஷ்ணா. தப்பான விஷயமெல்லாம் கௌரவம்னு கண்ணை மூடிக்கிட்டு நம்ப வெச்சுட்டாங்க."

சோட்டூ மேற்கொண்டு ஏதும் பேசாமல் தன் வீட்டிற்குச் செல்லத் திரும்பினான். கிருஷ்ணதாஸின் குழப்பம் தீரவில்லை.

ஒரு வாரமாக சுஷ்மா ஏகப்பரபரப்பில் இருந்தாள். "தில்லியிலேந்து மேடம் வந்திருக்காங்க. அடுத்த அடுத்த கிராமங்களுக்கெல்லாம் போய் பார்க்க வேண்டியிருக்கு" என்றாள். மேடமுடன் ஜீப்பில் அலைந்து கொண்டிருந்தாள்.

"ஏதேனும் விசேஷம் உண்டா என்ன?" என்றான் அவன்.

"இருக்கு" என்றாள் அவள்

"அடுத்தவாரம் ஊரை ஒட்டி இருக்கிற மைதானத்திலே பெண்கள் மட்டும்னு ஒரு கூட்டம் நடக்கப் போறது. அதுக்கு ஆண்கள் வர அனுமதியில்லே" என்றாள் நமட்டுச் சிரிப்புடன்.

"அடேயப்பா! அப்படி என்ன ரகசியமா செய்யப்போறீங்க?"

"ரகசியம்னு இல்லே. பெண்களுக்கு மட்டுமே சம்பந்தமான விஷயம் பேசப்போறோம். ஆண்கள் தேவையில்லே."

"என்ன விஷயம்னு சொல்லமாட்டே?"

"ஊஹூம். அதான் சொன்னேனே. இது பெண்கள் விஷயம்"

அவனுக்குக் கலக்கமாகத்தான் இருந்தது. கட்டின் புருஷனிடம்கூட சொல்ல மறுக்கிறாள் என்று எரிச்சல் வந்தது. எல்லோரும் அவனைத்தான் துளைத்தார்கள்,

"என்ன கிருஷ்ணா என்ன கூட்டமாம்?"

"தெரியாது. அவ பெண்கள் விஷயம் உனக்கெதுக்குங்கறா" என்றபோது எல்லோரும் சிரித்தார்கள்.

"இப்ப ராணிகள் ராஜ்யமா போச்சு" என்றார்கள். அவனைக் கேலியுடன் பார்ப்பதுபோல் இருந்தது.

அன்று ஊரே திருவிழாக்கோலம் பூண்டது. முக்காட்டிற்குள் முகத்தை மறைத்து பெண்களே வண்ண வண்ண தோரணங்கள் கட்டினார்கள், காலையில் விடிந்த உடனேயே கோவிலில் மணியடித்து பூஜை போட்டார்கள். எந்தப் பெண்ணும் எதைப்பற்றின கூட்டம் அது என்று வீட்டு ஆண்களிடம்கூடச் சொல்லாமல் கமுக்கமாக இருந்தது விநோதமாக இருந்தது. மதிய ஆகாரம் முடிந்ததும், பெண்கள் மைதானத்தை நோக்கி கிண்கிணிச்சிரிப்பும், பேச்சுமாக நடையைக் கட்டியதும், ஆண்கள் தங்கள் வேலைகளுக்குச் செல்லாமல் வயல்மேட்டில் நின்றபடி மகளிர் கூட்டத்தை வேடிக்கை பார்த்தார்கள். மைதானத்தில் ஒலிபெருக்கி பொறுத்தப்பட்டிருந்தது. அம்ருதா தேவியைப் பற்றின நாட்டுப் பாடல்கள் ஒலித்தன. பறக்கும் பட்டாம்பூச்சிகள்போல வண்ணப் புள்ளிகள். சுங்கடி புள்ளிகள் கொண்ட சிவப்பு, மஞ்சள், பச்சை, நீலம், கருப்பு, ஊதா நிறங்களில் பருத்தியாலான புடவைத் தலைப்பு முகத்தை மறைத்து நின்ற உருவங்கள். மத்தியான்ன வெயிலில் பளிச்சென்று தெரிந்தன. தங்கள் வீட்டுப் பெண்கள் யார் என்று தெரியாமல் ஆண்கள் விழித்தார்கள். மாலை ஐந்து மணிக்குள் திமுதிமுவென்று மைதானம் நிரம்பிவிட்டது. எங்கிருந்து இத்தனைப் பெண்கள்? அக்கம்பக்கத்துக் கிராமத்துப் பெண்கள் எல்லோரும் வந்து நிற்பது திகைப்பைத் தந்தது. வெள்ளம் பெருக்கெடுத்ததுபோல இருந்தது. அதற்கு அணைபோட முடியாது என்று தோன்றிற்று.

ஒலிபெருக்கியில் சுஷ்மாவின் குரல் ஒலித்தது. முகம் மூடியிருந்தாலும் அவள்தான் என்று புரிந்தது கிருஷ்ணாவுக்கு. என்ன நடக்கப்போகிறதோ என்று சங்கடம் ஏற்பட்டது.

"நம்ம இனத்துக்குப் பெருமை தந்தது ஒரு பெண், அவளுக்கு இருந்த சுதந்திரம் நமக்கு இல்லே. சூரியனைக்கூட நம்மால் பார்க்க முடியல்லே. குங்கட் தடுக்குது. நம்ம முகத்தை வெளியில் காட்டக்கூடாதுன்னு வேலி போட்டிருக்கு, சூரியனுக்கு நம்ம முகத்தைக் காண்பிக்க நாம் ஏன் தயங்கணும்?"

கூட்டம் பலமாகக் கைத்தட்டி ஆர்பரித்தது. கிருஷ்ணாவுக்கு மயக்கம் வரும்போல இருந்தது.

கணீரென்று சுஷ்மாவின் குரல் தொடர்ந்தது.

"நாமும் மனுஷப் பிறவிதானே? நம்ம வேலையை, கடமையை ஒழுங்கா கவனிக்கிற ஜனம்தானே? நாம் என்ன தப்பு செஞ்சோம் முகத்தை மறச்சு வாழறதுக்கு நம்மைத் தாழ்வுபடுத்தாத இந்த குங்கட் இனி நமக்குத் தேவை இல்லே. இது நம்ம தீர்மானம், ஏன்னா, இந்த முகம் நமக்கு சொந்தம். அம்ருதா தேவி குங்கட் போடல்லே. சீதா பிராட்டி முக்காடு போடல்லே, நாமும் போடமாட்டோம்னு உறுதிமொழி எடுப்போம். இனி குங்கட் அணியமாட்டோம்!"

அடுத்த விநாடி இதுவரை அந்த ஊர் கண்டிராத அதிசயம் நடந்தது. அத்தனை வண்ணப் பொதிகளுக்குள்ளும் பதுங்கியிருந்த முகங்களை மறைத்த தலைப்புகள் இறங்கின. பெண்களின் சிரித்த முகங்கள் வெளிப்பட்டன. ஏதோ மகத்தான சாதனை நிகழ்த்தியதுபோல அவர்கள் முகம் உணர்ச்சிவசப் பட்டிருந்தது, ஒருத்தரை ஒருத்தர் தழுவிக்கொண்டார்கள். கையை ஆட்டி ஆரபரித்தார்கள்.

கிருஷ்ணா கலவரத்துடன் தன்னைச் சுற்றிப்பார்த்தான். ஆண்களின் முகங்களில் தீவிரமான இறுக்கம் இருந்தது. தொலைவில் காப் பஞ்சாயத்துத் தலைவர்கள் வேடிக்கை பார்ப்பது தெரிந்தது.

யாரோ அவன் தோளைத் தொட்டார்கள். அவன் திரும்பினான். சோட்டூ லேசான புன்னகையுடன் நின்றிருந்தான்.

"கவலைப்படாதே. அவ ஒண்டி ஆளா செய்யல, பக்கத்துக் கிராமங்கள்லேருந்தெல்லாம் ஆளக்கூட்டி வந்திருக்கா. முப்பத்தி அஞ்சு கிராமமாம். நம்ம காப் காரங்க ஒண்ணும் செய்ய முடியாது."

அவனுக்கு மெல்லிய நிம்மதி ஏற்பட்டது. கூட்டம் மெல்ல, மெல்ல கரைந்தது. ஆண்கள் வேலைக்குக் கிளம்பினார்கள். சுஷ்மா குங்கட் போடாத திறந்தமுகத்துடன் பஞ்சாயத்து ஆஃபீஸுக்குக் கிளம்பினாள். முகத்தை மறைக்காமல் சென்ற பெண்களைப் பார்க்கக் கூசிவர்கள்போல ஆண்கள் வேறு பக்கம் நடந்தார்கள்.

கிருஷ்ணா வயலுக்குக் கிளம்பினான். மனசு இனம்புரியாமல் அலைபாய்ந்தது. முக்காடைக் கீழே இறக்கியதும் அவர்கள் நிர்வாணமாக நின்றதுபோல் இருந்தது, வழக்கமில்லாத ஒன்று வழக்கமானதாலே அப்படி இருக்கும். தன்னாலே சரியாப்போகுமென்று தன்னை சமாதானப்படுத்திக் கொள்ள முயன்றான். சுஷ்மா தலைமையில் அது நடந்தது ஒரு பக்கம் உறுத்தலாகவே இருந்தது. அவள் ஏன் வித்தியாசமாக இருக்கவேண்டும்?

வயற்காட்டில் நான்கைந்து ஆண்கள் வேனலயில் இருந்தார்கள். அவனைக் கண்டதும் ஒருத்தருக்கொருத்தர் பார்த்துக்கொண்டு சிரித்தார்கள். அவர்கள் காப் காரர்களுக்கு சொந்தம் என்று அவன் எப்பவுமே ஒதுங்கி இருப்பான். அவன் அவர்களைக் கவனிக்காதவன்போல் தன் வயல் பகுதிக்குள் நுழைந்து ஆளுயுரத்துக்கு மேல் வளர்ந்திருந்த கரும்புச் செடிகளுக்கு இடையில் மறைந்துக் கொண்டான்.

சற்றுநேரம் அவர்கள் ஏதோ அக்கப்போர் பேசியது செவியில் விழவில்லை. இன்றைய அந்தக் கூட்டமும் சுஷ்மாவின் பேச்சும் நினைவை அலைக்கழித்தபடி இருந்தன. அதை இன்னும் நம்பமுடியாத திகைப்பில் தடுமாற்றம் ஏற்பட்டது. சுஷ்மா அவனிடமிருந்து வெகுதூரம் விலகிப்

போனதாக ஒரு அச்சம் ஏற்பட்டது. எந்த வகையிலோ அவனை அவள் சிறுமை படுத்திவிட்டாள் என்று தோன்றிற்று. சட்டென்று அவன் காதுகள் கூர்மையாயின.

"என்ன வக்கன். குங்கட்டை அவிழ்த்தாச்சு, இன்னும் என்னவெல்லாம் அவிழப்போகுதோ?"

"மகாக் கேவலமாப் போச்சு. பதவி வந்தா இப்படியா புத்தி போகும்?"

"வெளி சகவாசம்பா. தில்லியிலேந்து வர்ற ஆஃபீஸருங்களோட கும்மாளம் போடணும்னா, அது குறுக்க நிக்குதில்லே?"

"ஒத்தை ஆளு என்ன வேணா அசிங்கம் செய்துக்கட்டும், புருஷனுக்குக் குழந்தை பெத்துத் தரல்லே. குதிரை கணக்கா திரியறா. அவ எக்கேடு கெட்டுப் போகட்டும், ஊரையே இல்லே கெடுக்கறா? அதை எப்படி சும்மா விடறது?"

"அதானே. இது நம்ம இனத்தைக் கேவலப்படுத்தற காரியம் இல்லே? அவ புருஷன் சரியான அரைகுறை. அவளை அடக்கி வைக்கத் தெரியாத உதவாக்கரை"

"எங்க அவன்? சித்த முன்னெ இந்த வழியாப் போனான்?"

"நம்மக் கண்டா அவனுக்கு எப்பவுமே உதறல், வீட்டுக்கு ஓடியிருப்பான். பெண்டாட்டி தலைப்புலே ஒளிஞ்சுக்க"

"அவ வேலி தாண்டிப் போயிட்டான்னு தெரியாம."

ஓ என்று சிரிப்பு,

அவனுக்கு குப்பென்று வியர்த்தது. செவி மடல்களில் உஷ்ணமேறி மார்பு படபடத்தது. எல்லாரையும் ஒரே போடாகப் போட்டுக் கொல்ல வேண்டும்போல் இருந்தது. கண்களில் நீர் முட்டிற்று. தன்னை இன்னும் நன்றாக மறைத்துக் கொண்டான். அவர்கள் மேற்கொண்டு மெல்லிய குரலில் பேசினார்கள். அவர்கள் எப்போது கிளம்பிச் சென்றார்கள் என்று அவனுக்குத்

தெரியாது. அவன் வெகுநேரம் அமர்ந்திருந்தான் இருள் கழ்ந்தது உணராமல். சற்று நேரம் முழங்காலில் முகத்தைப் புதைத்துச் கொண்டான். கண்ணீர் பெறுகிற்று. முகத்துக்கு அடியில் கவிந்த இருளில் வீட்டு முற்றம் தெரிந்தது. முற்றம் நிறைய குழந்தைகள் விளையாடினார்கள். நீ பெறாத குழந்தைகள் என்று சிரித்தார்கள். அவனுக்கு துக்கம் குமுறிக்கொண்டு வந்தது.

இரவுகால பூஜை நடக்கும் ஒலி கேட்டது. வீட்டை அடைந்தபோது மனசும் உடம்பும் சோர்ந்திருந்தது.

அடுப்படியில் சுஷ்மா அமர்ந்திருந்தாள். விறகு அடுப்பின் ஜ்வாலையில் முகம் ஒளிர்ந்தது. அவனைக்கண்டு அவள் புன்னகைத்தாள்.

“எங்க போனே இத்தனை நேரம்?”

அவனுடைய முகத்தில் இன்று தெய்வாம்சம் தெரியவில்லை. அவன் கொல்லையில் கால் கழுவிக்கொண்டு வந்தான். அடுப்பு கணகணவென்று எரிந்து கொண்டிருந்தது. அவள் குனிந்து ரொட்டி சுட்டுக்கொண்டிருந்தாள். அவன் சடாரென்று இரண்டு கொள்ளிக்கட்டையை உருவி பலம்கொண்ட மட்டும் அவளது மண்டையில், திமிர்பிடித்த அந்த மண்டையில் அடித்தான்.

திரும்பத் திரும்ப, அவன் கையும் அவள் மூச்சும் ஓயும்வரை.

9 வரம்பு

“மடக்கு, விரி, மடக்கு, விரி, பத்து தடவை செய்யணும்”

கட்டைவிரலும் சுண்டுவிரலும் ஒத்துழைக்க மறுத்தன. வீம்புடன் விறைத்துக்கொண்டன.

“இன்னும், இன்னும் அழுத்தணும்.”

அவளுக்குக் கண்களில் நீர் நிறைந்தது. உள்ளங்கையும் விரல்களும் உயிர் போவதுபோல் வலித்தன, அங்கிருந்து கிடுகிடுவென்று தோள்பட்டைக்கு வலி ஏறிற்று.

“முடியல்லே டாக்டர். ப்ளீஸ், விட்டுடுங்க.”

“எப்படி சீமா? இந்த பயிற்சியெல்லாம் செய்யல்லேன்னா கை இப்படியே விளங்காம போயிடும். ஆயுசுக்கும் இன்னொருத்தர் கையை எதிர்பார்த்துக்கிட்டிருக்கணும். அப்படி இருக்கேன் என்கிறியா?”

அவள் பதில் சொல்லவில்லை. அவளது பலவீன நரம்பை டாக்டர் சந்திரா வழக்கம்போல் தொட்டிருந்தாள். சொல்லத் தெரியாத இயலாமையிலும், கோபத்திலும் அழவேண்டும்போல் இருந்தது.

“செத்துரலாம் போல இருக்கு” என்றாள் தலையைக் குனிந்துக்கொண்டு.

“என்ன நீ? விவஸ்தையில்லாம பேசற?” என்று சந்திரா மெல்ல கோபித்துக் கொண்டாள் “உன்னைவிட மோசமான கேஸ்கள் நா பாத்திருக்கேன். எப்படியாவது சரியாயிடணும்னு

ஒரு வீம்போட பயிற்சி செஞ்சு குணமாகியிருக்காங்க. பாதிக் கிணறு தாண்டறதுக்குள்ள செத்துடறேன்னு யாரும் சொல்லறதில்லே.''

அவள் பேசவில்லை. அவர்கள் கதை வேறாக இருக்கும். அவர்களுக்கு எதிர்காலம் இருந்திருக்கும். நம்பிக்கை தரும் எதிர்காலமாக. அல்லது அவர்கள் வாழ்வது யாருக்கோ மிக அவசியமாக இருக்கவேண்டும். முழுக்கிணறும் தாண்டவேண்டிய அவசியம்.

நான் வெறும் புள்ளி, புள்ளிகூட இல்லை. கேள்விக்குறி.

''உம்... வா. மெல்ல முயற்சி பண்ணு. காலும் இடுப்பும் முன்னைக்கு இப்ப நல்லா ஆகிஇருக்க இல்லையா?''

அவள் எழுந்துவந்து சுவரில் பொருத்தப்பட்டிருந்த கருவியைப் பிடித்து சுழற்ற ஆரம்பித்தாள்.

''அல்லாவே, என்ன வலி வலிக்கிறது. எப்போது சரியாகும்? கையை விரிக்க முடியல்லே. கரண்டியைப் பிடிக்க முடியல்லே.''

''சரியாயிரும்.''

''எப்ப?''

''அவசரப்பட்டா எப்படி?''

எல்லோருக்கும் அவசரம், சமையலறையில் அவனுடைய உம்மாவின் புலம்பல், நாஷ்டாவிலிருந்து துவங்கும்.

''இனிமே இந்த வீட்டிலே சப்பாத்தி கிடையாதுன்னு சொல்லப்போறேன். எனக்கு தோள்பட்டையெல்லாம் வலிக்குது. நானே சிகிச்சைக்குப் போகணும்போல இருக்கு. இவளுக்குக் கையும் காலும் ஒழுங்காரத்துக்குள்ள நா படுக்கையிலே கிடக்கப்போறேன்.''

படுக்கையில் அவனுக்கு அவசரம்.

''அடச்சே, எப்பத்தான் உனக்கு உடம்பு நேராகுமோ? எனக்கு எப்படி இருக்கும்னு யோசிச்சுப் பாத்தியா?''

இது மிக அபாண்டமான குற்றச்சாட்டு என்று அவளுக்குக் கோபம் வரும். ஆனால் வாயைக் கொடுத்தால் அவன் என்ன சொல்வான் என்கிற பயத்தில் அவள் அநேகமாகப் பேசாமல் இருப்பாள். சில சமயம் மெல்ல முணுமுணுப்பாள்.

"என்ன செய்யட்டும்? வேணுமின்னே போய் விழுந்தேனா? இன்னும் சில மாசத்திலே சரியாயிடுவேன்னு சொல்றாங்க டாக்டர்."

"டாக்டருக்கும் ஆஸ்பத்திரிக்குமே ரெண்டு லட்சம் செலவாயிடுச்சு இதுவரை, தெரியுமில்லே?"

அவள் வாயை மூடிக்கொள்வாள். என்ன சொல்ல வருகிறான்? நான் என்ன செய்யவேண்டும் என்று நினைக்கிறான்? இனி சிகிச்சை வேண்டாம் என்பதா? பிறகு உடம்பு எப்படி சரியாகும்? சரியாகாமல் போனால் இவனுக்கு இன்னுமல்லவோ தொந்திரவு? நாபியிலிருந்து ஒரு கையாலாகாத்தனமும், அவமான உணர்வும் பிரவாகமாகக் கிளம்பி நெஞ்சை அடைக்கும். வாயைக் கட்டிப்போடும். நான் சுமையாகிப் போனேன் இவனுக்கு என்ற குற்ற உணர்வில் அழுகை வரும் இப்பொழுதெல்லாம் முணுக்கென்றால் கண்ணீர் வருவது அவருக்குக் கூச்சமாக இருந்தது. ஆனால் அழுகை தன்னைப்போல் வந்தது கண்ணீர் அவளது கட்டுப்பாட்டுக்குள் உட்படாததைப்போல், எத்தனைக் கேவலமாகிப் போய்விட்டது. யாருக்குப் பிடிக்கும் அழுமூஞ்சிகளை? இவன் அலுத்துக்கொள்வதில் நியாயம் இருப்பதாக வரவரத் தோன்ற ஆரம்பித்துவிட்டது. மாமியாரின் அனத்தலெல்லாம் மண்டையில் புகுந்துக்கொண்டு துன்புறுத்தின.

"பாவம் அவனும்தான் என்ன செய்வான். ஆண்பிள்ளை, இவ இப்படியே இருந்தான்னா படுக்கைக்குக்கூட யோக்கியதை இல்லாம அவன் என்ன செய்வான்?"

இவனுடைய உம்மா பொதுவாகப் புலம்புவது அவளது செவிகளுக்கு விழவேண்டும் என்கிற எண்ணத்தில்தான் என்று.

அவளுக்குத் தெரியாமல் இல்லை. எதற்கோ அடிபோடுவதுபோல் வரும் வாக்கியங்கள் எதில் போய் முடியுமோ என்கிற நினைப்பில் அவளது அடி வயிறு ஜில்லிட்டுப் போகும்.

அவனது ஏமாற்றம் பல ரூபம் எடுக்கும். ஆஸ்பத்திரிச் செலவு ஒரு சுலபமான அஸ்திரம்.

கணக்குப் புத்தகத்தில் அவள் ஒரு தேவையற்ற கட்டம்.

மனசில் கோடானு கோடி கேள்விகள் துருத்திக்கொண்டு கிளம்பும்.

நீ என் புருஷன்தானே? உடம்புக்கு வந்தா நீதானே செலவு செய்யணும்? நா நாதியத்தவன்னு தெரிஞ்சுதானே நிக்காப் செஞ்சுகிட்டே? உனக்கு இப்படி ஆகியிருந்தா செலவு பண்ணாம இருந்திருப்பியா? நா உன்னை ராப்பகல் உக்காந்து கவனிச்சிருப்பேனே?

மறுபக்கம் அவன் திரும்பிப் படுத்திருப்பான் ஏதோ முணுமுணுத்தபடி. அவனது முதுகே வெறுப்பைக் கக்குவதுபோல் இருக்கும். அதற்கு இரண்டு கை முளைத்து அவனைப் போ போ என்று தள்ளும்.

அந்த முதுகைப் பார்க்கும்போது எத்தனை செலவு தெரியுமா என்று வார்த்தைகள் ஒலிக்கும். முதுகிலிருந்து நீண்டு வளைந்த கரங்கள் அதை அபிநயிக்கும். அவற்றை வெட்டி எறியவேண்டும்போல் அவளுக்குப் படபடத்துக்கொண்டு வரும்.

நீ ஏன் என்னை ஆஸ்பத்திரியிலே சேத்தே? அடிபட்டு விழுந்த எடத்திலே கடாசிட்டுப் போயிருக்கலாமில்லே? ஓ, நீ எங்க சேர்த்தே? நீ கடாசியிருப்பே, நீ அங்க இல்லாததாலே பொழைச்சேன். உன் உசிரு கெட்டி என்று மெச்சினார்கள் ஆஸ்பத்திரியில் அது ஏதோ அவளது சாதனையாம். அதில் மெச்சு என்ன இருந்தது என்று இன்றுவரை விளங்கவில்லை. அவர்கள் அதைச் சொன்னபோது ஏற்கனவே

செத்துப்போனதாகத் தோன்றிற்று. நரகத்தில் கொதிக்கும் எண்ணைக் கொப்பறையில் இருப்பதுபோல உடம்பெல்லாம் பற்றி எரிந்தது. கண்டந்துண்டமாய் வெட்டப் பட்டதுபோல் வலித்தது.

புகை மூட்டமாய் அவனது முகம் தெரிந்தது. வருத்தப்பட்டானா கவலைப்பட்டானா என்று அவளுக்குத் தெரியாது. அவளது அலறலைக் கேட்க சகிக்காதவனாய் வெளியேறினான்.

"இன்னும் கொஞ்சம் வேகமாக்கறேன் இரு" என்றபடி டாக்டர் விசையை முடுக்கிவிட்டாள்.

அவள் முகம் போன போக்கைப் பார்த்து மெல்லச் சொன்னாள். "உனக்காகவே நீ சரியாகணும் சீமா. உன் மாமியார் என்னைப் பார்க்கும்போதெல்லாம் அவளுக்கு சரியாகும்னு தோணுதான்னு சந்தேகமா கேக்கறாங்க. இதை ஒரு சவாலா எடுத்துக்க, நீ பிழைச்சதே அதிசயம். நீ பிழைச்சதுக்கு ஒரு காரணம் இருக்கணும்"

இந்த டாக்டர் ஒரு கிறுக்கு என்று அவளுக்கு சோர்வு ஏற்பட்டது. கடந்த பல மாதங்கள் ஒரே கேள்வி அவளது மூளையை ஆக்கிரமித்திருந்தது.

ஏன் இப்படி ஆச்சு? ஏன்? கழிவிரக்கத்தில் நிறைய கண்ணீர் பெருக்கியபின் கடைசியில் புரிந்தது.

எந்த நிகழ்வுக்கும் எந்தப் புண்ணாக்குக் காரணமும் இல்லை. எல்லாமே தன் போக்கில் நடக்கிறது. அதற்குப்பின்னால் எந்த திட்டமும் இல்லை, பிரபஞ்சத்தில் நடக்கும் துயரங்களுக்கெல்லாம் காரணம் இருக்க முடியுமா? அற்புதங்களுக்கெல்லாம் விளக்கம் உண்டா? நீரில் மிதக்கும் சருகின் அசைவிற்கு என்ன காரணம் இருக்கமுடியும்? இதுவரை அவள் திட்டமிட்டபடி எதுவுமே நடந்ததில்லை. கண்ட கனவுகள் அநேகம், ஒன்றுகூட நனவானதில்லை. அவள் நினைக்காததும், எதிர்பார்க்காததும் மட்டுமே நடந்திருக்கின்றன.

எட்ட நின்று கைக்கொட்டிச் சிரித்திருக்கின்றன. அதிவேகக் காற்றின் அசைவில் நகர்த்தப்பட்ட துரும்பு போல நகர்ந்தது அவளது வாழ்வு. ஒரு அமானுஷ்ய சக்தியின் வேலை அது என்று அவள் நம்பத்தயாரில்லை. அன்றைய பயிற்சிக்கான கட்டணத்தைக் கொடுத்துவிட்டு அவள் கிளம்பினாள். தினமும் முன்னூறு ரூபாய், மாதக் கணக்காய் சிகிட்சை. அவனுக்கு ஏன் கோபம் வராது? இத்தனைக்கும் பணம் கொடுப்பது அவனுடைய வாப்பா. அவர்தான் விஷயமறிந்து ஓடி வந்தவர், செலவைப்பற்றிக் கவலைப்படாதே என்று அவளைப் பார்க்கும்போதெல்லாம் தைரியம் சொல்பவர், மாமிக்குக் கோபம் வருவது இதனால்தான்.

“மழை வரும்போல இருக்கு சீமா, கிளம்பு” என்றாள் சந்திரா.

கழற்றி வைத்திருந்த மேலங்கியை அணிந்துகொண்டு அவள் தெருவில் நடந்தாள். குளிர்ந்த காற்று வீச ஆரம்பித்தது. மழை வருவதற்கான அறிகுறியாக. அவள் வேகமாக நடந்தாள். காலும் தொடையும் வலிக்க ஆரம்பித்ததை சட்டை செய்யாமல். சடசடவென்று தூறல் விழ ஆரம்பித்தது. பாலியெஸ்டர் புர்க்கா நனைந்து உள்ளாடைகளுடன் ஒட்டிக்கொண்டது. பார்வைக்காக இருந்த வலைவழியாக உள்ளே சென்று மார்புக்குள் நீர் கசிய ஆரம்பித்ததும், அவள் அங்கு தெரிந்த ஒரு வீட்டின் வெளிகேட்டைத் திறந்து அதன் குறுகலான வாசல் ரேழியில் ஒதுங்கி நின்றாள். மழை வலுத்துக்கொண்டே வந்தது. காற்றும் சீறிக்கொண்டு அவள் மீது நீரை அடித்தது. அவள் ஈரமாகிப்போன புர்க்காவை அவிழ்த்து சுவர் ஓரமாக வைத்தாள். குளிர் நடுக்கிற்று. மழை ஓயும் வரை அங்கு நிற்பதைத்தவிர வேறு வழியில்லை என்று அவள் சரம் சரமாக ஆக்ரோஷத்துடன் பெய்யும் மழையைப் பார்த்தபடி நின்றாள், கூரை இடிந்து விழாமல் இருக்குமா என்று அண்ணாந்து ஒரு முறை பார்த்தாள். கூரைக்கு மேல் ஒரு மாபெரும் மரம் தெரிந்தது. மரம் விரிந்துகொண்டே

போயிற்று. அவளுடைய புலன்களை ஆக்கிரமித்து நடுக்கத்தை ஏற்படுத்திற்று. அங்கிருந்த அழைப்பு மணியை அவள் அவசரமாக அழுத்தினாள்.

கதவு திறந்தது. ஒரு ஆணைப் பார்த்ததும்தான் தான் புர்க்காவை அவிழ்த்து வைத்திருந்தது நினைவுக்கு வந்தது.

"யாரு?"

அவளுக்குப் படபடத்துக்கொண்டு வந்தது.

"வெளியிலே ரொம்ப மழையாயிருக்கு. கொஞ்சம் ஒதுங்கலாமான்னு பாத்தேன். இங்கேயும் சாரல் அடிக்குது."

அவளுடைய பதற்றம் அவருக்கு வியப்பை அளித்திருக்க வேண்டும்.

"ஓ வாங்க, உள்ளே உட்காருங்க." என்று கதவை நன்றாகத் திறந்தார்.

"தாங்க்ஸ்" என்றபடி அவள் உள்ளே வந்தாள்.

"அது என்ன?" என்றார் அவர், மூலையில் அவள் வைத்த புர்க்காவைப்பார்த்து,

"என் மேலங்கி, நனைஞ்சு போச்சு, போகும்போது எடுத்துப்போறேன்."

"சரி வாங்க. மழை நிக்கட்டும்"

உள்ளே வெளியில் பெய்த மழையினால் இருண்டிருந்தது. அவர் விளக்கை ஏற்றினார்.

"வேண்டாம், விளக்கு வேணாம்" என்றாள் அவள் அவசரமாக."

"சரி, நீங்க உக்காருங்க" என்று ஒரு நாற்காலியை அவள் பக்கம் இழுத்துப்போட்டு அந்த ஆள் உள்ளே சென்றார்,

"அந்த மரம்."

அவர் திடுக்கிட்டுத் திரும்பினார்.

"என்ன?"

"அந்த மரம் இந்தக் காத்திலே விழுந்துதுன்னா?"

அவர் அவளை கூர்ந்து பார்த்து மெல்லப் புன்சிரிப்புடன் சொன்னார்,

"விழாது. நா காரண்டி தரேன்."

அவள் தலையைக் குனிந்துக்கொண்டாள்.

எதுக்கும் காரண்டி கிடையாது என்று தனக்குள் முணு முணுத்துக் கொண்டாள்.

"என்ன?"

மழைன்னாலே எனக்கு பயம் என்று சொல்ல நினைத்து "ஒண்ணுமில்லே" என்றாள்.

அவர் உள்ளே சென்றவுடன். அவள் முழங்காலைக் கட்டியபடி அதனுள் தலையைக் கவிழ்த்துக்கொண்டாள்.

கண்ணைமூடி தலையைக் கவிழ்க்கும்போதெல்லாம் அந்தக் காட்சி தெரிகிறது.

"வாப்பா! வேணாம் வாப்பா, எனக்கு நிக்காஹ் வேணாம். எனக்கு வேலை செய்யணும், உங்களை கவனிச்சுக்கணும். இந்த டீச்சர் வேலையிலே கிடைக்கிற காசு போதும் நமக்கு"

"சீமா! அசட்டுத்தனமா பேசாதே. நல்ல இடம் வந்திருக்கு. சொத்து, படிப்பு இருக்கிற இடம், செலவே இல்லாம பண்ணிக்க வர்றாங்க. பிடிவாதம் பிடிக்காதே" வாப்பாவின் பிடிவாதம் அது. அதற்குக் காரணம் இருந்தது. டாக்டர்கள் கொடுத்திருந்த கெடுவைப்பற்றி அவளுக்குத் தெரியாது. அவள் புருஷன் வீடு போகும்வரைதான் தாக்குப்பிடித்தார். சொத்து, படிப்பு என்று சொன்னதில் பாதிதான் உண்மை என்று வாப்பாவுக்கே தெரிந்திருக்கவில்லை. அவன் பத்தாம் வகுப்பைத் தாண்டாதவன். அவள் பட்டதாரி.

அவள் அதை உண்மையில் பொருட்படுத்தவில்லை. ஆனால் திருமணம் என்பது இத்தனைக் கட்டுப்பாடுகள் நிறைந்ததாக

இருக்கும் என்று அவள் நினைத்திருக்கவில்லை. தனியாக வெளியில் வாசலில் செல்ல முடியாது. புர்க்கா அணியாமல் வாசல் தாண்டமுடியாது. தோழிகளுடன் உறவு நின்றது. வாப்பா இறந்தபிறகு எந்த ஆதரவுத் தளமும் இல்லையென்று அவளுள் ஒரு பலவீனம் படர்ந்தது. சமையல் வேலைக்காகவே திருமணம் நடந்ததுபோல் இருந்தது. மாதா மாதம் விலக்கு ஏற்படும்போதெல்லாம் குழந்தையை எப்ப பெத்துத் தருவே என்கிற கேள்வி அவளை அதிக பலவீனப்படுத்தியது. குழந்தை ஏன் பிறக்கல்லே? எந்த வகையிலோ அவளது தகுதி குறைந்ததாகத் தோன்றிற்று. வாசலில் ஒரு காய் விற்பவள் வருவாள். கையில் ஒரு குழந்தை, வயிற்றில் வேறு ஒன்று வெளியில் வரக்காத்திருந்தது. அவர்களுக்கெல்லாம் சுலபமாக முடிவது தன்னால் ஏன் முடியவில்லை? மாமியின் கேள்வி இப்போது நின்றிருந்தது. அதிக அச்சுறுத்தலாகத் தோன்றிற்று. அந்த மௌனம் தலைக்குமேல் ஒரு கத்தி எப்பவும் நிற்பது போன்ற உணர்வை ஏற்படுத்திற்று. என்னை எப்படி இவர்கள் இத்தனைக் கோழையாக்கினார்கள்?

அவள் சட்டென்று நிமிர்ந்தாள். யாரோ தன்னைப் பார்ப்பதுபோல் இருந்தது. மெல்லிய இருள் சூழ்ந்த அறையில் எதிர்த்தார்போல் இருந்த நாற்காலியில் அந்த ஆள் உட்கார்ந்திருந்தார். அவள் திடுக்கிட்டு எழுந்திருக்கப் போனாள். மழை நின்றுவிட்டதா என்று ஜன்னல் வழியே பார்த்தாள், லேசாகத் தூறிக் கொண்டிருந்தது. போய்விடலாம்.

“இருங்க, ஏன் கிளம்பறீங்க. மழை இன்னும் பெய்யுது, உங்களுக்கு மழைன்னா பயமில்லே?”

அவள் பேசாமல் தலைகுனிந்தாள். ‘எதுக்கு இந்த ஆள் வந்து குந்தியிருக்கார்?’

“மரம் விழுமான்னு ஏன் கேட்டீங்க?”

“எனக்கு பயம்”

“அதான் ஏன்னு கேக்கறேன்?”

'நா எதுக்கு இந்த ஆளுகிட்ட சொல்லணும். இன்னும் என்னென்னவோ பயம், எப்படிச் சொல்வது?'

"பயப்படாதீங்க. உங்களுக்கு உதவ முடியுமான்னு பாக்கறேன்"

அதே வியப்புடன் அவரைப் பார்த்தாள், "உங்களுக்கு நா யாருன்னே தெரியாது. எதுக்கு உதவப் பாக்கணும்?"

அவர் சிரித்தார். "ஒரு ஆளைத் தெரிஞ்சாத்தான் உதவணும்னா, நீங்க அன்னிக்கு மரத்துக்கடியிலே நசுங்கிக் கிடந்தப்ப எடுக்க ஆள் இருந்திருக்காது. செத்திருப்பீங்க."

அவளுக்குத் தூக்கி வாரிப்போட்டது.

அவள் சட்டென்று உடைந்து போனவளாய் முகத்தை மூடிக்கொண்டு அழ ஆரம்பித்தாள்.

அன்று மாமியுடன் மடிவாலா மார்க்கெட்டுக்குக் கிளம்பும்போது எந்த விபரீதமும் நிகழ்வதற்கான அறிகுறி இருக்கவில்லை. வீட்டுப் பக்கத்திலேயே ஒரு சின்ன சந்தை உண்டு. ஆனால் மாமிக்கு மடிவாலா சந்தைக்குப் போனால்தான் திருப்தி. அங்கு கொள்ளை மலிவு. எல்லாம் திறந்தவெளியில் காயும், பழமும் கொட்டி வைக்கப்பட்டிருக்கும். தண்ணென்று நிழல் கொடுக்கும் பெரிய ராட்ஷச மரங்கள். வெய்யில் வேளையிலும் சென்று ஆரஅமர பொறுக்கி வாங்கலாம். சீமாவுக்குத்தான் அலுக்கும். வாங்கிய பாரத்தையெல்லாம் சுமந்தபடி வீட்டிற்கு நடக்கவேண்டும். புர்க்கா அங்கியை அணிந்து நடப்பது சிரமமாக இருக்கும். மாமி அன்று வழக்கத்தைவிட அதிக நேரம் எடுத்துக்கொள்வதைப்போலப் பட்டது, மழை வந்துவிடப் போகிறது என்று அவளுக்கு யோசனையாக இருந்தது. திடீரென்று பலத்த காற்று அடித்தது.

"இந்தா சீமா! இந்த வெண்டைக்காயைக் கொஞ்சம் பொறுக்கு, நா பழம் வாங்கிட்டு வரேன்" என்று மாமி சொல்லிவிட்டு நகர்ந்தாள்.

அவள் அமர்ந்து வெண்டையைப் பொறுக்க ஆரம்பித்தாள்.

''சீக்கிரம்மா. எல்லாம் இளசாத்தானே இருக்கு? அப்படியே போடு. மழை வரும்போல இருக்கு'' என்று விற்பவர் கூச்சல் போட்டார். அவள் அவசரமாக அள்ளிப் போட ஆரம்பித்தாள். பிஞ்சு பிஞ்சாய் வெண்டைக்காயைத் தொடும்போது குழந்தையின் விரலைத் தொடுவதுபோலச் சிலிர்த்தது. அவளது இதழ்களில் புன்னகை அரும்பிற்று.

'ஏய் ஏய் ஏய்' என்று யாரோ பெரிய கூச்சல் போட்டார்கள். அவள் நிமிர்ந்து பார்ப்பதற்குள் அது நடந்தது.

மிகப் பலமான ஓசையுடன் அவள்மேல் ஏதோ விழுந்தது. சடசடவென்று ஒரு மாபெரும் மரக்கிளையோ மரமோ கண் சொடுக்கும் நேரத்தில் அவளைத் தரையில் அழுத்திற்று. அடர்ந்த இலைகள் கொண்ட மாபெரும் கிளைகள் அவளை முழுமையாகப் போர்த்தி மறைத்தன. அவளைச் சூழ்ந்த அமானுஷ்ய இருளில் நரகத்துக்குப் பயணிப்பதுபோல் இருந்தது. ஒரு பாறாங்கல்லின் அடியில் உடம்பு நசுங்கிப் போனதுபோல் அவள் உணர்ந்தாள். வெளியில் ஏக இரைச்சல், இடியோசையுடன் கூடிய மழை. அவளது அலறல் யார் செவியிலும் விழவில்லை. அவள் மூர்ச்சையாகிப் போனாள். கண்விழித்தபோது ஆஸ்பத்திரியில் இருந்தாள் ஏகக் கட்டுக்களுடன். வெகுநேரம் கழித்துதான் அவள் மரத்துக்கடியில் சிக்கியிருப்பதைக் கண்டுபிடித்ததாக மாமி பிறகு கதை கதையாகச் சொன்னாள். இப்படியெல்லாம் நடக்கணுமா. இருக்கற தொல்லைகள் போறாதா என்று அலுத்துக்கொண்டபடி,

யாரோ ஆஸ்பத்திரியில் சேர்த்தார்கள். விவரம் தெரிந்து வாப்பா வந்து பணத்தைக் கட்டினார்.

அழுகை நிற்காமல் அவள் அவரைப் பார்த்து,

''ஏன் என்னைக் காப்பாத்தினீங்க?'' என்றாள்.

“இப்பத்தான் நல்லா ஆயிட்டீங்களே?” என்றார் அவர் வியப்புடன்.

“அன்னிக்குப் பார்த்தப்ப பொழைக்க மாட்டீங்கன்னு நினைச்சேன். நீங்க இன்னிக்கு வந்து நின்னப்ப ஏதோ அற்புதம் நிகழ்ந்தமாதிரி இருந்தது.”

“என் நிலைமை உங்களுக்குத் தெரியாது. வலது கையிலே பாதி சொரணைதான் இருக்கு. அப்புறம் முக்கியமா...”

அவள் நிறுத்தினாள். இந்த ஆளிடம் சொல்ல வேண்டுமா எல்லா அவலத்தையும்?

“முக்கியமா...?”

அவள் தயங்கியபடி மெல்லச் சொன்னாள் “கர்ப்பப்பை சேதமாயிடுச்சு”. தலைகுனிந்தே இருந்தது.

“ஓ சாரி.”

அவர் சற்றுநேரம் பேசாமல் அவளையே பார்த்தபடி இருந்தார். அவள் நிமிரவே இல்லை.

“உங்க மேல தப்பில்லையே, அதுக்காக நீங்க வருத்தப்பட முடியாது. என்னைக் கேட்டீங்கன்னா. அது ஒரு குறையே இல்லே.”

இவன் ஒரு முட்டாள் என்று அவளுக்குக் கோபம் வந்தது.

“என் மாமியார்கிட்ட வந்து சொல்லுங்க அதை.”

“நீங்க அது குறைன்னு நினைக்கிறீங்களா?”

அவள் அதைப்பற்றி நினைத்துப் பார்த்ததில்லை என்று அப்போதுதான் நினைவுக்கு வந்தது.

“இல்லே, என் மேல தப்பில்லேன்னு தெரியும்”

“அப்ப விடுங்க. ஏன் இவ்வளவு பயம் பின்னே?”

இந்த ஆளுக்கு எப்படி புரிய வைப்பது என்று அவளுக்கு சோர்வு ஏற்பட்டது.

''என் தலைமேல் ஒரு மூணு வார்த்தைக் கத்தி இருக்கு. அதை எப்பவேணா என் புருஷன் உபயோகிக்கலாம் அவங்க உம்மா பேச்சைக்கேட்டு.''

அவர் பேசவில்லை. வெளியில் இன்னமும் பெய்து கொண்டிருந்த மழையை ஒருமுறை எழுந்து பார்த்துவிட்டு மீண்டும் வந்து அமர்ந்தார்.

''உங்களை ஆஸ்பத்திரியிலே வந்து பார்க்காத புருஷன். நீங்க படிச்சதும், டீச்சர் வேலை பார்த்ததும், மறக்கற அளவுக்கு பயந்தாங்குளி ஆயிட்டீங்க.''

அவள் வியப்புடன் அவரைப் பார்த்தாள். 'நம்ம சரித்திரம் தெரிஞ்ச ஆளா?'

''நீங்க எடுக்கணும் சாட்டையை.''

''அய்யய்யோ, நல்லாயிருக்கு நீங்க சொல்றது. நா கிளம்பறேன்'' என்றாள் அவள் லேசான எரிச்சலுடன்.

அவர் சிரித்தார். ''பேச்சுக்குச் சொன்னேன். தப்பா நினைக்காதீங்க. எது நடந்தாலும் அது உங்க முடிவா இருக்கணும். அபாண்டமா ஒண்ணு கிளம்பறதுக்கு முன்னால் அதை முறியடிக்கத் தெரியணும்.''

அவளுக்கு வெகுநேரம் பிடித்தது அவர் சொல்வதைக் கிரகிக்க, அது சாத்தியம்தானா?

''அப்புறம்? அப்புறம் என்ன செய்வேன்?''

''பழைய பள்ளிக்கூடத்திலே போய்க் கேளுங்க, வேலை கிடைக்கலாம்.''

அன்று இரவு அவனது முதுகு அவளை அச்சுறுத்தவில்லை. அவள் மறுபுறம் திரும்பி பலத்த யோசனையுடனேயே உறங்கிப் போனாள்.

குடும்பக் கோர்ட்டிலிருந்து திரும்பி வரும்போது, அவளுக்குத் தன் சுயத்தை மீட்டுவிட்டதுபோல் இருந்தது.

பந்தயத்தில் முந்திக்கொண்ட திருப்தி ஏற்பட்டது. இது என் முடிவு. உன் முடிவில்லயே. அந்த ஒரு வார்த்தையை நீ சொல்லிச் சொல்லி என்னை அவமானப்படுத்த முடியாது. புர்க்கா கூட இனித் தேவை இல்லை என்று தோன்றிற்று. அவளுடைய வாப்பா அவளை அணியச் சொன்னதில்லை.

அவளுக்குத் தெரியும் எல்லோரும் என்ன பேசிக் கொள்கிறார்கள் என்று, சீமாவுக்கு மகாத் திமிரு என்பார்கள். சீமான்னு பேருக்கு விரோதமா வரம்பை மீறிட்டா என்பார்கள், காப்பாத்துங்க காப்பாத்துங்க என்று அவள் அலறியபோது காது கேளாதவர்களாய் பதுங்கி இருந்தவர்கள்.

சிங்கம் பிடறியை உசுப்புப்பதுபோல் அவள் தலையை உசுப்பிக்கொண்டு நேர்கொண்ட பார்வையுடன் நடந்தாள். எசகு பிசகாக சஞ்சய் தத் நடித்த கல்நாயக் படம் நினைவுக்கு வந்தது.

அதில் அவன் அப்படித்தான் தோள்வரை நீண்ட தனது முடியை உசுப்பிக்கொள்வான். அவளுக்குச் சிரிப்புக்கூட வந்தது. மனசு லேசாக இருந்தது. தோள்கள் தினவு கண்டதுபோல புதிய தெம்பு வந்திருந்தது. அவளுடைய வாழ்வின் எதிர்காலத்தை ஒரே ஒரு வார்த்தை தீர்மானிக்க முயன்றதை தடுத்து நிறுத்தி, அதை ஒரு சிறிய ஒரு பக்கத்தாளில் தனது தீர்வாக அடக்கமாக்கியது. அவர்களது அக்கம்பக்கத்து வீடுகளில் யாரும் செய்யாத ஒரு சாதனை.

"நா அப்பவே முட்டிக்கிட்டேன் அகமத் பாய்கிட்ட. பொம்புளைப் புள்ளையை ஏன் காலேஜுக்கு அனுப்பிப் படிக்க வைக்கணும்னேன். நல்லா படிக்கிறா படிக்கட்டும்ன்னு பெருமை அடிச்சுக்கிட்டான். அந்தப் படிப்புக்கெல்லாம் இந்தத் திமிருதான் நாம் கண்டது"

நீட்டி முழக்கிக்கொண்டு பேசுவது வாப்பாவின் அக்கா ராபியா புவாஜிதான். அவளுக்கு புவாஜியின் கோபமும், வெறுப்பான வார்த்தைகளும் புரிவதேயில்லை. அதன்

பூர்வாங்க காரணம் என்னவாக இருக்கும் என்று அவள் பலமுறை யோசித்திருக்கிறாள். இத்தனைக்கும் ராபியா அத்தை புருஷன் வீட்டில் நிறைய கஷ்டப்பட்டவள். புருஷன் இறந்தபிறகு அவளைக் கவனித்துக்கொள்ள குழந்தைகள் இல்லாத காரணத்தால் சகோதரன் வீட்டுக்கு வந்துவிட்டாள். இப்போது தனியாக இருக்கிறாள். அவளது புலம்பல்களை யாரும் லட்சியம் செய்வதில்லை. புத்தி கெட்டவர்களின் பேச்சுக்கெல்லாம் செவி சாய்த்தால் கழுதைமேல் இருந்த பொதியை தம்மேல் சமத்திக்கொண்டு நடந்தவனின் கதையாகிவிடும் என்று சீமாவுக்குத் தெரியும்.

''இப்போது, என்ன செய்யப்போறாளாம் இனிமே?''

அத்தையின் காதைத்திருகி அமர்த்த வேண்டும்போல் ஆத்திரம் வந்தது. உங்களுக்கு எல்லாம் சொல்லித்தான் ஆகணுமா? ஏன் சொல்லணும்? வம்பு பேசறதைத் தவிர உங்களுக்கு என்ன செய்ய முடியும்?

அத்தை உண்மையில் ஊர் வாயை பிரதிபலிக்கிறாள். ஊர் வம்பெல்லாம் அன்றைய செய்திபோல. நாளை விடிந்து வேறு செய்தி கிடைத்தால் இன்றைய சேதி மறந்துபோகும். செய்ய வேண்டிய சேதத்தை செய்துவிட்டு.

ஒரு மூன்றாம் நபரின் கதையைச் சொல்வதுபோல் பேசிக்கொண்டு சென்ற சீமாவை சந்திரா ஸ்வாரஸ்யத்துடன் பார்த்தாள்.

''எங்கிருந்து வந்தது இந்தத் தைரியம்? சென்ற மாதம் போர் இருந்த காட்சியே வேறு. அப்போது எதெற்கெடுத்தாலும் பயந்து நடுங்கியவள் இந்த சீமா. முணுக்கென்றால் கண்ணில் நீர் வழியும்.''

''ஆமாம் இல்லே?'' என்று சீமா சிரித்தாள்.

''வெறும் வார்த்தைகளைக்கண்டு பயந்தேன். அதை சொல்லிட்டாங்கன்னா என் வாழ்க்கை முடிஞ்சுதுன்னு நினைச்சேன்.''

“நீ இத்தனைக்கும் படிச்சவ”

“படிப்புக்கும் இதுக்கும் சம்பந்தமில்லே. மனசுலே தெம்பு இல்லாதபோது, உடம்பு முடியாம போகும்போது ஒரு பலவீனம் புகுந்துக்குது டாக்டர், அதை அந்த ஆள் எப்படியோ தெளிய வெச்சார். அவர் சொன்ன மாதிரி வேலையும் கிடைச்சுட்டது.”

“அன்னிக்கு மழைவந்து நீ ஒதுங்கினது எதேச்சையானது இல்லே”

அவள் சிரித்தாள். “எல்லாமே யாரோ திட்டமிட்டதுன்னு சொல்லுங்க, அல்லாவுக்கு வேற வேலை இல்லையா? என் அத்தை வாயைகூட மூடிட்டேன். என்கூட வந்து இருங்கன்னு கூட்டியாந்துட்டேன்.” என்றாள் சுவரில் பொருத்தப்பட்ட விசையை வேகமாகச் சுழற்றியபடி.

சந்திராவுக்கு நம்பத்தான் முடியவில்லை.

10 கருவறையின் ஓலம்

அந்தப் பெண் ஆகாசத்தைப் பார்த்தபடி அமர்ந்திருந்தாள், அங்கு யாரையோ தேடுபவள்போல. மண்ணுடன் தொடர்பு அற்றுப்போனவள்போல். ஆனால் அவளுடைய முகம் மண்ணை நினைவுபடுத்தியது. வறண்டு பாளம் பாளமாக, வெடித்த கோடு கோடாய் விரிந்த மண். அவள் கண்களிலிருந்து வழிந்த நீர் அந்தக் கோடுகளில் கிளை பரப்பி கழுத்தில் வழிந்தது. அந்த முகத்தை வைத்து வயதை கணிக்க முடியவில்லை. காலம் காலமாய் உலகத்து துயரத்தை சுமப்பவள் போன்ற அமானுஷ்ய தோற்றம் அது. ஒரு யுவதி அவள் வாயருகில் மைக்கைக் கொண்டுசென்று, குனிந்து ஏதோ கேட்டபோது அவள் சட்டென்று திரும்பி கோபத்துடன் அவளது மொழியில் என்னவோ சொல்லி, முன்னால் துருத்தி நின்ற மைக்கை தள்ளி முகத்தை முழங்காலுக்குள் நுழைத்துக்கொண்டாள். முதுகு குலுங்கிற்று. 'ஓ' என்ற ஓலம் முழங்காவின் புடவைக் கொசுவத்தைத் தாண்டிக் கேட்டது. மைக்கைப் பிடித்த டி.வி. ரிப்போர்டர் சங்கடத்துடன் ஒரு விநாடி நின்று பார்வையிலிருந்து விலகினார். அந்தப் பெண்ணின் உருவம் இப்போது மிக அருகில் தெரிந்தது. புடவை மடிப்புகளில் இருந்த ஒரு பொத்தல் தெரிந்தது. அவளது ஓலம் இன்னும் துல்லியமாக.

வத்சலாவுக்குக் கண்களில் நீர் நிறைந்தது. அந்தப் பெண்ணை அணைத்துக்கொள்ள வேண்டும்போல் இருந்தது. நினைத்த மாத்திரத்தில் அக்கள் நீண்டு அவளைச் சுற்றிப்

படிந்தன. கண்ணீர் படிந்த சொரசொரத்த முகத்தை விரல்கள் தடவின. அடங்காத கண்ணீர் ஊற்று.

வத்சலாவின் விரலிடுக்குகளின் ஊடாக வெளியேறிற்று. கைகளும் முதுகும் மார்பும் விம்மி விம்மி புடைத்தன. அவளது கைக்குள் அடங்கிய அந்தப் பெண்களின் உடம்பும் மார்புகளும் தகித்தன, ஒரு ஜூவாலையில் அமர்ந்திருந்ததுபோல. 'ஓ. மா...' என்ற கேவல் திரும்பத் திரும்ப யாரது? அவளா நானா? இடிபாடுகளின் குவியலில் தனிமைப்பட்டுப்போன அந்த ஓலம் ஜனன வேர்களை உசுப்பி விட்டதுபோல இருந்தது. ஓ, இது என்னுடைய ஓலம், எனது சோகம், எனது மொழி, எனது இழப்பு, எனது கோபம், யார்மேல் கோபம்? எல்லோர் மேலும் பேரும். இங்கிதமே இல்லாத எல்லோர்மேலும். முக்கியமாக அந்த ஹரியோ, சிவனோ, பசுபதிநாதனோ நம்மைக் காப்பாத்த இருக்கார்னு வாழ்க்கை முழுக்க நம்பி மோசம் போறோமே... அந்த ஆளிடமும்தான்.

காமிரா வேலை மெனெக்கெட்டுப் பசுபதிநாதரின் கோபுரத்தை காண்பித்தது. கோவில் எந்த சேதமும் அடையாமல் நிற்பதை ஒரு அற்புதம்போல் ஒரு பெண் கீச்சுமூச்சு ஆங்கிலத்தில் கத்திக்கொண்டிருந்தாள். அற்புதம் இல்லை அது. அபத்தம் என்று தோன்றிற்று. இதற்கெல்லாம் ஏதேனும் அர்த்தம் இருக்கிறதா? கோவில் மட்டும் பத்திரமாக எந்த சேதமுமில்லாமல் இருக்கிறதாம். நடக்கிற அழிவையெல்லாம் பார்த்துக்கொண்டு, நான்கு புறமும் கண்களை மலர்த்திக்கொண்டு, எத்தனை வயிற்றெரிச்சல். மனசு பொங்கிப் பொங்கி ஆர்ப்பரித்தது. யாருக்கு உன்மேல் நம்பிக்னக வரும்?

குனிந்த முதுகு குலுங்கியபடி இருந்தது. அந்த சேதமடையாத கோவில்மேல் அவளுக்கு மிதமிஞ்சிய கோபம் இருக்கும் என்று வத்சலா நினைத்துக்கொண்டாள். படு, கோபப்படு... எதுக்கும் அர்த்தமில்லே, பெண்ணே, உன் பேரென்னா? மாயாவோ கௌசல்யாவோ ஏதுவாக இருந்தா என்ன, நா உறுதியா சொல்லமுடியும். லாஜிக்கே இல்லை.

வாழ்வுக்கும் சாவுக்கும், போச்சே போச்சேன்னு அழறோம் பாரு, நீயும் நானும், அதுதான் நிஜம்.

அந்த நிஜத்துக்குப் பின்னால் இருக்கிறது ஒரு மாபெரும் பொய், எல்லாமே பொய்னு சொன்ன சித்தர்கள், ஞானிகள். ஆனா நீயும் நானும் ஞானி இல்லே. அதனாலேதான் இந்த அழுகை. இந்த கோபம். மைக்கைப் பிடித்து நின்ற யுவதி பேறு ஆளைத் தேடிப்போனாள். அடுத்த தலம். கதை சொல்லத் தயாராக இருக்கும் ஆத்மாக்கள், சேதிக்குக் கிடைக்கவேண்டிய தீனி, இடிபாடுகள், பூகம்பங்கள், சோகங்கள் எல்லாவற்றிலும் தீனி சேகரிக்கும் பிழைப்பு, காமிரா வேறுபக்கம் திரும்பியது. வேத்சலோ தொலைக்காட்சியை நிசப்தத்தில் வைத்து எழுந்தாள், ஜன்னல் கண்ணாடியில் தெரிந்த அவளது உருவம் ஆச்சரியமாக மாறிப்போயிருந்தது.

சற்றுமுன் நேபாள இடிபாடுகளின் நடுவே பார்த்த முகம் இது. காய்ந்த மண்போன்ற முகம், பார்த்துக் கொண்டிருக்கும்போதே அது பாளம் பாளமாக வெடித்தது. அதில் அவள் சிதறுண்டு போனாள், மண்குவியலாய் போன சிதறல்களை அவள் தீவிரமாய் ஆராய்ந்தாள். அதில் காணாமல் போன யாரையோ தேடுவதுபோல். கண்ணாடியில் அவள் இல்லை. அந்தப் பெண், மண்ணையோ கற்குவியலையோ அளைந்து கொண்டிருக்கிறாள். மனசு குலுங்கிற்று. என்ன கிடைக்கும்? கை நழுவிப் போனது எப்படிக்கிடைக்கும்?

“என்ன தேடறீங்க?”

அந்தப் பெண் அலங்கமலங்க விழிக்கிறாள்.

சாப்பாடு என்கிறாள் ஹிந்தியில்.

“சாப்பாடா?”

“ஆமாம்! சாப்பாடு தட்டிலே எடுத்து வெச்சேன். தால், சாவல். கோபாலுக்குப் பசிக்கும். ஆளைக்காணோம்.”

வத்சலாவுக்குத் தூக்கிவாரிப்போட்டது. ஓ, ஆமாம் எப்படி மறந்து போனோம்? தட்டில் வைத்த சாதமும் பருப்பும்,

அவனுக்குப் பசிக்கும். அவனுக்குப் பசிக்கும்... அவனுக்கு சாப்பாடு போடணும், உடம்பு பரபரத்தது.

"யாருக்கு?"

"கோபாலுக்கு..."

"யாரது?"

"அடி கூறுகெட்டவளே. விடு அவளை."

வத்சலா திடுக்கிட்டு டி.வியைப் பார்த்தாள். நிசப்தத்தில் வைத்திருந்ததாக நினைப்பு. அந்தப் பெண் பேசினாளா? எப்படி காதில் விழுந்தது?

கோபாலுக்குப் பசிக்கும். யார் பேசியது, அவளா நானா?

"வத்சலா"

அவள் திரும்பிப் பார்த்தாள். சதாசிவம் நடைப்பயிற்சிக்கு ஆயத்தமான கோலத்தில் நின்றிருந்தார்.

"வாக்கிங் வரல்லியா?"

"கோபாலுக்குப் பசிக்கும்."

"என்னது?"

"நீங்க போங்க. அவனுக்கு சாப்பாடு போடணும்."

"வத்சலா!"

அவளுக்குத் தூக்கிவாரிப்போட்டது. "எதுக்கு இப்படிக் கத்தறீங்க?"

அவர் மெல்ல அவளருகில் வந்தார். அவளுடய தோளில் கைவைத்து அழுத்தினார். டி.வியை அதற்கு முன்பே அணைத்துவிட்டார் போலிருந்தது, முறுக்கேறியிருந்த நரம்புகள் மெல்ல மெல்ல யதாஸ்தானத்துக்கு வந்தன. அவளுக்கு, வியர்த்தது.

"கொஞ்சம் ஃபான் போடுங்களேன்" என்றாள்.

"ஃபான் சுத்துது பாரு. கொஞ்சம் தண்ணி குடிச்சுட்டு வாயேன்?"

அவள் நகர்ந்து சாப்பாட்டு மேஜைமேல் இருந்த தண்ணீர் பாட்டிலிலிருந்து தம்பளரில் ஊற்றி மளக் மளக்கென்று குடித்தாள்.

மௌனமாக வெளியில் செல்லும் காலணியை அணிந்துக்கொண்டு. ஃபானை அணைத்துவிட்டு,

"போகலாம்" என்றாள்.

லிப்ஃடில் நுழைந்து ஜி யை அமுக்கி கீழே இறங்கும்வரை சதாசிவம் அவளைக் கவலையுடன் பார்த்துக்கொண்டிருந்தார். அவள் மெல்லிய கூச்சத்துடன் தலையைத் தாழ்த்திக்கொண்டாள். என்ன ஆகிவிட்டது எனக்கு? லிஃப்ட் திறந்ததும் சற்று ஆசுவாசம் ஏற்பட்டது. கட்டிடத்தின் வளாகத்தில் குழந்தைகள் அங்குமிங்கும் ஓடியபடி இருந்தன. கூச்சலும் சிரிப்புமாக வாழ்வே ஒரு கோலாகலம்போல். நேபாள இடிபாடுகள் கனவாகத் தோன்றின. முதுகு குலுங்கும் பெண் காணாமல் போனாள்.

ஆனால் அவளுக்கு இன்னமும் ஏதோ புகைமூட்டத்தில் சிக்கியிருந்ததுபோல் இருந்தது.

"எங்க போறோம் இப்ப?"

"என்ன ஆச்சு உனக்கு இன்னிக்கு? பார்க்குக்குதான் போறோம்!"

அவள் உதட்டைக் கடித்துக்கொண்டாள். என்னவோதான் ஆகிவிட்டது இன்றைக்கு. அந்தப் பெண். ஊர் பேர் தெரியாத அந்தப் பெண்ணின் பரிதவிப்பு. அவளுள் பரவிவிட்ட பரிதவிப்பு.

"இதப் பார், இனிமே ரெண்டு நாளைக்கு டி.வி பார்க்காதே. திரும்பத் திரும்ப அதே கண்றாவியைத்தான் காண்பிப்பான்கள்."

அவள் ஒன்றும் சொல்லாமல் நடந்தாள். மரணமும் துக்கமும் அழுகையும் கண்றாவிதான். அது செய்தியும்கூட, அதுதான் கண்றாவி. மைக்கை நீட்டிய கையும் அதை

ஆத்திரத்துடன் புறம்தள்ளிய அந்தப்பெண்ணின் பார்வையும் நினைவில் நின்றது. வத்சலா தலையை உசுப்பிக்கொண்டாள்

அதிலிருந்து விடுபட எத்தனிப்பவள் போல.

"என்ன?"

"ஒண்ணுமில்லாயே?" என்றாள் அவள் சதாசிவத்தைத் திரும்பிப் பார்த்து,

'கடவுளே, இவர் ஏன் இப்படி நம்மையே கவனித்துக் கொண்டிருக்கிறார்?'

பார்க்கினுள் நுழைந்து நடக்க ஆரம்பித்ததும் மூச்சு சீராக வர ஆரம்பித்தது. பாதையின் இருபக்கமும் நிழல் பரப்பும் மரங்கள். நாள் முழுவதும் தகித்த சூட்டுக்கு இதமாக இருந்தது.

பெங்களூர் இந்த மாதிரி சூட்டைக் கண்டதே இல்லை. அவள் நிமிர்ந்து பார்த்தாள். பார்க்கின் பெஞ்சில் அமர்ந்து தினமும் அரட்டை அடிக்கும் வயதான கும்பலில் ஒருத்தரின் அங்கலாய்ப்பு.

"மரத்தையெல்லாம் வெட்டிக்கிட்டே இருக்காங்க. மழை குறைஞ்சு போச்சு, சூடு கிளப்பாம என்ன செய்யும்?"

"அநியாயமும் அக்கிரமும் அதிகரிச்சுப் போச்சு சுவாமி. பூமி வெடிக்காம என்ன செய்யும்? நேபாள்லே பூகம்பம், இங்க வெய்யில் பொளக்குது. சென்னை வரைக்கும் வந்தாச்சு பூகம்பம் இங்கயும் வரும்."

அவள் வேகமாக அவர்களைக் கடந்தாள். தினமும் இதே ரீதியில் பேசும் பேச்சு மாற்றமே இல்லாமல், பூகம்பம் என்கிற வார்த்தை இன்று சேர்ந்து கொண்டது. இவர்கள் எல்லாம் சாமான்ய மனிதர்கள், நடக்கும் அக்கிரமத்திலிருந்தும் அநியாயத்திலிருந்தும், அந்நியப்பட்டவர்கள். விசித்திரம்.

சதாசிவத்தைக் கண்டதும் "வாங்க, நடந்து முடிச்சாச்சா?" என்றார் ஒருவர்.

சதாசிவம் அவர்களுடன் அமர்ந்ததும் அவள் வேறு ஒரு பெஞ்சில் சென்று அமர்ந்தாள். நல்லவேளையாக அது காலியாக இருந்தது. இன்று யாரையும் பார்க்கவேண்டாம்போல், பேச வேண்டாம்போல் இருந்தது. வழக்கமாக இங்கே உட்காரும் கன்னடம் பேசும் அம்மாளையும் அவளுடைய தோழியையும் காணோம். இருவரும் மருமகளைப் பற்றியோ மகனைப்பற்றியோ புகார் சொல்லிக் கொண்டிருப்பார்கள். அவர்களுக்கு வேறு பேச்சுக்கு விஷயமே இல்லை என்று தோன்றும். சே, என்னா பெண்கள் என்று அலுப்பு ஏற்படும். வாசலைத் தட்டும்வரை எந்தப் பேரிழப்பும் இவர்களை பாதிக்காது. இவர்களுக்கு அந்த ஆண் கும்பல் தேவலை. மேம்போக்காகவாவது உலக நடப்பை அலசுகிறார்கள்.

சதாசிவம் எதற்கோ பெரிதாகச் சிரிப்பது கேட்டது. அவளுக்கு அவரை நினைத்து மெல்லிய பொறாமை ஏற்பட்டது. தன்னால் ஏன் அவரைப்போல் இருக்கமுடிவதில்லை? ஏன் இப்படி பாரத்தை சுமந்துகொண்டு அலைகிறேன்? எல்லோருக்கும் அலுப்பைத் தருகிறது. அவளுடைய தன்மை அவளுக்குத் தெரியும். எப்படி மீள்வது அதிலிருந்து?

''அம்மா பசிக்கிறது.''

தூக்கிவாரிப்போட்டது அவளுக்கு. அவள் திரும்பிப் பார்த்தாள். ஒரு சிறுவன். தாயுடன் நடக்க விருப்பமில்லாதவன்போலச் சிணுங்கிக் கொண்டிருந்தான்.

''இரு. இன்னும் ரெண்டு சுத்து சுத்திடலாம்.''

''இப்பவே போகலாம், ரொம்பப் பசிக்கிறது.''

''சரியான பிடிவாதக்காரன்டா நீ, அதென்ன பசி? மத்தியான்னம். டிபன் வேற சாப்பிட்டே?''

அவள் கண்களை மூடிக்கொண்டாள். அவள் கையை சிறுவன் பிடித்துக்கொண்டான். மிருதுவான வெதுவெதுப்பான சின்னக் கை.

"இன்னிக்கு சேப்பங்கிழங்கு ரோஸ்ட் பண்றியாம்மா, மொறு மொறுன்னு?"

"கிளம்பலாமா?"

அவள் கண்ணைத் திறந்தாள். சதாசிவம் நின்றிருந்தார்.

அந்தச் சிறுவனின் கையைப் பிடித்துக்கொண்டு ஒரு பெண் வேகமாக அவரைக் கடந்து நடந்தாள்.

அவள் எழுந்தாள் பெஞ்சின் கைப்பிடியை அழுந்திப் பிடித்தபடி ஒவ்வொரு அசைவும் இப்போது சிரமமாகி விட்டதாகத் தோன்றிற்று.

இன்னும் எத்தனை நாட்கள் இப்படி வாழ்வு நகரும்? காரணமே இல்லாமல் காலத்தைக் கழிக்கவேண்டிய நிலை எத்தனை அபத்தமானது? அந்தப் பெண்ணின் நினைவு மறுபடி வந்தது. இல்லாமல் போய்விட்ட ஒருத்தனுக்கு சாப்பாடு போடணும் என்கிற நினைப்பில் அலையும் ஒரு ஜீவன். ஏதொ ஒரு தப்பாகிப்போன கணக்கில், பின்தங்கிவிட்ட அவலத்திலும் இருப்பதற்கான காரணத்தைக் கற்பித்துக்கொள்ளும் விசித்திரம்.

நான் எதற்கு இருக்கிறேன்? எந்த அபத்த காரணத்துக்காகப் பின் தங்கிவிட்டேன்?

"வத்சலா"

"என்ன?"

"ஏன் இப்பல்லாம் எழுதறதை நிறுத்திட்டே?"

அவள் சற்று நேரம் யோசனையில் ஆழ்ந்தவள்போல் பேசாமல் இருந்தாள்.

"ஏன்?"

"என்ன சொல்வது? எழுதத் தோணல்லே, மண்டைக் காலியாயிட்டது மாதிரி! இருக்கு"

"முயற்சி பண்ணு. மண்டைக்குள்ளே இருக்கற விஷயம் இன்னும் நிறைய இருக்கு. அது வெளியிலே வரணும்."

அதாவது மண்டைக்குள் வேண்டாத கசடுகள் நிறைய இருப்பதாகச் சொல்கிறார்.

அவளுக்கு அவரை நினைத்துப் பாவமாக இருந்தது. அவள் இதுவரை எழுதி இருக்கும் எதையும் அவர் கண்டுகொண்டதில்லை, எந்த வகையிலாவது அவள் அவருக்கு ஏற்படுத்திவரும் சங்கடத்திலிருந்து விடுபட்டால் போதும் என்று அவர் நினைக்கிறார் என்று தோன்றிற்று.

எழுத இப்போது எதுவும் இல்லை என்று சொன்னால் அவருக்குப் புரியாது.

கைப்பேசி ஒலித்தது. அவள் சுய நினைவுபெற்று அதை இயக்கினாள். மறுமுனையில் சிநேகிதி மாதவியின் குரல் கேட்டது.

''நாளைக்கு எழுத்தாளர் சங்கத்திலே மீட்டிங் இருக்கு. ஞாபகம் இருக்கோல்லியோ? மறக்காம வந்துடு வத்சலா. இப்பல்லாம் நீ...''

''எதைப் பத்தி?''

''ஈ மெயிலைப் பாக்கல்லியா? மீராபாய் என்கிற தலைப்பிலே நீனா தேஷ்முக் பேசப் போறாங்க.''

உடனடியாக மீரா பாடல்களுக்கு மனசு தாவிற்று. மீரா தாஸி ஜனமஜனமகீ... விஷ்கா பியாலா ராணாஜினே பேஜா. பீவத மீரா ஹாலிரே...

எம்.எஸ் நடித்த மீரா. ராணா அனுப்பிய விஷம் கலந்த பால் கோப்பையை கையில் வைத்திருக்கும் எம்.எஸ், சுருண்ட கூந்தல் தோளில் சரிய அதை சந்தோஷமாகக் குடித்து புன்னகைக்கும் மீராவாகிப்போன சுப்புலக்ஷ்மி...

''என்ன வறியோ இல்லையோ? நீயும் பேசினா நல்லா இருக்கும்.''

''பேசமுடியாது மாதவி. வரேன். யாராவது மீரா பஜன் பாடினா நன்றாயிருக்கும்.''

மாதவி சிரித்தாள்.

"நாம் நடத்தறது எழுத்தாளர் சங்கம் வத்சலா!"

"மீரா எழுதினது கவிதை மாதவி, இலக்கியம்."

"ஓகே ஓகே, வந்துடு"

சுருசுருவென்று கிளம்பிய ஆத்திரம் மெல்ல அடங்கிற்று. மாதவி சட்டென்று பேச்சை துண்டித்தது அர்த்தம் பொதிந்தது. அவள் ஒரு மனநிலை கழன்றவளாக அவர்கள் நினைக்க ஆரம்பித்து விட்டார்கள், ஏதும் சொல்வதற்கு முன் "ஓகே, ஓகே!"

அன்று அப்படித்தான் என்னவோ அவள் பேச்சுவாக்கில் சொன்னபோது மோஹினி புருவத்தை உயர்த்தினாள். "வர வர நீ ரொம்ப வலதுசாரியா போயிட்டே வத்சலா."

கடவுளே என்று அன்று உண்மையிலேயே அரற்றத் தோன்றிற்று. இப்போது திடீரென்று நினைவு வந்ததுபோல் சதாசிவத்திடம் சொன்னாள்.

"நாம ரெண்டுபேரும் வாரணாசிக்குப் போயிட்டு வரலாமா?"

அவர் வியப்பும் லேசான படபடப்புமாகக் கேட்டார்.

"வாரணாசிக்கா? எதுக்கு?"

அவள் தலையைக் குனிந்துகொண்டாள். "என்னவோ கங்கையைப் பாக்கணும்போல இருக்கு."

"அதுக்குக் காசிக்குதான் போகணுமா என்ன? அந்த அழுக்கும் குப்பையும் கூளமும் பிணங்களும்..."

"மோடி வந்தப்புறம் இப்ப சுத்தமா ஆயிட்டதாமே?"

"மண்ணாங்கட்டி. ஒரு மாறுதலும் இல்லேன்னு நேத்து அவுட் லுக்லே கட்டுரை வந்திருக்கு பாரு."

அவளும் படித்தாள். ஆனால் ஆச்சரியமாக அதைப் பார்த்ததிலிருந்து காசிக்குப் போகவேண்டும் என்று அதிகமாகத் தோன்ற ஆரம்பித்திருந்தது.

''என்னவோ அங்க போனா ஒரு நிம்மதி கிடைக்கும்போல இருக்கு.''

சொல்லும்போதே கண்களில் நீர் நிறைந்தது. தனது பலவீனத்தை நினைத்து வெட்கமேற்பட்டது. சதாசிவம் ஒன்றும் சொல்லாமல் தலையை அசைத்தபடி நகர்ந்தார். திடீரென்று அவளுக்கு மிகுந்த சோர்வேற்பட்டது. யாருக்கும் தன்னுடைய அந்தரங்க பரிதவிப்புகளைப் புரிந்துகொள்ள முடியாது என்று தோன்றிற்று.

''வத்சலா. வாட் இஸ் யுவர் ப்ராப்ளம்?'' அடுத்த அறையிலிருந்து கேள்வி வந்தது.

அவள் திடுக்கிட்டாள். ''ப்ராப்ளம்னு யார் சொன்னது?''

''அப்ப கன்னாபின்னான்னு யோசிக்கறதை நிறுத்து.''

''காசிக்குப் போகலாமான்னு சொன்னது அத்தனை அபத்தமான விஷயமா?''

''ஆமாம், உனக்கு மூளை கலங்கிப் போச்சு.''

அவள் திடீரென்று உடைந்து போனவள்போல் அருகிலிருந்த நாற்காலியில் அமர்ந்து முகத்தைக் கண்களால் பொத்திக்கொண்டு விசித்து விசித்து அழ ஆரம்பித்தாள்.

சதாசிவம் அன்று பிறகு அவளுடன் பேசவில்லை. சாப்பாடு மௌனமாக நடந்தது. தொலைக்காட்சி அருகில் இருவரும் போகவில்லை. பூகம்பம் எக்கேடு கெட்டுப் போகட்டும், அதைப்பற்றி இங்கு அமர்ந்து கவலைப்படுவதில் என்ன ஆகப்போகிறது?

அன்றிரவு மீராபாய் கனவில் வந்தாள். கையில் சப்ளாகட்டையை வைத்து சப்தமிட்டபடி வந்தாள். மன சாக்கர ராக்கோஜி வத்னப்பாவுக்கு மெய்சிலிர்த்துப் போயிற்று. மீரா சுழன்று சுழன்று ஆடியவண்ணம் இருந்தாள். அவள் வேறு உலகத்தில் இருந்ததுபோல இருந்தது. பித்து பிடித்தவளா? என்னோடு ஆடு என்னொடு ஆடு... இல்லை இது போல...

வச்லாவின் கையைப் பற்றிக்கொண்டு ஆட்டினாள். சாக்கா ராக்கோலி. மீரா கஹே பிரபு கிரிதர நாகர...

என்ன ஆட்டம் என்ன அர்த்தம்? ராஜஸ்தானியோ ஹிந்துஸ்தானியோ, யாருக்குத் தெரியும்? எதுவும் முக்கியமில்லை. பேரின்ப உணர்வாக இருந்தது அது.

சட்டென்று விழிப்பு ஏற்பட்டது. மிக சத்தியமாக மீராவுடன் ஆடியதுபோல் இருந்தது. ஒரு சில கணங்கள் எல்லாமே மறந்து போயிற்று. மீராவுக்கு சுற்றமும் சொந்தமும் வீடும் மறந்ததுபோல. எப்படி சாத்தியமாயிற்று? குழந்தை குட்டி பெற்றிருந்தால் சாத்தியமாகியிருக்குமா? பூகம்பத்தின் நடுவில் சிரித்திருப்பானா? பசி என்ற குரல் கேட்டு திரும்பாமல் இருப்பாளா?

அவள் கிறுக்கா ஞானியா?

அவள் அங்கு போய் சேர்ந்தபோது அந்த சிறிய அரங்கத்தில் கணிசமான கூட்டம் வந்திருந்தது. அவனைக் கண்டதும் மாதவி மிகுந்த மகிழ்ச்சியுடன் கையைப்பிடித்து அழைத்துப் போனாள்.

மேடையில் பேச வந்திருந்த பெண், பல பட்டங்கள் பெற்ற அறிவு ஜீவி. அவள் பேசிய ஒவ்வொரு வார்த்தையிலும் அரங்கம் பரவசத்துடன் லயித்தது.

"நாமெல்லாம் பெண்ணியம் பேசுவதாக பீற்றிக் கொள்கிறோம். பதினாறாம் நூற்றாண்டைச் சேர்ந்த பழமைவாத ராஜஸ்தான் அரச குடும்பத்தைச் சேர்ந்த மீராபாய் மிகச்சிறந்த பெண்ணிய வாதியாக வாழ்ந்த வரலாறு நமது பெண்ணிய வரலாற்றின் துவக்கத்தில் ஒரு முக்கியமான நிகழ்வு..."

வத்ஸலா தலைகுனிந்து கண்ணை மூடியபடி தன்னுள் மூழ்கிப்போனாள். மீரா பாட ஆரம்பித்தாள். காலில் சலங்கைக் கட்டிக்கொண்டு குதித்தாள் பக்குங்குரு ரே... ரே...

"கண்ணனை கணவனாக வரித்தாள் ஏன்? திருமண பந்தத்தில் மகா சாமான்யமான கணவனுடன் வாழப் பிடிக்கவில்லை."

மீரா சிரித்தபடி ஆடினாள். மீரா தாஸி ஜனமஜனமகீ...

அவளுடைய கையைப் பிடித்தபடி ஆடும்போது வத்சலாவுக்கு மனசு பொங்கிற்று, கண்ணில் நீர் பெருகிற்று. அந்தப் பேச்சாளியின் குரல்வளையை நெருக்க வேண்டும்போல் இருந்தது. கபீரும், அப்பரும், சுந்தரரும், துளசிதாஸும் ஞானிகளானதற்குக் காரணம் கற்பிப்பாயா? அவர்கள் ஞானிகளாக இருக்கலாம், மீராபாய் இருக்கக் கூடாதா? மீராவுடைய பாட்டிலிருக்கிற கவிதை புரியுமா உனக்கு? இலக்கியநயம் புரியுமா உனக்கு. அதைக்கேட்டு உன் கண்ணில் நீர் வழிந்திருக்குமா? இப்போது கண்ணீர் விடுவதே அசட்டுத்தனமாகி விட்டது...

கூடத்தில் அமர்ந்து புத்தகம் படித்துக்கொண்டிருந்த சதாசிவம் அவளை வியப்புடன் பார்த்தார்.

"என்ன இத்தனை சீக்கிரம் வந்துட்டே?"

"எனக்கு அந்தப் பேச்சே பிடிக்கல்லே."

என்ன பேச்சு என்று அவர் கேட்கவில்லை.

அவள் படுக்கப்போகும் முன் சதாசிவம் அவளிடம் வந்து மெதுவாகச் சொன்னார்.

"இன்னும் ரெண்டு நாள்லே வாரணாசிக்குப் போறோம். கல்கத்தா வழியா. ஃப்ளைட் டிக்கெட் ஆன்லைனிலே வாங்கியாச்சு."

அவள் வியப்புடன் அவரைப் பார்த்தாள்.

"அங்க போனா உனக்கு நிம்மதி எப்படி கிடைக்கும்னு எனக்குத் தெரியல்லே. அதை தடுப்பானேன்னு"

அவள் மென்மையாகப் புன்னகைத்தாள். "தாங்க்யூ. என்னவோ ஒரு எண்ணம். எப்படி வந்துதுன்னு தெரியல்லே. பைத்தியக்காரத்தனமா இருக்கலாம். எங்கம்மா பாட்டி எல்லாரும் எனக்குள்ளே பூந்துட்டமாதிரி எனக்கே சிலசமயம் தோணுது."

அவர் தோளைக் குலுக்கி உதட்டைப் பிதுக்கினார்.

“காசி நம்ம காலத்துக்குள்ள சுத்தமாயிரும்னு நா நினைக்கல்வே, நா ஹோட்டல்லே இருக்கேன். நீ ஆசைதீர கங்கையைப்பாரு.”

அந்த நீர்ப் பரப்பைக் கண்டு வியப்பேற்பட்டது. கடலைப்போல் கரை புலப்படாமல் விரிந்திருந்தது. பேரிரைச்சலுடன் கங்கை ஓடிற்று. நதியில் இறங்கும் அகன்ற படிக்கட்டுகளில் இறங்கி அவள் நின்றாள். கோலாகலக் கூச்சல்கள். பல மொழி பேச்சுக்கள். நீராடும் பெரிசுகள், சிரிப்பும் பேச்சுமாக நீந்திவரும் சிறிசுகள்.

கரையில் வரிசையாக பாடையில் இருக்கும் செத்துப்போனவர்கள். கழுத்தைச் சுற்றி மஞ்சள் நிறமாலைகள். மந்திரம் உச்சரிக்கும் புரோகிதர்கள். கங்காமயி ஜே என்று பயபக்தியுடன் கண்ணில் நீரை ஒற்றிக்கொள்ளும் வயதான பெண்கள், அவர்கள் நீரில் இறக்கிவிடும் அகல் விளக்குகள். குப்பைக்கூளம். நீரில் மிதக்கும் மலர்மாலைகள். சற்றுமுன் சடலத்தில் இருந்தவையாக இருக்கக்கூடும். இந்த நீரில் என்ன இருக்கிறது? எதற்கு வருகிறார்கள்? சுற்றிலும் இருந்த உயிர்துடிப்பு நாடி நரம்பையெல்லாம் உசுப்பிவிடுவதுபோல் இருந்தது. சில சடலங்கள் கரையில் காத்திருந்தன, சிதையில் ஏற்றுக் காத்திருக்கும் பந்துக்கள் சிலரின் கண்களில் நீர். அருகிலேயே குழந்தைகளின் கும்மாளம், அபத்தத்தின் உச்சம், அவளுக்கு ஆடிப்போயிற்று.

‘நான் ஏன் இங்கே வந்தேன்?’

“மாதாஜி பூஜை போடறீங்களா?”

அவள் திரும்பினாள்.

“பித்ருக்களுக்குப் பூஜை.”

இல்லை வேண்டாம் என்பதுபோல் அவள் தலையசைத்தாள்.

“உங்களுக்குத் தெரியாது மாதாஜி. செத்துப் போனவங்களுக்கும் பசிக்கும். பிண்டம் போடணும்.”

அவளுக்கு மெல்லிய அதிர்வு ஏற்பட்டது, நல்லவேளை சதாசிவம் கூட வரவில்லை என்றிருந்தது. அவள் பதில் சொல்லாமல் மெல்லப் படியேறி மேலே சென்று ஒரு ஒதுக்குப்புறமான இடம் தேடினாள்.

வழி நெடுக அந்தப் புரோகிதர் துரத்திக்கொண்டே வந்ததை நினைத்து ஆயாசமேற்பட்டது.

''ஐநூறு ரூபாய் கொடுங்க போதும் மாதாஜி. நல்ல பூஜை செய்வேன்.''

''வேண்டாம் போங்க''

''போகட்டும், முன்னூறு ரூபாய்?''

அவள் கிட்டத்தட்ட ஓட்டமெடுத்தாள்.

பூஜாரிகளின் கண்ணில்படாமல் உட்கார இடம் தேடுவதற்குள் போதும் என்றாகிவிட்டது. ஒரு சிறிய கல்லின்மேல் அமர்ந்து சுற்றிலும் பார்வையை சுழற்றியபோது ஒரு மாய உலகத்தில் அமர்ந்ததுபோல் இருந்தது.

'செத்துப்போனவர்களுக்கும் பசிக்கும்!'

கோபாலுக்குப் பசிக்கும் என்று புலம்பிய அந்தப் பெண்ணின் நினைவு வந்தது. புலம்பினது நானா அவளா?

வத்சலா முழங்காலை உயர்த்தி மடித்து அதனுள் முகத்தைப் புதைத்துக் கொண்டாள்.

''அம்மா பசிக்கிறதும்மா.''

அவள் திடுக்கிட்டு நிமிர்ந்தாள்.

கோபால் நின்றிருந்தான்.

''வாயேன். சாப்பிட வாயேன். உனக்குப் பிடிச்ச சமையல் இன்னிக்கு, இஞ்சினியரிங்லே ராங்க் வாங்கினத்தைக் கொண்டாட''

கோபால் சிரித்தான்.

''சேப்பங்கிழங்கு ரோஸ்ட் பண்ணிவியோ மொறு மொறுன்னு?''

அவளுக்கு சிரிப்பு வந்தது. "ஓ யெஸ்! எங்க போனே பசிக்கறதுன்னு சொல்லிட்டு? சாப்பாட்டை வெச்சிட்டுக் காத்திருந்தேண்டா."

"இப்ப போடு வா. என்னோடு"

அவள் எழுந்தாள். கோபால் அவளைத் திரும்பிப் பார்த்தபடி நடந்தான். அவள் அவனுடைய வேகத்துக்கு ஈடுகொடுக்கத் திணறினாள்,

"எங்க போகணும்?"

"இதோ இந்த இடம்தான். சாப்பாடு நல்லாயிருக்கும், எங்கிட்ட காசில்லே, பசிதாங்கல்லே."

அவளுக்கு உருகிப்போயிற்று.

"எங்கிட்ட இருக்கு சாப்பிடு, வேணும் என்கிற அளவு சாப்பிடு."

வரிசை வரிசையாக மேஜை. அவள் டோக்கன் வாங்கி வந்தாள்.

இலைக்கு முன்னால் அமர்ந்து கோபால் சிரித்தான்.

எங்க போனே இத்தனை நாள் என்று கேட்க வேண்டும்போல் இருந்தது. அவன் சாப்பிடட்டும் என்று பேசாமல் இருந்தாள். அவனுக்கு மிகுந்த பசியாக இருக்கவேண்டும். இலையில் விழுந்த அத்தனையையும் ஒரு கை பார்த்தான். இலையில் சடசடவென்ற சத்தத்துடன் விழுந்த பதார்த்தத்தைப் பார்த்தாள், சேப்பங்கிழங்கு ரோஸ்ட். அவளுக்கு திருப்தியாக இருந்தது.

"வாங்க, போலாம்."

அவன் கையைப் பிடித்துக்கொண்டு நடக்கவேண்டும்போல் இருந்தது. திடீரென்று ஒரு திறந்தவெளி அரங்கம் தெரிந்தது. மேடையும் பாட்டும் சரவிளக்குமாய் திருவிழாபோல் இருந்தது. ஒரு பெண் பாடிக் கொண்டிருந்தாள்,

"மன சாக்கர ராக்கோஜி..."

அரங்கத்தில் இருந்தவர்கள் சிலர் எழுந்து ஆட ஆரம்பித்தார்கள்.

'கோபால், கோபால் எங்க போனே' என்று அவள் அரற்ற ஆரம்பிக்கையில் அவன் அவள் கையைப் பிடித்துக்கொண்டு சுழன்று ஆட ஆரம்பித்தான். பிரபஞ்சம் சுழன்றது. கங்கையில் குளிக்கும் ஆண்கள், குழந்தைகள், பெண்கள், கரையில் பிணங்கள். காத்திருக்கும் புரோகிதர்கள், பாட்டு மாறி விட்டது புனரபி மரணம்... புனரபி ஜனனம். காசியில்தான் அந்தப் பாட்டுப் பிறந்திருக்க வேண்டும். சுழன்று சுழன்று தலை சுற்றிற்று.

"இரு கோபால், அம்மாவுக்கு வயசாச்சுடா..."

பாட்டு நின்றது. அண்ட சராசரங்கள் அசையாமல் நின்றன. மௌனம் அனுஷ்டித்தன.

"என் பெயர் ராகவ் மாத்தாஜி. நீங்கள் சாப்பாடு போட்டீர்கள். செத்துப்போன என் அம்மா வந்து போட்ட மாதிரி இருக்கிறது."

அவள் திகைப்புடன் அவனைப் பார்த்தாள்.

ஹோட்டலுக்குத் திரும்பியதும் சதாசிவம் "ரொம்ப நேரம் பண்ணிட்டியே கவலையா போச்சு. மொபைலெ இங்கயே வெச்சுட்டுப் போயிட்டியே?" என்றார் லேசான கடுப்புடன்.

"ஓ, மறந்து போச்சு" என்றாள் மெல்ல. "உங்களுக்கு டால்ஸ்டாயுடைய கதை ஞாபகம் இருக்கோ? செருப்பு தைக்கிறவன் ஒருத்தன், மார்டின்னு பேரு அவனுடைய குழந்தை செத்துப்போயிடும். அவனுக்கு யாருமே இல்லே... சாமிமேல் ரொம்ப கோபம் வரும்..."

அவள் என்ன சொல்ல வருகிறாள் என்று புரியாமல் சதாசிவம் கவலையுடன் அவளைப் பார்த்தார், "வத்சலா! உனக்கு முதல்லியே சொன்னேன். இந்த காசி கீசின்னு..."

"அப்புறம் ஒரு பாதிரி பைபிலை படிக்கச் சொல்வார். மெல்ல அவனுக்கு நம்பிக்கை வரும். கடவுள் அவனுடைய

கனாவிலே வருவார், நாளைக்கு வருவேன்னு சொல்வார். அவன் காத்திருப்பான்."

"வத்சலா..."

வத்சலாவின் கண்கள் பளபளவென்று இருந்தன. "கோபால் என் கனாவிலேயே வந்தான். நா உன்னைப் பார்க்க வருவேன்னான்."

"வத்சலா..."

"இன்னிக்கு வந்தான். எனக்குத் தெரியவே இல்லே தெரியுமோ? அந்த மார்டின்னுக்குக் கடவுள் பார்ப்போர் ரூபத்திலே வந்தது தெரியாத மாதிரி ரொம்பப் பசிக்கிறதுன்னு வந்தான் ராகவ் என்கிற பேர்லே, சாப்பாடு போட்டேன். திருப்தியா சாப்பிட்டான், என்னோட மீரா பஜனுக்கு டான்ஸ் ஆடினான்."

"வத்சலா நீ புரிஞ்சுக்கணும். நம்ம பையன் விபத்திலே செத்துப் போயிட்டான்."

"ஆனா அவனை இப்ப என்னால் பார்க்கமுடியறது."

சதாசிவம் தோளைக் குலுக்கினார் ஆயாசத்துடன்.

11 குற்றவாளி

முதல் முதலில் அந்த எண்ணம் எப்போது வந்தது என்று அவளுக்கு நினைவில்லை. ஆனால் அது வெகுதீர்மானமாக மனத்தில் வந்து அமர்ந்திருந்தது வெளியேறும் எண்ணமில்லாத விருந்தாளிபோல. தினமும் கிடைத்த தீனியில் உரம் கிடைத்துக் கொழுத்துப்போயிருந்தது. கட்டுப்பாடற்ற ஆக்ருதியைப் பெற்றுவிட்டதுபோல் மனசை முழுவதுமாக நிரப்பிக்கொண்டு இடம் போதாமல் தவித்தது. பல சமயங்களில் அவளுக்கு அதனால் மூச்சுத் திணறல் ஏற்பட்டது. தூங்க முடியாமல் அவள் படுக்கையில் எழுந்து உட்கார்ந்திருப்பதையும் அல்லது அறையை ஒட்டிய ரேழியில் உலாத்துவதையும் ரகுவரன் கவலையுடன் பார்ப்பான். இரண்டு மூன்று முறை என்ன என்று விசாரித்து அலுத்துக்கொண்டிருக்கிறான். "நீ எத்தனை வருஷம் அதைப் பத்தியே நினைச்சுக்கிட்டிருப்பே? உடம்பைக் கெடுத்துக்கிட்டு இப்படி மனசை வருத்திக்கிறதிலே ஒரு அர்த்தமும் இல்லே."

அவளுக்கும் இருந்தது. திரும்பத்திரும்ப மனத்தில் அதைப் புரட்டியெடுப்பதில் ஒரு சுகம் இருந்தது. நான் லேசில் மறந்துவிட முடியாது என்ற நினைப்பின் சுகம். சமாதானம், இருபது வருஷங்களாக உள்ளே அவள் கன ஜாக்கிரதையாகப் பொத்தி வைத்திருக்கும் நெருப்புப் பொறி அக்னிக் குஞ்சு, அவள் ஊட்டி வளர்த்தது, அணையாமல் அவியாமல் அமர்ந்திருக்கிறது.

பலமுறை ஜ்வாலையாகக் கிளம்பும் உச்சத்தைத் தொட்டிருக்கிறது, அது அங்கு இருப்பது அவளுக்குக்

கவசம்போல. கோபப்பட வேண்டிய விஷயத்துக்குக் கோபப்படவில்லை என்றால் அவள் மனுஷியே இல்லை. ரௌத்திரம் பழகு என்று பாரதி இதைத்தான் சொல்லியிருக்க வேண்டும்.

இப்போதெல்லாம் ரகுவரன் அவளை அப்படியான நிலையில் பார்த்தாலும் ஒன்றும் சொல்வதில்லை. உண்மையில் அதைப்பற்றின பேச்சே எடுப்பதில்லை. அவன் அவளைப்பற்றிக் கவலைப்பட்டாலும் அவனால் அவளுடைய உணர்வுகளைப் புரிந்துகொள்ளமுடியாது என்று அவள் நினைத்தாள். எவராலும். அவளைப் பெற்ற அம்மாவினாலும்.

"விட்டுடு நித்யா. அதைப்பத்தி நினைக்கிறதினாலே ஒரு பிரயோஜனமும் இல்லே."

அவள் தலையைத் தீவிரமாக அசைப்பாள்.

"என்னாலே முடியல்லேம்மா. பிசாசுமாதிரி அந்த நினைப்பு நா சும்மா உட்காரும்போதெல்லாம் வந்து நிக்கிறது."

அம்மாவுக்கு என்னைவிட அதிக பாதிப்பு இருக்காதா?

அவள் வியப்புடன் ஒரு நாள் மெல்லக் கேட்டாள். "உன்னாலே நினைக்காம இருக்க முடியறதா அம்மா?" குற்றம் சாட்டுவதாக அம்மா நினைத்து விடக்கூடாது என்ற யோசனையுடன்.

அம்மா தலையைக் குனிந்துகொண்டாள். "அதெப்படி சாத்தியம் சொல்லு? ஆனா காரண காரியத்தை ஆராயறதை நிறுத்திட்டேன். கோர்டிலே கேஸ் இருக்கு. என்னனப் பொறுத்தவரை அது முடிஞ்சுபோன விஷயம், கேள்வி கேக்கறதிலே லாபமில்லேன்னு தெரிஞ்சு போச்சு. கோபப்படறதிலே அர்த்தமில்லேன்னு தோணிப்போச்சு"

"மன்னிச்சுட்டீங்களா?"

அம்மா சட்டென்று நிமிர்ந்து பார்த்தாள். கண்களில் ஆழம் காணமுடியாத விசனம் தெரிந்தது. விட்ட கண்ணீரெல்லாம் ஆழ்கடலில் தேங்கியிருந்தது. கருத்த சுழலாய்.

''முயற்சி செய்யறேன். தினமும் பிரார்த்தனை செய்யறேன். ஆனா நா வெறும் மனுஷியாத்தான் இருக்கேன் என்கிறது கேவலமா இருக்கு...''

''இல்லே இல்லே. அதுதான் இயல்பானது. அது கேவலமில்லே''

அவள் அன்று அம்மாவை அணைத்துக்கொண்டு விசித்து விசுத்து அழுதாள். என்றோ நிகழ்ந்த ஒரு இழப்பின் அதிர்வைப் புதிதாக உணர்ந்து துக்கிப்பதுபோல்.

அம்மா வெகுநேரம் அவளது முதுகை வருடியபடி இருந்தாள். அந்த அணைப்பின் கதகதப்பில் ஒரு கணப்போழுதுக்கு எதுவுமே மாறவில்லை என்கிற பிரமை ஏற்பட்டது.

''ஏம்மா இப்படி நடக்கணும்?'' நடந்த அன்றிலிருந்து இருபது வருஷங்களாகக் கேட்கும் கேள்வியை மறுபடி மறுபடி கேட்கும்போதெல்லாம் புதிதாகக் கேட்பது போலிருந்தது.

''தெரியல்லே, நித்யா. எனக்கும் புரியல்லே.'' என்றாள் அம்மா பலமுறை சொன்ன அதே பதிலை. ''எத்தனை யோசிச்சம் விடை கிடைக்கல்லே. பூகம்பத்திலேயும் சுனாமியிலேயும் ஜனங்க ஏன் சாகறாங்க? அதுக்கு விளக்கம் உண்டா?''

அவள் மெல்ல அணைப்பிலிருந்து தன்னை விடுவித்துக் கொண்டாள்.

''அதுக்கும் நம்ம இழப்புக்கும் சம்பந்தம் இல்லே. இது மனுஷங்க செஞ்சது, வெறுப்பிலே செஞ்சது. ராட்ஷஸ வெறுப்பு. அதுதான் என்னனு எனக்குத் தெரியணும்.''

'என் மனசிலே கேள்விகள் நிறைய இருக்கு. நீதிமன்றத்தில் கேட்கப்படும் கேள்விகளும், வாதப் பிரதிவாதங்களும் தட்டையாகப் பரிமாணமற்றுத் தோன்றின. என் கேள்விகள் உணர்வுபூர்வமானவை. தனிநபர்களின் ஈடுசெய்யமுடியாத இழப்புடன் சம்பந்தப்பட்டவை. அரசியலுக்கு அப்பாற்பட்டவை. என்னிக்காவது அதுக்கு விடை கேக்கணும். அதனால

பயனிருக்கோ இல்லையோ... அது கிடைக்கிற வரைக்கும் நிம்மதி இருக்காது. என் கோபம் அடங்காது.'

நினைக்க நினைக்க அவளுக்குத் தாங்கவில்லை. இரட்டைக் கோபுரத்தைத் தகர்த்தவர்களின் கோபத்தின் பின்னணியைக்கூடப் புரிந்துக்கொள்ள முடிந்தது. இது புரியவில்லை, இதற்கும் அரசியல் காரணங்கள் சொன்னார்கள். அவை கண் மூடித்தனமான மூர்க்கமான காரணங்களாகப் பட்டன. தேவையற்றவையாக அநியாயமானவையாக அவளைக் கோபப் படுத்தின.

ஆலோசனை சொல்ல நிறைய பேர் இருந்தார்கள். "இமாச்சலப் பிரதேசத்திலே ஒரு ஆசிரமம் இருக்கு. அங்க, ஒரு தியானம் சொல்லித்தராங்களாம். மனசுலே இருக்கிற எல்லா எதிர்மறை எண்ணாங்களும், நினைவுகளும் போயிடுதாம், முயற்சி பண்ணிப் பாரேன்."

"இப்ப முடியாது. அப்புறம்... அப்புறம்... விடை கிடைச்சப்புறம்."

அவர்களிடம் சொல்லமுடியவில்லை நான் நினைவுகளை அழிக்க விரும்பவில்லை. எண்ணங்களை மாற்றிக்கொள்ள விரும்பவில்லை. என்னுள் இருக்கிறது ஒரு அக்னிக்குஞ்சு.

"தலாய் லாமாவைப் போய் பார்க்கலாமா. தர்மசாலாவுக்குப் போகலாமா? அவரோட பேச்சினாலே தெளிவு பிறக்கும்னு சொல்றாங்க."

"வேண்டாம் அவரது சிரிப்பே என்னை, என் சுயத்தை மறக்கடித்துவிடும். அப்புறம் அப்புறம்... போலாம் விடை கிடைச்சப்புறம்."

அன்று மதியம் தீர்ப்பு வந்தது. தொலைக்காட்சி சானல்களில் சேதி திமிலோகப் பட்டது. அவளும், அம்மாவும் யார் கண்ணிலும் படாமல் பதுங்கினார்கள், "என்ன நினைக்கிறீர்கள்? என்ன நினைக்கிறீர்கள்" என்கிற இங்கிதமில்லாத கேள்விகளைக்கண்டு

பயந்து தனலமறைவானார்கள், மறுநாள் பத்திரிக்கைகளில் முதல் பக்க சேதியாக வந்திருந்தது. நாட்டை உலுக்கிய அந்த சம்பவத்தில் குற்றம் சாட்டப்பட்ட ஏழுபேருக்கும் தூக்குத்தண்டனை விதிக்கப்பட்டிருந்த செய்தி விவரமாக முன்னும் பின்னும் நிகழ்ந்த சரித்திர பின்புலத்துடன், நான்கு பக்க சேதி. அவளுக்கு எதையும் படிக்கப் பிடிக்கவில்லை. ஒன்று மட்டுமே அவள் பார்வையில் பதிந்தது, வரிசையாக விரிந்த புகைப்படங்களில் அவர்களது ஆழம் காணமுடியாத உணர்ச்சியற்ற முகங்கள், அவர்களிடையே அவள் மட்டும் ஒற்றைப்பெண். தீர்க்கமான கண்கள். கூரான நாசி. எளிமையான உடை சின்னப் புன்னகைக் கீற்று.

திகுதிகுவென்று நாபியிலிருந்து ஒரு ஜ்வாலை எழும்பி நாடி நரம்பையெல்லாம் புடைக்கச் செய்தது. உள்ளங்கையும் நெற்றியும் சூடேறி வியர்த்தது. கண்களில் நீர்நிறைந்து பார்வையை மங்கச் செய்தது. பார்க்கப் பார்க்கப் புகைப்படம் உயிர்பெற்று விசித்திரமான ஆக்ருதியைப் பெற்றது. அதன் புன்னகையில் ஏளனமோ திமிரோ புகுந்தது.

அவளுக்கு நாடி நரம்பெல்லாம் உணர்ச்சிவசப்பட்டுப் புடைத்து நெஞ்சு படபடத்தது. பல வருஷங்களாக தினமும் எழும் கேள்விகள் ரௌத்திரத்துடன் கிளம்பின. ஆக்டபஸ்ஸின் கரங்களாய் அவளை பிளந்துக்கொண்டன.

நீ எப்படித் துணிஞ்சே இதைச் செய்ய இந்த பயங்கர குற்றத்தைச் செய்ய எப்படி மனசு வந்தது? எத சாதிக்க? பணத்துக்காகச் செய்திருந்தா உன்னைப்போல் ஒரு சண்டாள்ளத் துரோகி இருக்க முடியாது. தண்டனையிலிருந்து தப்பிக்க முடியும்னு நீ நினைச்சிருந்தா உனக்கு அசாத்திய திமிருதான்.

திடீரென்று அடக்கமுடியாமல் குமுறிக்கொண்டு கண்ணீர் பெறுகிற்று. தண்டனையை அனுபவிச்சது நானும், அம்மாவும் அவளில்லை. அதுதான் அந்தப் புன்னகையின் சேதி.

அந்தப் புகைப்படத்திலிருந்து கண்களை எடுக்காமல் அவள் அம்மாவுக்கு ஃபோன் செய்தாள்.

''அம்மா உனக்கு இப்ப சமாதானமா?''

''எந்த உணர்ச்சியும் தோணல்லே'' என்றாள் அம்மா. அழுதிருப்பாள் என்று தோன்றிற்று, குரல் கம்மியிருந்தது.

''ஏம்மா? கடைசியிலே நீதி கிடைச்சுதுன்னு எழுதிருக்கு எல்லா பேப்பர்லேயும்.''

அம்மா சற்று நிதானித்து பதில் சொன்னாள். ''என்னவோ தெரியல்லே வருத்தமா இருக்கு. எது நீதின்னு புரியல்லே, ஒரு கொலைக்குப் பரிகாரமாவா இத்தனைக் கொலைகள்?''

''நீ என்ன சொல்றேன்னு புரியல்லே''

''தூக்கு தண்டனைங்கற்றதும் கொலைதானே?''

அவளுக்கு மெல்லிய எரிச்சல் ஏற்பட்டது. ''நீ என்ன ஏசுன்னு நினைப்பா? 'தந்தையே இவர்களை மன்னியும், ஏனெனில் தாங்கள் செய்வது என்னவென்று இவர்களுக்குத் தெரியவில்லை'ன்னு சொல்லப் போறியா?'' என்றாள் ஆங்கிலத்தில் பைபிள் வரிகளைச் சொல்லி. அதைச் சொல்லும்போது தொண்டை அடைத்தது. அப்பா சிலுவையில் தொங்குவதுபோல் இருந்தது. அம்மா பதில் சொல்லவில்லை. ஃபோனைத் துண்டித்து விட்டாள். அன்று அம்மா நாள் முழுவதும் சாப்பிடவில்லை என்று சமையல் வேலைக்கு இருந்த லஷ்மி மறுநாள் சொன்னாள்.

அம்மாவைப் புரிந்துக்கொள்ள முடியவில்லை. இந்த விஷயத்தில் அம்மா கடைபிடிக்கும் மௌனம் அவளுக்கு விளங்காததாக இருந்தது. ஒருவேளை, தனிமையில் அழுகிறாளோ என்னவோ? படுக்கையில் ஒற்றையாகப் படுத்திருக்கும் இருண்ட நேரத்தில் போர்வைக்குள் முகத்தைக் கவிழ்த்துக் கண்ணீர் விடுகிறாளோ என்னவோ. தெரபிஸ்டைப் பார்க்கிறியா என்று ஒருமுறை அம்மா அவளிடம் சொன்னாள். பார்க்கவேண்டியது அம்மாதான் என்று அவள் நினைத்தாள்.

முதல் பக்கத்தை சேதி நிரப்பிய அன்று அவள் ரகுவரனிடம் சொன்னாள்.

"நா அவளைப் போய் பார்க்கணும்"

"யாரை?"

"அவளை" என்று புகைப்படத்தை சுட்டிக்காட்டினாள்.

"எதுக்கு?" என்றான் அவன் திடுக்கிட்டு.

"என்னவோ, பாக்கணும்போல இருக்கு."

"அதுதான் கோர்ட்டே தீர்ப்பு சொல்லியாச்சே, இன்னும் உனக்கு சந்தேகமா?"

"அவளை நேரடியாப் பாத்துப் பேசணும்னு படுது."

ரகுவரன் அவளை யோசனையுடன் பார்த்தான்.

"அதைவிட அசட்டுத்தனம் வேற இருக்காதுன்னு நா நினைக்கிறேன்."

"அசட்டுத்தனம் இல்லே. எனக்குத் தெரியணும் அவளைப் பத்தி. இப்ப ஒண்ணுமே தெரியல்லே, பேப்பர்லே சொல்ற விஷயம்தான் தெரியுது."

"இன்னும் என்ன தெரியணும்?"

"எனக்கு என்னவோ அவளைப் பாக்கணும்போல இருக்கு அப்புறம் நேரமில்லாம போயிரலாம்"

"அம்மாவுக்குத் தெரியுமா உன்னுடைய இந்த எண்ணத்தைப் பத்தி?"

"இனிமேத்தான் சொல்லணும்."

அவள் அம்மாவைப் பார்க்கச் சென்றபோது அம்மா ஜன்னல் வழியே தெரிந்த தோட்டத்தின் குல்மொஹர் மரத்தையும் அதில் ரத்தச் சிவப்பாய் மலர்ந்து விரிந்திருந்த பூக்களையும் வெறித்துப் பார்த்தபடி அவளது அறையில் அமர்ந்திருந்தாள். குல்மொஹர் மரத்தின் அடர்ந்த கிளையிலிருந்து ஒரு ஊஞ்சல் தொங்கிற்று.

அதில் அவள் அமர்ந்திருந்தாள். ஏழு வயசுப் பெண். முகம் முழுவதும் சிரிப்பாய் சுருள் கேசம் பறக்க. பின்னால் அப்பா நின்றிருந்தார் ஊஞ்சல் கயிற்றைப் பிடித்தபடி. ஊஞ்சல் அசைந்தது, அப்பா வேக வேகமாக அதை ஆட்டினார். அவள் பயத்தில் கத்த, 'இதுக்கெல்லாம் பயமா? என் மகளுக்கு பயமே கூடாது' என்று அப்பா சிரித்தார். அவளுடைய கவுன் மேலே பறந்து பறந்து இறங்கிற்று. அவள் பீதியில் உறைந்துப் போனாள், பூக்கள் உள்ளே நுழைந்து அறை முழுவதும் ரத்தத் துளிகளாக பரவின. மேஜையில் அன்றைய செய்தித்தாள்கள் விரிந்தபடி இருந்தன, அவற்றின் மேலும் பரவின ரத்தத்துளிகள். அவற்றிடையே அடையாளமற்றுப் போன உடல்கள். அப்பாவின் ஒற்றை ஷூ, பறவைபோல் குப்புறக் கவிழ்ந்த கைகள்.

அவள் அம்மாவின் தோளைப் பற்றினாள். அம்மா அவளைத் திரும்பிப் பார்த்து மெலிதாகப் புன்னகைத்தாள். பிறகு சட்டென்று அவளுடைய இடுப்பைச் சுற்றி வளைத்து முகத்தைப் புதைத்து விசும்ப ஆரம்பித்தாள். அம்மா அழுவதைப்பார்த்து வெகுநாட்களாகி விட்டன. இன்று அழுவது இயல்பாக இருந்தது. மனசுக்கு சமாதானமாக இருந்தது. மேஜையின்மேல் அம்மாவின் தோளை அணைத்தபடி அப்பா. புன்னகைத் தவழும் அப்பா. அவரது முகத்தின் நிரந்தர சின்னம், எதிர்பாராமல் சாவை சந்தித்தபோதும் சிரித்துக் கொண்டிருந்திருப்பார்.

அம்மாவின் அழுகை அடங்கி வெகுநேரத்திற்குப் பிறகு அவள் சொன்னாள்.

"அந்தப் பெண்ணை நா போயி பாக்கலாம்னு இருக்கேன்"

அம்மா திடுக்கிட்டு அவளைப் பார்த்தாள்.

"எதுக்கு?"

"பாக்கணும்போல இருக்கு."

"பாத்து? என்ன கேக்கணும்?"

"நா அதைப்பத்தி யோசிக்கல்லே. இத்தனை பயங்கர சதியிலே ஈடுபட்ட ஒரு பெண் எப்படி இருப்பான்னு பாக்கணும்"

"நல்ல கூத்து. அவளுக்கு என்ன கொம்பா முளைச்சிருக்கும்? இந்தமாதிரி விஷயங்கள்லே ஆணுக்கும் பெண்ணுக்கும் வித்தியாசமில்லே."

"இல்லாம் இருக்க முடியாதுன்னு நினைக்கிறேன். அதாவது. அவ சுயமா நினைக்கிறவளா இருந்தா, அவளை நா பாக்கணும்னு சொன்னேன். அது தப்பு. அவ என்னைப் பாக்கணும். அவங்க செஞ்ச அக்கிரமம் நம்ம குடும்பத்தை என்ன செஞ்சிருக்குன்னு அவளுக்குத் தெரிவிக்கணும், நம்ம இழப்பைப்பத்தி அவளுக்குத் தெரியணும். அது தெரியறதுக்கு முந்தி அவ தூக்குமேடைக்குப் போகக்கூடாது."

"அதனாலே உனக்கு என்ன லாபம்?"

"எனக்கு ஒரு திருப்தி ஏற்படும்."

அவளுக்கு மார்பு படபடத்துக் கொண்டு வந்தது. இன்னும் என்னவெல்லாமோ அம்மாவிடம் சொல்லவேண்டும்போல் இருந்தது. வார்த்தைகள் ஒன்றோடு ஒன்று பின்னிக்கொண்டு தொண்டையில் சிக்கிக்கொண்டன.

அம்மா யோசனையுடன் அவளைப் பார்த்தாள். "உனக்கு அப்பா, அவளுக்கு அவர் ஒரு ஐதீக அடையாளம். அந்த அடையாளத்தும் பேரிலேதான் அவங்களுக்கு வெறுப்பு."

"எனக்கு இந்த விளக்கமெல்லாம் வேண்டாம். அந்த வெறுப்புதான் எனக்கு அவங்க அடையாளமா தெரியுது. அவ கொம்பு முளைச்சவளான்னு நேரிலே பார்த்தாத்தான் தெரியும்."

"அவகிட்டப் போய் இப்ப சண்டை போடப் போறியா?"

"மாட்டேன். ஆனா எனக்கு அவளைப் பாக்கணும்."

அம்மாவின் முழு ஒப்புதல் இல்லாமல் அவள் கிளம்பினாள். சிறப்பு அனுமதி பெற்று அவள் போய் சேர்ந்தபோது

வெய்யில் கொளுத்திற்று. இரண்டு பாதுகாவலர்களைக் கூட அனுப்புவதாக சூப்பிரண்டெண்டெண்ட் சொன்னபோது அவள் மறுத்தாள்.

"எனக்கு அவங்களைத் தனியா பாக்கணும்."

"நாங்க ரிஸ்க் எடுக்கமுடியாது... கொஞ்சம் தள்ளி இவங்க நிப்பாங்க, தூக்கு தண்டனைக் கிடைச்ச கைதிங்க. எந்தமாதிரி மனநிலையிலே இருப்பாங்கன்னு சொல்லமுடியாது. உங்களைத் தனியா விடமுடியாது" என்றார் அவர் கண்டிப்புடன்.

இரண்டு காவலர்கள் பின்தொடர அந்த அகன்ற வளாகத்தைத் தாண்டி ஒரு நெடிய ரேழியைக் கடந்து செல்லும்போது அவளுக்குத்தான் நெஞ்சு படபடத்தது. பல அறைகளிலிருந்து பல கண்கள் அவளைப் பார்ப்பதுபோல் இருந்தது. அந்தப் பார்வையின் பரிதவிப்பு அவளைத் தொடர்ந்து பயணித்தது. அவர்களது செய்த அல்லது செய்யாத குற்றங்களின் சுமையை இழுத்துக்கொண்டு வருவதுபோல இருந்தது. மூச்சு முட்டிவிடும் சமயத்தில் ஒரு திறந்தவெளிக்கு வந்தார்கள்.

அங்கிருந்த ஒரு பெரிய மரத்தின் அடிவாரத்தில் சிமெண்டில் வட்டமாக மேடை அமைக்கப்பட்டிருந்தது.

"இங்க உட்காருங்க. அழைச்சிட்டு வருவாங்க" என்றார்கள். அவளுக்காக ஒரு நாற்காலி கொண்டு வந்து போட்டார்கள். அதை அவள் மறுத்து இந்த மேடையிலே உட்கார்ந்துக்கறேன் என்றாள், மேடை மர நிழலில் சற்று குளிர்ந்திருந்தது.

"உள்ளேயிருந்து அழைச்சிட்டு வரணும், பத்து நிமிஷம் ஆகும்"

அவள் மேடைமேல் அமர்ந்து முழங்காலை மடித்து மரத்தில் சாய்ந்துகொண்டாள். அவள் வந்து நிற்கும்போது என்ன பேசுவது என்று அவள் யோசித்தாள். அவளைக் கேட்க நினைத்த கேள்விகளை ஒத்திகை பார்த்துக்கொண்டாள்.

'நீ நீதிமன்றத்திலே சொன்ன விஷயமெல்லாம் வேண்டாம், உண்மையைச் சொல்லு. எனக்காக, ஏன் என்கிற கேள்விக்கு பதில் வேணும். என் அப்பா உன்னை என்ன செஞ்சார்? மத்தவங்க வெறுப்பை எப்படி நீ உனதாக்கிக் கொள்ளலாம்? என் பால்யம் தொலைஞ்சு போச்சு, அம்மாவுடைய சிரிப்பு மறைஞ்சு போச்சு, இருபது வருஷமா என் மனசு அனலாய் கொதிக்கிறது. உலகத்துமேல நம்பிக்கை போச்சு. யாரையும் நம்பமுடியல்லே. நா அனுபவிக்கிற தனிமை உனக்குத் தெரியாது...'

வெப்பத்தில் அவளுக்கு மயக்கம் வரும்போல் இருந்தது. பிடித்த முழங்காலுக்குள் அவன் முகத்தைக் கவிழ்த்துக் கொண்டாள். அதன் இருளில் அப்பா சிரித்தார். கழுத்து முழுவதும் பூமாலைகள், ரோஜா, ஜவந்தி மாலைகள், சிவப்பும் மஞ்சளுமாக அடுக்கடுக்காக. அவர் சிரித்தபடி மாலைகளை அகற்றி கூட்டத்தினரிடம் வீசுகிறார்.

வீட்டிலேயே தங்காத அப்பா. அவர் போகும் இடமெல்லாம் கூட்டமான கூட்டம், அவர்களுக்குத்தான் அவர் சொந்தம் என்று தோன்றுகிறது. அதை நினைத்துப் பொறாமையாக இருக்கிறது. அவளுடைய தோழிகளின் அப்பாக்கள் மாதிரி அவர் ஏன் இல்லை என்று எரிச்சல் ஏற்படுகிறது. அப்பா மறுபடி கிளம்பிவிட்டார் பயணத்துக்கு. வழக்கம்போல. ''பை கண்ணு''.

''ரெண்டு நாள்லே திரும்ப வந்துடுவேன், வந்தப்புறம் ஐஸ்க்ரீம் சாப்பிடப் போகலாம்.'' கன்னத்தில் முத்தம்.

ஐஸ்க்ரீம் பார்லரின் மூலையில் யமன் நின்று சிரித்தது அவளுக்குத் தெரியாது. அப்பாவுக்கும் தெரிந்திராது. யமன் சண்டாளன். சூசகமாகவேனும் தெரிவித்திருக்க வேண்டும். பொதுக்கூட்டத்தில் மலர்மாலையில் அபாயம் காத்திருக்கு என்று.

அயர்ந்து உறங்கிக்கொண்டிருந்த அம்மாவை தொலைபேசி எழுப்பி விவரம் சொன்னது. அம்மாவின் அலறலும், அழுகையும் அவள் பக்கத்தில் படுத்திருந்த அவளை எழுப்பிற்று.

"உங்கப்பாவக் கொன்னுட்டாங்க! உங்கப்பாவைக் கொன்னுட்டாங்க" அம்மாவின் குலுங்கிய மார்பும் அழுகையும் இப்பவும் எதிரில் இருந்தது பிரத்தியட்சமாய்.

உடலைத் தூக்கக்கூட்ட முடியல்லே என்று ஒருத்தர் நேரில் வந்து விவரம் சொல்லி அழுதது நினைவுக்கு வந்தது. "தொட்டா சதையா வருது". அந்த மாதிரியான தேகம். குலுங்கக் குலுங்க அழுதது நினைவில் இருக்கிறது. அவளுடைய மனசுக்குள் கொக்கியாக ஒரு கேள்வி விழுந்தது.

ஏன்? ஏன்? ஏன்? அது ஆகுதியாய் வளர்ந்து, அதில் அவள் வெந்து... நான் வெறும் கூடாகி நிற்பது உனக்குத் தெரியுமா? கருகிப்போனது தெரியுமா?

மேடம்...

அவள் நிமிர்ந்தாள். ஒருமுறை உடல் விதிர்த்தது. அவள் நின்றிருந்தாள்.

அந்தப் பெண். அப்பாவைக் கொன்றவள். அல்லது கொல்வதற்குத் துணை போனவள்.

முழங்காலை கீழ் இறக்கி அவள் சகஜமாக அமர்ந்தாள்.

"உட்காருங்கள்" என்று தனது அருகில் ஒரு இடத்தைக் காண்பித்தாள்.

அவள் உட்காரவில்லை. புகைப்படத்தில் இருப்பதைவிட ஒல்லியான உடம்பு. தலைகுனிந்தபடி இருந்தது. அவள் கற்பனை செய்திருந்த முகம் இல்லை. இந்த முகத்தில் திமிர் இல்லை, பரிதவிப்பு தெரிந்தது.

சொல்லத் தெரியாத திகைப்பு அவளை ஆட்கொண்டது. அவளைக் கேட்க நினைத்த கேள்விகள் எல்லாம் ஆச்சரியமாக நினைவுக்கு வரவில்லை. அவள் பக்கத்தில் அமர்ந்தால் தேவலைபோல் இருந்தது. காவலர்கள் அவர்களையே பார்த்தபடி நின்றிருந்தார்கள்.

"உட்காரல்லே?"

அந்தப் பெண் நிமிர்ந்து பார்த்தாள். அந்தப் பார்வையில் தான் புதையுண்டு போவதுபோல் இருந்தது.

அம்மாவின் கண்களில் நிழலாடும் ஏதோ ஒன்று அதில் இருப்பதுபோல் இருந்தது. அவள் மெல்ல அமர்ந்தாள் சற்று ஒதுங்கி, பயந்த முயல்குட்டிபோல். தலைகுனிந்தே இருந்தது.

கைவிரல்களைக் கோர்த்தபடி, அந்தப் புறங்கையில் ஒட்டிய நரம்புகளைப் பார்த்தபடி அவள் மௌனமானாள். அந்த வெற்றிய உடம்பும் குனிந்த தலையும் ஆயிரம் வார்த்தை பேசுவதுபோல் இருந்தது. இந்த இருபது ஆண்டுகளில் அவள் பலமுறை செத்துப் பல ஜென்மங்கள் எடுத்து மாறிப்போனதுபோல் தோன்றிற்று. அதில் நினைவுகள்கூட மங்கிப் போயிருக்கும்.

அவளுக்குத்தான் எதற்கு வந்தோம் என்று மறந்து போயிற்று. நினைவில் எழுதியிருந்த வரிகள் அழிந்து போயிருந்தன, கடவுளே எதற்கு வந்தேன் இங்கு?

எப்படியோ வார்த்தைகளைக் கோத்துக் கேட்டாள்,

"தீர்ப்பு வந்தது தெரியுமா?"

அந்தப் பெண் திடுக்கிட்டு நிமிர்ந்து கண்களை இடுக்கிப் பார்த்தாள், அவளால் சூரிய வெளிச்சத்தை நேரிடையாகப் பார்க்க முடியவில்லை என்று தோன்றிற்று.

"தெரியும்." என்றாள் அந்தப் பெண் மீண்டும் தலையைக்குனிந்து.

"பயமாயிருக்கா?" என்றாள் நித்யா தன்னை அறியாமல், தான் கேட்க நினைத்ததற்கும், கேட்பவைக்கும் சம்பந்தமில்லை என்கிற உணர்வில்லாமல்.

அவள் "இல்லை" என்று தலையசைத்தாள்.

பிறகு தலையை லேசாக நிமிர்த்தி "இருபது வருஷம் தனிமை செல்லிலே இருக்கறது சாவுமாதிரிதான்." என்றாள்.

''நா ஏற்கனவே செத்துப்போனவ, வீட்டு மனுஷங்களுக்கு, பெத்தமகளுக்கு.''

அவள் திடீரென்று அழ ஆரம்பித்தாள்.

நீ எதற்கு வந்தாய் என்று அவள் கேட்கவில்லை. நான் பண்ணினது தவறு மன்னித்துக்கொள் என்று சொல்லவில்லை. அவள் யார் என்றுகூட அவள் உணர்ந்து கொண்டாளா என்று தெரியவில்லை.

''எங்க இருக்கா உங்க மக?''

''எங்கேயோ இருக்கா. நா பாத்து இருபது வருஷமாகுது.''

அவள் திடீரென்று புன்னகை செய்தாள். ரொம்ப களையா இருப்பா குழந்தையிலே. திராட்சைப்பழம் மாதிரி கண்ணு. சுருண்ட முடி.''

''அவங்க அப்பா?''

''தெரியாது. சிறையிலே இருப்பாங்க, இல்லே செத்திருப்பாங்க.''

மேற்கொண்டு என்ன பேசுவது என்று புரியாமல் நித்யா மௌனமாக இருந்தாள்.

அந்தப் பெண் ஏதோ சொன்னாள். ''ராத்திரி கண்ணை மூடினா ஒரே நினைப்புதான் வருது.''

அவள் நிமிர்ந்து உட்கார்ந்தாள்.

''என்ன நினைப்பு?''

''குழந்தை அழுவறமாதிரி. மாரெல்லாம் பால் கட்டி வலிக்கிறமாதிரி...''

''இப்பவுமா?''

''இப்பவும். இருபது வருஷமா.''

''வேற ஒண்ணும் நினைவு இல்லையா?'' என்று கேட்க வேண்டும்போல் இருந்தது. எதுவுமே கேட்காமல் அவள் அமர்ந்திருந்தாள். எதையும் கேட்பதே இப்போது அபத்தம்

என்று தோன்றிற்று. எதிரில் உட்கார்ந்திருப்பவள் காய்ந்த சருகாய் இருந்தாள். அவள் சொன்னதுபோல் அவள் செத்துப் போனவள் ஏற்கனவே... ஒரே ஒரு உணர்வைமட்டும் தக்க வைத்திருக்கும் சடலம்.

காவலர்கள் அருகில் வந்தார்கள். நேரமாகிவிட்டது என்கிற சமிக்ஞையுடன்.

அவள் எழுந்தாள். "நா கிளம்பணும்."

அந்தப் பெண்ணைக் கூட்டிச் செல்ல இரு பெண் காவலர்கள் வந்து நின்றார்கள். அவள் தயக்கத்துடன் நித்யாவையேப் பார்த்தாள். "உங்க பத்திரிக்கையிலே எழுதுங்க, என் மகளுக்கு என்னுடைய கடைசி சேதி இதுன்னு. அவதான் என் கடைசி மூச்சுவரை என் உசிருன்னு."

நித்யா வெளியில் வந்தாள். சூப்பரிண்டெண்டெண்டுக்கு நன்றி தெரிவித்துவிட்டு அந்தப் பெண்ணுடைய மகளுடைய விலாசத்தைக் கேட்டு வாங்கிக் கொண்டாள்.

அம்மாவிடம் அந்தப்பெண் பேசியதைத் தெரிவித்தால் அம்மா ஆச்சரியப்படமாட்டாள் என்று அவள் நினைத்துக் கொண்டாள்.

"சேர்லே உட்காராம மரத்தடியிலேயே உட்கார்ந்தீங்களாம்?" என்றார் சூப்பிரெண்டெண்டெண்ட்.

அது சாதாரண மரமில்லே. போதிமரம் என்று சொல்ல வேண்டும்போல் இருந்தது.

12 தனி வழி

மொட்டைமாடி கைப்பிடி சுவரில் அந்தப் போஸ்டர் இருந்தது. இன்னும் திரைக்கு வராத கோச்சடையான் போஸ்டர். ரஜினி அதில் இளைஞராகத் தெரிந்தார், கங்காவுக்கு ஆச்சரியமாக இருந்தது. எப்படி வயசு குறைஞ்சுகிட்டு வருது?

கங்காவுக்கு ரஜினிகாந்தைக் கண்டால் கொள்ளை ஆசை, அந்தத் திமிர் பிடித்த பார்வையும் சிகரெட்டை வீசி வாயில் லபக்கென்று பிடிக்கும் ஸ்டைலும் யாருக்கு வரும்? ஆள்காட்டி, விரலை ஒரு சொடுக்கு சொடுக்கி, என் வழி தனி வழி என்று ரஜினி ஜம்பமாகச் சொல்வதைக் கேட்கும்போது அவளுக்கு சிரிப்பு வரும். எல்லாவற்றையும்விட அந்தத் தமிழில் தொனித்த கன்னட வாடை பிடிக்கும், பெங்களூரிலிருந்து போனவர்தானே, பின்னே எப்படிப் பேசுவாராம்? அதை மாற்றவேண்டும் என்று அவருக்கு அக்கறை இல்லையோ... இல்லை, முயன்றும் தமிழ் உச்சரிப்பு வரவில்லையோ, அவளுக்கும் அப்படித்தான் பேச வரும் என்பதால், ரஜினி நம்ம ஆளு என்று தோன்றும்.

இன்று அவளுக்கு அந்த முகத்தைப் பார்க்கப் பிடிக்கவில்லை. அது பிரச்சினைக்குரியதாகப் போகும் என்று நினைத்திருக்கவில்லை.

"சினிமாக்காரன் படத்தையெல்லாம் சவுத்திலெ மாட்டி, வெக்கறவ என்ன மாதிரி பொம்பளே?"

இதுவரை யாரும் அவளை அப்படிக் கேட்டதில்லை. அவளைக் கட்டின புருஷன் கூட...

"ஏன், என்ன தப்பு, வெச்சா? எனக்குப் பிடிக்கும் உனக்கு என்னய்யா வந்துச்சு?"

அவள் சிரித்துக்கொண்டுதான் கேட்டாள், அது ஏதோ ஹாஸ்யம்போல், சிரிச்சது தப்பு என்று இப்போது தோன்றிற்று.

"அதெல்லாம் சரிப்பட்டு வராது. யோக்கியமா குடும்பம் நடத்தணும்னா..."

அப்பவே அவன் முகத்திலே காறி உமிழ்ஞ்சிருக்கணும்.

சுறுசுறுவென்று அடி வயிற்றிலிருந்து ஒரு கோபம் நெஞ்சுவரை எழுந்து தொண்டையை அடைத்தது. ஏதேதோ கெட்ட வார்த்தை சொல்லித் திட்டவேண்டும்போல் இருந்தது, கன்னடத்தில்தான் திட்ட வந்தது, சூளே மவனே, வோப்பர், அவள் விருக்கென்று எழுந்து அந்தப் போஸ்டரைக் கிழிக்க ஆரம்பித்தாள். மைதாவைக் கிளறி ஒட்டப்பட்ட காகிதம் லேசில் வரவில்லை. ரஜினி வாய்கிழிந்து, காதறுந்து பரிதாபமாகத் தெரிந்தார். அவள் சற்றுநேரம் அதை உற்றுப்பார்த்துவிட்டு எரிச்சலுடன் நகர்ந்தாள். கிடக்கட்டும். அந்த ஆளு சொன்னதுக்காக நா ஏன் இதைக் கிழிக்கணும்? நாளைக்கே வேற ஒண்ணு கொணாந்து ஒட்டறேன். என்ன செஞ்சுருவே?

லோப்பர்... அட அது லோப்பர் இல்லே போஃபர் என்று அவள் வேலைசெய்யும் வீட்டு மேடம் சிரிப்பாள். நாங்கள்ளாம் அப்படித்தாம்மா சொல்றது. லோப்பர், ஏதோ கெட்ட வார்த்தை... லோப்பர்... லோப்பர்.

கங்காவுக்குக் கோபம் வந்தால் டைகருக்குத் தெரியும் சற்று விட்டுப்பிடிக்க வேண்டும் என்று. சுவர்மேல் சாய்ந்து தரையில் அமர்ந்து கங்கா யாரையோ திட்டிக்கொண்டிருந்தாள். சற்று நிமிர்ந்து அவளைப் பார்த்துவிட்டு டைகர் முகத்தைக் கவிழ்த்துக் கொண்டது. திட்டட்டும். யாரையோ கங்கா திட்டினால் மகிழ்ச்சியாகக்கூட இருக்கும் அதற்கு. கூழாங்கற்களைக் கொட்டுவதுபோல அர்த்தம் புரியாத வார்த்தைகள் சிதறியவண்ணம் இருந்தன. சரமாரியாக, கட்டாந்தரையில்

விழும் பனிக்கட்டிகள், அதில் ஒரு லயம் இருந்தது. கண்ணை மூடிக்கொண்டு கேட்டால் சுகமாகக்கூட இருந்தது.

மொபைல் சிணுங்க ஆரம்பித்தது, பிறகு கன்னட சினிமாப் பாட்டு பாடிற்று. அவளுக்குப் பிடித்த பாட்டு, யாராவது கூப்பிடட்டும் என்ற அவள் அசட்டையுடன் பேசாமல் இருந்தாள். அந்த 12-ம் நம்பர் மேடமாக இருக்கும். நேற்றே அங்கு வேலைக்குப் போகவில்லை. காலையிலிருந்து ஏற்பட்ட மன உளைச்சலில் இன்றும் போகவில்லை, வெகுநேரம் பாடிவிட்டு மொபைல் நின்றது. ஏன் எடுக்கல்லே என்பதுபோல டைகர் அவளை நிமிர்ந்து பார்த்தது.

இன்னிக்கு யாரோடையும் பேசப்போறதில்லே, உன்கூடவும்தான் என்றாள் அவள்.

'என்னவோ செய்' என்று டைகர் கண்ணை மூடிக்கொண்டது.

மீண்டும் பாட்டு ஆரம்பித்தது. அவள் சற்று பொறுத்து அதை எடுத்தாள், 12-ம் நம்பர்தான்.

"எனக்கு உடம்பு சரியில்லேம்மா"

"என்ன உடம்புக்கு?"

"காய்ச்சல் அடிக்குது."

"இன்னிக்கு வரமுடியல்லேன்னு ஃபோன் பண்ணிச் சொல்லக்கூடாதா? மொபைல் எதுக்கு வெச்சிருக்கே?"

அவள் எரிச்சலை அடக்கிக்கொண்டு சொன்னாள். "எங்கேம்மா, கண்முழிக்கமுடியாமல் கிடந்தேன். ஒரு டீ வெச்சுக் குடுக்கக்கூட ஆளில்லே" வார்த்தைகள் தடுமாறின. ஏதோ சாவைப் பற்றிப் பேசும்போது வரும் துக்கத்தைப்போல் துக்கம் சுருண்டு தொண்டையை அடைத்தது. என்னைவிடக் கேடுகெட்ட ஜென்மம் யாரும் இல்லே என்று அழுகை வெடிக்கும்போல இருந்தது.

"சரி, உடம்பைப் பாத்துக்கோ. நாளைக்கு வந்துருவே இல்லே? ஸிங்க் நிறைய பாத்திரம் கிடக்கு."

"வரேம்மா."

"எல்லாருக்கும் அவங்கவங்க பிரச்சினை தாண்டா பெரிசு" என்றாள் டைகரைப் பார்த்து. டைகர் வேகமாக வாலை அசைத்து ஆமோதித்து அவளருகில் நகர்ந்து படுத்தது. அவளது தொடையில் முகத்தைப் பதித்துக் கண்களை மூடிக்கொண்டது.

"இதுவும் உன் கூடவேதான் இருக்குமா?"

"ஆமாய்யா. என் கூடத்தான் இருக்கும்."

யார் இவன்? அவனும் அவன் முழியும். டைகரின் முன்னங்கால்களைப் பிடித்துக்கொண்டு கங்கா டான்ஸ் ஆட ஆரம்பித்தாள். பாட்டு ஒலித்துக் கொண்டிருந்தது. பனிமழை கொட்டிற்று. தொட்டியில் மஞ்சள் ரோஜா சிரித்தது. கங்கா சுழன்று சுழன்று வந்தாள். நா இப்பிடித்தான். நா இப்படித்தான்... இதென்ன திமிர் பேச்சு? கொஞ்சம் அடக்கம் வேணாம்? அவங்க யாரு தெரியுமில்லே?

டைகர் கண்ணைத் திறந்து பார்த்தது. கனா கண்டமாதிரி இருந்தது. கங்காவைக் காணோம். விருக்கென்று எழுந்து உள்ளே ஓடிற்று. கங்கா கதவைப் பூட்டிக்கொண்டு சென்று விட்டிருந்தாள்.

இன்று நேற்றைவிட அதிக வெய்யில், அவள் வசிக்கும் ஜாகையுடன் ஒட்டிய மொட்டை மாடியிலிருந்து தெருவுக்குச் செல்ல திறந்த படிக்கட்டுகள் உண்டு. அந்த வீட்டின் சௌகரியமும் அசௌகரியமும் அதுதான். கீழ் வீட்டில் வசிக்கும் யார் கண்ணிலும் படாமல் இறங்கி தெருவுக்கு வரலாம். கண்டவன் மேலே வந்து கதவை இடிக்கக் கூடிய அபாயமும் உண்டு. சீனி ஆரம்பத்திலேயே சொன்னான். "இது டேஞ்சர்னு படுது. வேணாம் கங்கா."

அவள்தான் பிடிவாதம் பிடித்தாள். "நீ இருக்கும்போது என்ன பயம்?" என்று சிரித்தாள். அந்த மொட்டை மாடியும் அந்தக் காற்றும், தொலைவில் தெரிந்த மடிவாலா ஏரியும்

அதன் அழகும் அவள் வேலை பார்க்கும் மேடம்களின் பால்கனிகளை நினைவு படுத்திற்று. அவளும் பூந்தொட்டிகளில் செடி வளர்க்கலாம். நாய்க்குட்டி இஷ்டப்படி விளையாட நிறைய இடம் இருக்கும். யாரோ கூப்பிட்டு வந்தமாதிரி அது அப்போது எங்கிருந்தோ வந்து சேர்ந்திருந்தது.

"எப்படியோ லீசுக்கு எடுத்துரலாம். மாசாமாசம் வாடகை குடுக்கறது பேஜாரா இருக்கு"

"ரெண்டு லட்சம் குடுக்கணும்" என்று சீனி முணு முணுத்தான்.

"ரெண்டு சீட்டு கட்டறேன் இல்லே? அதை எடுக்கற நேரம் இப்ப, ரெண்டு வருஷத்துக்குக் கஷ்டமில்லே, அது முடிஞ்சதும் பணம் திரும்பு வாங்கிக்கலாம்." அதற்குமேல் அவள் அவனைப் பேச விடவே இல்லே. "ஒரு தடவை சொன்னா நூறு தடவை சொன்னமாதிரி" என்று ரஜினி வசனம் பேசினாள். கடைசியில் அவள் இஷ்டப்படியே ஆயிற்று. பத்து வருஷமாக அவள் கஷ்டப்பட்டு சம்பாதித்து சேர்த்தபணம். மொட்டை மாடி சுவரை ஒட்டி பூந்தொட்டிகள் அமர்ந்தன. மேடம்கள் வீட்டிலிருந்து வாங்கிவந்த ரோஜா பதியங்கள் அவள் கைபட்டு அட்டகாசமாகப் பூத்தன. எல்லாருக்கும் ஆச்சரியம், அவ கைபட்டு எப்படி இப்பிடி பூக்குது?

அவள் காதுபடப் பேசும் திமிர் புடிச்ச பொம்பளைங்க. லீசு குடுத்து வாங்கற அளவுக்குப் பணம் வெச்சிருந்தாளா? பொறாமை புடிச்சவங்க. அவங்க சாபம்தான் நா இப்ப அனுபவிக்கிற எல்லாத்துக்கும் காரணம் என்று அவளுக்கு நிச்சயமாகத் தோன்றிற்று.

கங்கா கிடுகிடுவென்று படியில் இறங்கினாள். தெரு மூலையில் நின்று மூன்று பெண்கள் இடுப்பில் குழந்தையை சுமந்தபடி ஏதோ பேசிக்கொண்டு நின்றிருந்தார்கள். கங்காவைக் கண்டதும் முகத்தைத் திருப்பிக்கொண்டு மௌனமாக நகர்ந்தார்கள், என்னதான் பேசுவாங்க?

அவள் அவர்களைக் கடந்து சென்றாள். "சில பேருக்கு நல்லது சொன்னா ஏத்துக்கப் புடிக்காது..."

"ராங்கித்தனம்தான். வேறென்ன?"

"இருக்கற பவிசுக்கு"

கொல்லென்று சிரிப்பு. அவளுக்குத் திரும்பிச்சென்று அவர்களது தலைமுடியைச் சுழற்றி சுவரில் மோதவேண்டும் என்று ஆத்திரம் வந்தது.

"இன்னாடி அது பவிசு?"

அவள் தன்னைக் கட்டுப்படுத்திக் கொண்டாள். உன்னை எங்கே சொன்னோம் என்று நக்கலடிப்பாளுங்க. இன்னிக்கு இதுங்க வாயிலே வேற விழக்கூடாது. எல்லாருடைய இடுப்பிலும் ஒரு குழந்தை உட்கார்ந்திருந்தது. அந்த மல்லிகாவுக்கு வயிற்றிலும் ஒண்ணு. புருஷன் சரியான குடிகாரன். அவளை அடிச்சு உதைக்காத நாள் இல்லை. அவனுடன் இந்தக் களுதை வெக்கமில்லாம ஏன் படுக்கறா? தூ, என்னைக் கேலி செய்ய இவளுக்கு என்ன யோக்கியதை இருக்கு? குழந்தை சுமப்பதே அவளுடைய யோக்கியதை. அதை ஊருக்கெல்லாம் தண்டோரா போடுவாளுங்க, மல்லிகா பெரிய மனுஷி ஆனபோது சாப்பாட்டுக்கு வக்கில்லாத அவளுடைய ஆத்தா ஊரெல்லாம் கடன் வாங்கி எல்லாருக்கும் விருந்து வெச்சது.

"எம்மாம் பெரிய விருந்தும்மா?" என்றாள் கங்கா அம்மாவிடம்.

"போடணும்தான். அதுதான் வழக்கம், நாலுபேர் கல்யாணம் பேச வருவாங்க."

அம்மா மிச்சத்தைப் பேசாமல் விடுவாள். "என்ன காளியம்மா, நீ எப்ப விருந்து வெக்கப்போறே?"

அம்மா சூள் கொட்டுவாள். "அதுந்தலையிலே என்ன எளுதியிருக்கோ, ஒண்ணும் புரியல்லே. சில பேருக்கு நிதானமாத்தான் வரும்னு சொல்றாங்க."

கால் போனபோக்கில் அவள் நடந்தாள். குளுகுளுவென்று காற்றடித்தது. சற்று தொலைவில் மடிவாலா ஏரி தெரிந்தது. சீனி மாதிரியே ஒரு ஆள் கரையில் நின்றிருந்தான். மனசு லேசாக அதிர்ந்தது. தன்னையறியாமல் கால்கள் வேகமாக நடந்தன. அவள் நடக்க நடக்க ஏரி பின்னுக்கு நகர்வதுபோல் இருந்தது. அந்த ஆளின் உருவமும் நகர்ந்தது. அவள் கரைக்கு வந்து நின்றபோது ஏரி சலனமற்று தெரிந்தது. அந்த ஆளைக் காணோம். ஒரு ஓரமாக மேடான பகுதியில் அவள் அமர்ந்தாள். சீனியை அவள் முதலில் கண்டது இங்கேதான். "உன்னைக் கட்டிக்கிறேன் கங்கா" என்று அவன் சொன்னது இங்கேதான்.

அவள் அன்று திக்குமுக்காடிப் போனது நினைவில் இருக்கிறது. அவள் பார்த்த தமிழ் சினிமா நினைவுக்கு வந்தது. "நெசம்மாவா?"

"நெசம்மாத்தான், பொய் யாராவது சொல்வாங்களா?"

அவளுக்கு நம்பமுடியவில்லை. உன்னை எவண்டீ கட்டிக்க வருவான் என்று கேட்டுப் பழகிப்போன காதுகள்.

"என்ன கங்கா. பேச்சைக் காணும்?"

"என்னைப்பத்தி உங்களுக்குத் தெரியுமா?"

"தெரியும்."

"என்ன தெரியும்?"

"என்னவோ சொல்றாங்க. எனக்கு எதுவும் தெரிய வேணாம் நீதான் வேணும்."

நெசம்மாவா? நெசம்மாவா? ஊர் கேட்டது. அவளைப் பெத்தவளே கேட்டாள். கங்கா சலனமற்று தேமேனென்றிருந்த ஏரியைப் பார்த்தாள்,

சாமின்னு ஒண்ணு இருக்கா? இல்லையென்று தோன்றிற்று. தெருப்பெண்கள் இருப்பதாகச் சொன்னார்கள். தங்கள்

நன்றிக்கடனை செலுத்த நோன்பிருந்தார்கள். தீ மிதித்தார்கள். மாலை போட்டு மேல்மருவத்தூர் சென்றார்கள். அவள் எதுவுமே செய்ததில்லை.

சாமின்னு ஒண்ணு இருந்தாலும் அது மகா பேதம் பார்க்கும் சாமி என்று தோன்றும். நியாயமான சாமின்னா எல்லாரையும் ஒரேமாதிரி படைக்க வேண்டியதுதானே? அப்பிடிப் படைச்சிருந்தா இந்தப் பொண்ணுங்க பல்லுமேல நாக்கை வளைச்சு பேசாம இருக்குமே?

"பாரு பாரு. மேனாமினுக்கி, எவனை மயக்கடீ இப்பிடி வேசம் போடுறா?"

"எவங்கூட போனாலும் வயித்திலே வந்துடுமோன்னு கவலைப்பட வேண்டியதில்லே, அந்த தைர்யம் அவளுக்கு."

குரல் இறங்கிக் குசுகுசுக்கும். "அவ பொம்பளைதானான்னு எனக்கு சந்தேகம்டீ."

முன்பெல்லாம் கோபமும் துக்கமும் வரும் அவர்கள் பேச்சு காதில் விழும்போதே, அவர்களுடன் சரிக்குசரி வாதம் செய்ய முடியாமல் ஏதோ ஒரு பலவீனம் அவளை ஆட்கொள்ளும்.

அவர்கள் எல்லாம் ஒரு கூட்டம் அவர்களில் ஒருத்தியைச் சொன்னால் ஊரே கூடிவிடுவதுதான் ஆச்சரியம். முடிவில் அவள்தான் தோற்றுப் போவாள். அவர்களது வார்த்தைகளுக்கு ஒரு பயங்கர தாக்கம் இருந்தது. மிகமிகக் கேவலமான இழிந்த பிறவியாகத்தான் பிறந்ததாக மனத்தை ஆற்றாமை சூழ்ந்துக் கொள்ளும். இருமுறை இந்த ஏரியில் விழுந்திருக்கிறாள். அவளுடைய அதிர்ஷ்டம், சுதந்திரமாக சாகக்கூட முடியவில்லை. யாரோ இழுத்துக் கரையில் போட்டார்கள், துக்கம் விசாரிக்கக் கும்பல் வந்து உட்கார்ந்தபோது, அவள் பேயாட்டம் ஆடித் துரத்தியதை நினைத்து இப்போது திருப்தி ஏற்பட்டது.

அவள் முழங்காலை மடக்கி அதற்குள் முகத்தைப் புதைத்துக்கொண்டாள். சீனியின் நினைவு பொங்கிப் பொங்கி

வந்தது. ஓவென்று வாய்விட்டு அழவேண்டும்போல் இருந்தது. அவன் அவள் வாழ்க்கையில் நுழைந்ததே ஏதோ கட்டுக்கதை என்று தோன்றிற்று. நீ ஏமாத்துக்காரன். நீ லோப்பர். டைகர் ஒரு மாசம் சரியா சோறு துண்ணல்லே. வாசல்லையே படுத்துக்கிட்டு நீ வருவேன்னு காத்திருக்கும்.

அவளும் அப்படிக் காத்திருந்தது அவளுக்கு நினைவுக்கு வந்தது. மிகப்பெரிய அநியாயம் தனக்கு நிகழ்ந்திருப்பதாக துக்கம் ஏற்பட்டது. உங்கூட அவன் ஒரு வருஷம் வாழ்ந்ததே பெரிசு என்கிறார்கள் தெருப் பெண்கள். அவர்களை எப்படிப் பழிவாங்குவது என்று அவளுக்குப் புரியவில்லை.

தனியாக இருந்தபோது குஷியாகத்தான் இருந்தாள் அவள். எந்தக் கோளாறையும் அவள் உணரவில்லை. சம்பாதித்த காசில், அதில் மட்டும் அவள் குறியாக இருந்தாள். அட உனக்குன்னு காசு வெச்சுக்கணும். உன்னை எவன் வெச்சுக் காப்பாத்துவான்னு நிச்சயமில்லே என்று பெத்தவள் விடாமல் மண்டையில் ஓதி சேமிப்பது ஒரு கட்டாயமாகிப் போச்சு. சேமித்தது போக நல்ல டிரெஸ் வாங்கிப் போட்டுக் கொள்ள முடிந்தது. உடம்பு வாளிப்பாக அந்த மல்லிகா மாதிரி வளரவில்லையே தவிர, முகம் நல்ல களையாக இருப்பதாக முகம் பார்க்கும் கண்ணாடி சொல்லும். தெருவில் நடக்கும்போது டீக்கடையில் நிற்கும் ஆண்கள் பார்ப்பதிலிருந்து விளங்கும். பொய் ஜிமிக்கி, பொய் செயின் எல்லாம் போட்டால் சினிமா ஸ்டார் கணக்கா இருக்கே என்று சீனி சொல்வான்.

சற்று தொலைவில் இருந்த மாரியம்மன் கோவிலில் மாலை மாற்றிக்கொண்டார்கள். யாருக்கும் பெரிய விருந்து கொடுக்கவில்லை. யாரும் எதிர்பார்க்கவும் இல்லை என்று பட்டது...

ஒரு வருஷம் சீனிக்குப் பெண்சாதியாய் வாழ்க்கை ஆனந்தமாகப் போயிற்று. எந்தப் பெண்ணும் அவளைக்கண்டு கேலி பேசவோ நக்கலடிக்கவோ இல்லை. புதிதாக அவளுக்கு கௌரதை வந்துவிட்டதுபோல் மரியாதை கொடுத்தார்கள்.

அவனுக்கு அவளிடம் எந்தக் குறையும் தெரியவில்லை. ''யோவ் நல்லா யோசிச்சுக்க, எனக்குக் குழந்தை பிறக்காதுன்னு டாக்டர் சொல்லியிருக்காங்க. ஏதோ ஒரு பை எனக்கு இல்லையாம். தெரியாம போச்சுன்னு நீ பேச ஆரம்பிச்சேன்னு வெச்சுக்க. எடத்தைக் காலிபண்ணுன்னு சொல்லிருவேன்.''

''நா அதைப்பத்தி நினைக்கறதேயில்லே. நீ ஏன் அலட்டிக்கிறே?''

உண்மையில் அவன் அதைப்பற்றி அலட்டிக் கொண்டதே இல்லை. குழந்தைக்குட்டி பெறாமெ இருக்கறது பெரிய நிம்மதி என்று தோன்றும். கோடி வீட்டு சிங்காரம் மொடாக்குடியன். ஆனால் பெண்சாதியைக் கர்ப்பமாக்குவதில் அசகாய சூரன். பொசுக்கென்று செத்துப் போனான். அந்தப் பெண் சந்திரா பாவம் தெருத்தெருவாய் காய் விற்கிறாள், வண்டியிலே குழந்தைகளையும் காயோடு காயாய் போட்டு, செத்துப்போன சிங்காரத்தை எழுப்பி உலுக்கணும்போல கங்காவுக்கு ஆத்திரம் வரும்.

சீனி இருந்தது ஒரு கவசம்போல் இருந்தது. அவள் வழக்கம்போல் வேலைக்குச் சென்றாள், சுய விருப்பத்திற்காகவே சிங்காரித்துக் கொண்டாள். தன்னிச்சையாக சம்பாதித்த காசை செலவழித்தாள், சேமித்தாள். சீனி அதில் தலையிட்டதில்லை. மிக முக்கியமாக அக்கம்பக்கத்து வம்பிகள் வாயைத் திறக்கவில்லை. இப்போது எல்லா வாசல்களும் திறக்கப்பட்டதுபோல் ஆள் ஆளுக்கு பேசத் துவங்கி விட்டார்கள்.

அதிர்ச்சியில் அவள் உறைந்து போயிருந்த நாட்கள் அவை. இரண்டு நாள் சீனி வீட்டுக்கு வரவில்லை. அவனது மொபைலை அடித்து அடித்து கிடைக்காமல் அவள் பயந்து சோர்ந்துப் போனாள். எங்கோ தொலைவில் எலஹங்காவில் இருந்த அவளது அலுவலகத்தைத் தேடிச் சென்றாள் விசாரிக்க. அவன் வேலை செய்யும்போது மாரடைப்பால் செத்துப்போய் ரெண்டு நாளாச்சு என்றார்கள்.

அவளுக்குத் தூக்கிவாரிப் போட்டது. எனக்கு ஏன் சேதி சொல்லல்லே, நா அவங்களுக்கு சம்சாரம் என்றாள்

ஆத்திரமும், துக்கமும் பொங்க நல்லாயிருக்கு. அவனுக்கு பெண்டாட்டி நாலு குழந்தைங்க எல்லாரும் இருக்காங்க பொம்மனஹள்ளியிலே. அந்த அட்ரஸ்லதான் கம்பெனி ரெஜிஸ்தர்லே இருக்கு. அவங்க வந்து பொணத்தைத் தூக்கிக்கிட்டுப் போனாங்க. அங்க போனா விவரம் தெரியும், விலாசம் வேணுமா?

அவள் வேண்டாமென்று தலையசைத்துவிட்டுத் திரும்பினாள். அவளுக்குத் தாங்கவில்லை. எதிர்பாராமல் யாரோ மரண அடி கொடுத்தமாதிரி இருந்தது. லோப்பர். இத்தனை மோசமாவா என்னை ஏமாத்தினே? அடிவயிற்றில் கனல் பற்றிற்று. அவனுக்காகக் கண்ணீர் வடிப்பது தனக்குக் கேவலம் என்று தோன்றிற்று.

சீனி போனதில் அவளது உடுப்பு மாறவில்லை. ஏன் மாறணும் என்று அவளுக்குப் புரியவில்லை. ஆனால் அவள் அப்படி, ஒரு சோக கதாநாயகியாக இருக்கவேண்டும் என்று அக்கம்பக்கத்து வம்பர்கள் விரும்பினார்கள். அவளுக்கு இல்லாத துக்கம் அவர்களுக்கு இருப்பதாகக் காண்பித்தார்கள்.

அம்மா இப்போது அவளுக்குத் துணைதேட ஆரம்பித்துவிட்டாள்.

"எத்தனை நாளைக்கு நீ ஒண்டியா இருப்பே?" என்று தினமும் நச்சரிக்கிறாள்

"வேணாம் எனக்கு இன்னொரு கல்யாணம். நா இப்படியே இருந்துட்டுப் போறேன்."

"எப்படி இருப்பே தனியா ஆம்பளைத்துணை இல்லாம?"

"இருப்பேனா இல்லையான்னு பாரேன்."

"பத்து பேர் பத்து விதமா பேசுவாங்க."

"பேசட்டும்."

அம்மா சரியான கிறுக்கு. அவளுக்கு உபதேசிக்க அந்த வட்டாரத்து வம்பு பேசும் பெண்கள், தினமும் ஒரு ஆணின்

பெயரைச் சொல்கிறாள் அம்மா, மாலைக்குள் அவன் காணாமல் போகிறான்.

இப்படித்தான் இன்று காலை அவன் வந்தான். சரியான முட்டாள். ரஜினி போஸ்டர் வைக்கக்கூடாது என்றவன். நடையைக் கட்டு என்று தள்ளாத குறையாக அனுப்ப வேண்டியிருந்தது.

அவன் போனபிறகு அம்மா ஏதோ பேசிக்கொண்டிருந்தாள். "மனைவி செத்துப்போனாள், குழந்தைகள் கல்யாணமாகி வேறு ஊரில் இருக்கிறார்கள்."

"கெழவனையா கட்டிக்கச் சொல்றே?"

அம்மாவுக்குப் படுகோபம் வந்தது. "பின்னே குமரனா வருவான் உன்னை இப்ப கட்டிக்க? உன்னைப்பத்தித் தெரிஞ்சும் கல்யாணத்துக்கு அந்த ஆளு சம்மதிச்சதே பெரிசு."

அம்மா ஒப்பாரி வைக்க ஆரம்பித்தாள். "நானும் போயிட்டேன்னா உனக்கு யாருடீ இருக்காங்க நல்லது பொல்லாததுக்கு? சுத்தி இருக்கிறவங்களே சும்மா இருக்க விடமாட்டாங்க."

"அந்த ஆளு நூறு கண்டிஷன் போடறான். நா ரஜினி படம் வெச்சுகிட்டா அவனுக்கு என்ன?"

அம்மா தலையில் அடித்துக்கொண்டாள்.

"அட அறிவு கெட்டவளே. எது வாழ்க்கைக்கு முக்கியம்னே தெரியாமெ சின்ன பிள்ளையாட்டம் இருக்கியேடீ, அந்த ஆளு வேற. இந்த ஆளு வேற சொந்த வியாபாரம். காசு பணம் வெச்சிருக்கானாம். நீ வீட்டு வேலை செஞ்சு கஷ்டப்பட வேண்டியதில்லே. நல்லா கவனிச்சுக்குவான். சாயங்காலம் அழைச்சிட்டு வரேன். கொஞ்சம் பாந்தமா சேலைகட்டு, சுடிதார் வேணாம்."

மடிவாலா ஏறி சலனமில்லாமல் இருந்தது. எல்லாரும், அம்மாவும் தெருப் பெண்களும் கழுத்தை நெருக்குவதுபோல்

இருந்தது, எதைச் செய்தால் சரி என்று புரியவில்லை. துணை வேண்டாமா என்கிறாள் அம்மா. ஒருத்தனோடு இருந்தாத்தான் உன்னை ஏத்துக்குவோம் என்கிறது தெரு. உன்னை நல்லா கவனிச்சுக்குவான். நீ வீட்டு வேலைக்குப் போக வேண்டியதில்லே.

அவள் வேலை செய்யும் சிலவீட்டு மேடம்கள் வீட்டில் இருப்பவர்கள். பேப்பர் படித்துக்கொண்டு டி.வி. பார்த்துக்கொண்டு இருப்பார்கள், விதவிதமாக சமைத்து புருஷனுக்காகக் காத்திருப்பார்கள். அவளும் அப்படிக் காத்திருக்க வேண்டியிருக்குமா? அதில் என்ன சுவாரஸ்யம் இருக்கும் என்று அவளுக்குக் கவலை ஏற்பட்டது. ஒவ்வொரு காசுக்கும் புருஷனை இல்ல கேட்க வேண்டியிருக்கும்? அது மகாக் கேவலமாகத் தோன்றிற்று, சரி ஆள் வரட்டும். நா போடறேன் கண்டிஷன்.

அவள் எழுந்தாள். சற்றுமுன் கொந்தளித்த மனசு சற்று நிம்மதி ஆகியிருந்தது. வீட்டை அடைந்ததும் டைகர் ஒரேயடியாகத் துள்ளிக் கூடத்தாடிற்று காணாமல் போனவள் திரும்பி வந்ததுபோல. அம்மாவுக்கு எரிச்சல் கொடுக்கக் கூடாது என்று ஒரு புடவை உடுத்திக்கொண்டாள், அம்மா பலகாரப் பொட்டலத்துடன் வந்தாள். அந்த ஆள் அவளைத் தொடர்ந்து மெல்ல படியேறி வந்தான். பரமசாதுவாக இருப்பவன்போல புன்னகை தவழும் முகம் பார்க்கப் பரவாயில்லை என்று நினைத்துக் கொண்டாள். வயசு அதிகம் தெரியவில்லை. ஆனால் நிச்சயம் அவளுக்கு அப்பா மாதிரிதான் இருந்தான். கீழே விழுந்து கும்பிடமாட்டேன் என்று முன்பே அம்மாவிடம் சொல்லியிருந்ததால் அம்மா ஒன்றும் சொல்லவில்லை, பலகார உபச்சாரம் முடிந்ததும் அவள், நா என்னைப்பத்தி சில விஷயம் சொல்லணும் என்றாள், அம்மா கலவரத்துடன் அவளைப் பார்த்து வாயைத் திறக்காதே என்று சைகை காண்பித்தாள்.

"சொல்லு" என்றான் அவன் புன்னகையுடன்.

"நா வேலைக்குப் போறதை நிறுத்தமாட்டேன்."

“யார் நிறுத்தச் சொன்னது?” புன்னகை.

“சுடிதார் உடுப்புதான் எனக்கு சௌகரியம்”

“அதையே போட்டுக்க” புன்னகை.

“ரஜினிகாந்த் போஸ்டர் ஒட்டியிருக்கேன் மொட்டை மாடியிலே. அதை எடுக்கச் சொல்லக்கூடாது.”

“சொல்ல மாட்டேன்” சிரிப்பு,

அவள் தடுமாறினாள். என்ன இப்படி சிரிக்கிறான்?

“இந்த நாய் எங்ககூடத்தான் இருக்கும்.”

“இருக்கட்டும், நாய் இருக்கறது நல்ல துணையாயிருக்கும்.”

அவள் மேற்கொண்டு பேசத்தோன்றாமல் பேசாமலிருந்தாள். அம்மா வெற்றிக் களிப்பில் அமர்ந்திருந்தாள். எதிரில் புன்னகையுடன் உட்கார்ந்திருப்பவன், ஏற்கனவே இந்த வீட்டு சொந்தக்காரனைப்போல் தோரணையுடன் கால்மேல் கால்போட்டு உட்கார்ந்திருந்தான்.

“என் உடம்பிலே ஒரு கோளாறு இருக்கு. குழந்தை பிறக்காது.”

“தெரியுமே? எனக்கு ஏற்கனவே குழந்தைங்க இருக்காங்க, உனக்குத் தொந்திரவு இருக்காது. கல்யாணமாயி வெளியூரிலே இருக்காங்க.”

இதுவரை இப்படி ஒருத்தன் வந்து நின்றதில்லை. எப்ப கல்யாணத்தை வெச்சுக்கலாம் என்று அம்மா கேட்டாள்.

“ஒண்ணு நா கேட்கலாமா?” என்றான் அவன்.

“இந்த வீடு லீசுக்கு எடுத்த வீடுதானே?”

“ஆமாம் ஏன்?”

“எனக்குத் தெரியணும். இதோட அக்ரீமெண்டு காகிதமெல்லாம் நா பாக்கணுமே.”

அவளுக்குக் காரணம் புரியாமல் கலக்கம் ஏற்பட்டது. போலீஸ்காரரா இவரு, உளவு வேலை பார்க்கிறவரா?

“நீங்க என்ன சொல்றீங்கன்னு புரியல்லே.”

“அதிலே கடன் ஒண்ணுமில்லையே?”

“இல்ல. ஏன் கேக்கிறீங்க?”

“நாளைக்கு நா சொந்தக்காரனாகும்போது விவரம் தெரிஞ்சுக்க வேணாமா?”

அவளுக்கு குபீரென்று கோபம் வந்தது.

“நீங்க எப்படி சொந்தக்காரனாவீங்க?”

அம்மா திருதிருவென்று விழித்தாள். அர்த்தமில்லாத சமிக்ஞைகளைக் காண்பித்தாள்.

“வரதட்சணைக்குப் பதில்னு வெச்சுக்கோ.”

“எழுந்திருங்க.”

“என்னது?”

“மொதல்ல எழுந்திருங்க. அது நா கஷ்டப்பட்டு சம்பாதிச்ச காசு. முன்னெ பின்ன தெரியாத ஆளு நீங்க வந்து அதை சொந்தமாக்கிக்கிடுவீங்களோ?”

அவனுடைய முகம் மாறிப்போயிற்று புன்னகை காணாமல் போயிற்று.

“பின்னெ எவண்டி உன்னைக் கல்யாணம் கட்டிக்குவான்?”

“எனக்குக் கல்யாணம் வேண்டாம்யா. போ, போயிடு.”

“காளியம்மா நா என்னவோ நினைச்சேன். உன் மவ பெரிய ராங்கிக்காரிதான். உன் பேச்சை நம்பி நா வந்தது தப்பு.” அவன் படி இறங்கிய கையுடன் அம்மாவும் கிளம்பிப் போனாள்.

“நீ உருப்படமாட்டே” என்று சபித்தபடி.

கங்கா எழுந்து கதவைத் தாளிட்டுக்கொண்டாள். “இனிமே எவனுக்கும் இந்தக் கதவு தொறக்காது” என்றாள் டைகரிடம், அம்மா கொண்டுவந்த, பலகாரப் பொட்டலம் இருந்தது. தூள்

பக்கோடா. காஸைப் பற்ற வைத்து டீ தயாரித்தாள். டீவியை முடுக்கிவிட்டாள். திரையில் ரஜினிகாந்த் நின்றார்.

டைகர் மடியில் தலைவைத்து படுத்திருக்க, பக்கோடாவும், தேநீரும் சூப்பராக இருந்தது.

"என் வழி தனி வழி" என்றார் ரஜினி. தெருப்பெண்கள் கூனிக்குறுகி ஒளிந்தார்கள். நாளைக்குக் கோச்சடையான் போஸ்டர் ஒண்ணு புதுசா வாங்கிட்டு வரணும் என்று அவள் நினைத்துக் கொண்டாள்.

தீர்ப்பு 13

இன்னும் எத்தனை நேரம்?

அந்தக் கேள்வி மட்டுமே திரும்பத் திரும்ப மனத்தில் எழுந்தது. மூளை வேறு எந்த யோசனையிலும் லயிக்கவில்லை. பித்துப் பிடித்ததுபோல் ஒரே கேள்வியின் விடைக்காக காத்திருந்தது. அங்கே அந்த சிவப்புக் கட்டிடத்து வாசலில் நிற்கும் ஆட்களில் ஒருத்தன் வந்து சொன்னால் போதும் ஆய்டுத்து. "முகிதோய்த்து, ஹோகி... ஆச்சு. முடிஞ்சு போச்சு... போங்க..." ஜெயம்மா முதுகைச் சொறிந்து கொண்டாள். போர்த்தியிருந்த முதுகைத் துளைத்துக் கொண்டு வெய்யில் சுட்டது. நேரே பார்க்க முடியாமல் கண் கூசிற்று.

ஜெயம்மா கண்களை மூடிக்கொண்டாள். களைப்பில் தூக்கம் வந்தது. விடியற்காலை நான்கு மணிக்கு ஊரைவிட்டுக் கிளம்பியது. காப்பி தேநீர் குடித்து வழக்கமில்லே. பக்கத்துவீட்டு மாதம்மா ஐந்துமணிக்குமேல்தான் பால் கறந்து கொடுப்பாள்.

"பால் காச்சிக் குடிக்க எல்லாம் நேரம் இருக்காது ஜெயம்மா. கையிலே ரெண்டு ராகி முத்தே எடுத்துக்கோ. பசிக்கும்போது சாப்பிடலாம் என்றான் திம்மப்பா. கொண்டு வந்த கேழ்வரகுக் களி உருண்டைகள் எப்பவோ தின்று முடித்தாகிவிட்டது. மதியச் சாப்பாட்டை முடித்துக்கொண்டே வந்திருக்கலாம் போலிருக்கு."

ஆனால் ஊரில் இருப்பு கொள்ளவில்லை, அதுதான் விஷயம். இன்னிக்குத் தீர்ப்பு வரப்போகிறது என்று கேள்விப்பட்ட உடனே நூறாயிரம் நினைவுகளைத்

தட்டியெழுப்பிற்று. டவுனுக்கு விரைய மனசு துடித்தது. கருக்கலிலேயே கிளம்பி விட்டார்கள், என்னவோ விடிந்ததும் கோர்ட்டு ஆரம்பித்துவிடும் என்று நினைத்தவர்கள்போல. அல்லது தீர்ப்பு வழங்கப்படும்போது அது செவியில் விழாமல் போகுமோ என்று பயந்தவர்கள் போல். அப்படித்தான் அவர்கள் அந்தக் கட்டிடத்தின் வாயிலில் யாரும் உள்ளே நுழைவதற்கு முன்பே வந்து காத்திருந்தார்கள். முதலில் சில போலிஸ் தலைப்பாகைகள்தான் வந்தன. அவர்களது விறைத்த நடைக்கு ஏற்றார்போல் இருந்த காக்கி சராய்களே கலக்கத்தை ஏற்படுத்திற்று. போலீஸைப் பார்த்தாலே அபசகுனம் என்று ஜெயம்மா நினைப்பாள். இங்கேயும் போலீஸ் நிக்குமா? அவள் குழப்பத்துடன் திம்மப்பாவைப் பார்த்தாள். அவன் ஆண்பிள்ளை, விவரம் தெரிந்தவன்.

"ஆமாமாம், வருவாங்க. கொலைகாரங்க, திருடங்க. இவங்களையெல்லாம் கூட்டி வர்ற எடத்திலே என்ன வேணா நடக்கும்ல?" என்றான்.

இவர்கள் அவர்களில் எவருமில்லை என்றாலும் இவர்களைக் கண்டதும் போலீஸ் கடுகடுப்புடன்.

"யாரூ, ஏனு பேக்கு?"

"என்ன வேணும்?" என்று அதட்டிற்று.

திம்மப்பா வந்த விஷயத்தைச் சொன்னான். அவர்கள் ஒருவருக்கொருவர் பார்த்துக்கொண்டார்கள்.

"உங்க வக்கீல் உங்களுக்குச் சொல்வார். போங்க."

திம்மப்பா தயங்கியபடி சொன்னான். "யாரோ நடத்தறாங்க சாமி அநியாயம் நடந்துச்சுன்னு. நாங்க வக்கீலைப் பாத்தது கூட இல்லே."

அவர்கள் பலமாகத் தலையை அசைத்து அவர்களைக் கூர்ந்து பார்த்தார்கள் ஐயோ பாவம் என்பதுபோல, பிறகு அவர்களில் ஒரு மூத்தவர் சொன்னார்,

“அந்தக் கேஸ் இப்பவே வராது. நீங்க அப்பால் போய் குந்துங்க, மதியத்துக்கு மேலத்தான் வரும்” என்றார்.

அவளுக்குப் பெருத்த ஏமாற்றமாக இருந்தது. திம்மப்பா பெருமூச்சு விட்டான். ‘தேவரே கதி’ என்று முணுமுணுத்தபடி முன்னால் நகர்ந்தான்.

“அந்த போலீஸ் தெரிஞ்சு சொல்லுதோ தெரியாம சொல்லுதோ” என்று அனத்திக்கொண்டு அவள் பின் தொடர்ந்தாள். வளாகத்தில் இருந்த ஒரு மரத்தினடியில் அவர்கள் அமர்ந்தார்கள். பசிக்க ஆரம்பித்தபோது, கட்டி வந்திருந்த கேழ்வரகு உருண்டைகளைச் சாப்பிட்டு குப்பியிலிருந்த நீரைக் குடித்தார்கள். திமு திமுவென்று ஜனங்கள் வளாகத்தை நிரப்ப ஆரம்பித்தார்கள். வெய்யில் ஏறிக்கொண்டே போயிற்று. அவளுடைய கலக்கம் அதிகரித்தது. போய்ப் பாரு. போய்ப் பாரு என்ற அவளது நச்சரிப்புக்குப் பணிந்து திம்மப்பா யாரிடமோ பேசிவிட்டு வந்தான். பிறகு தலையசைத்துக்கொண்டு வந்தான்.

“இப்ப இல்லையாம். மதியம்தானாம்.”

“தேவரே கதி” என்றாள் ஜெயம்மா. அதை ஆமோதிப் பவன் போல் திம்மப்பா தலையசைத்தான். ஆனால் அந்தக் கடவுளின் எண்ணம் என்ன என்று அவளுக்குப் புரியவில்னல. கடவுளுக்கு அவர்களது ஞாபகம் இருக்குமோ என்னவோ? அவளோ திம்மப்பாவோ பூஜை புனஸ்காரம் என்று எதுவும் செய்யும் வழக்கமில்லை. ஊரில் ஒரு சின்ன சிவன் கோவில் உண்டு. அதில் ஒரு பூசாரிதான் தினமும் விளக்கேற்றுவதற்காக வருவார், வரும்படி இல்லாத சாமி... பக்கத்தில் ஒரு கன்னிகா பரமேஸ்வரி அம்மன் கோவில் உண்டு. அங்கு வருஷத்துக்கு ஒரு பூஜை போடுவார்கள். அப்பொழுது மற்ற பெண்களுடன் செல்வாள். எத்தனையோ வருஷமாயிற்று அவள் அங்கு போய்.

“ஏன் ஜெயம்மா, வரல்லியா பூஜைக்கு?” என்று பக்கத்து வீட்டு மாதம்மா கேட்கும்போதெல்லாம் அவள் ஏதாவது சாக்குபோக்கு சொல்லி சமாளிப்பாள்.

பொம்பளை சாமிக்கு சக்தி இல்லையோ என்னவோ என்கிற நினைப்பு உள்ளே புகுந்திருந்தது. இருந்தா வந்து காப்பாத்தி இருக்காதா? சிலையின் உருவம் ஞாபகத்திற்கு வரும்போதெல்லாம் துக்கம் வரும், அபயஹஸ்தம் காட்டும் சிலை, 'நா இருக்கேன் ஏன் கவலைப்படறே?' என்பதுபோல. பூஜை நாட்களில் நூற்றுக்கணக்கான பெண்கள் நின்றிருப்பார்கள். அவர்களில் எத்தனை பேரை கன்னிகா பரமேஷ்வரிக்கு நினைவு இருக்கும்? யாருக்கு அபயம் அளிப்பா? ஜெயம்மா ஓரத்தில் நிற்பது கண்ணுக்குத் தெரியாமல் போயிருக்கும், சிவன் கோவிலுக்குப் போயிருக்கலாம். அங்கு கூட்டமே இல்ல, அவள் திம்மப்பாவிடம் இதைச் சொன்னபோது அவன் அவளை ஒரு வெற்றுப் பார்வை பார்த்தான்.

"இனிமே எந்த சாமியைக் கும்பிட்டு என்ன ஆகப் போகிறது?"

உண்மைதான் என்று அவள் ஒப்புக்கொண்டாள்.

ஆனால் இப்போது அடிக்கடி தேவரே கதி என்று வாயில் வருகிறது. ஒரே ஒரு எதிர்பார்ப்புதான் இப்போது. மூர்க்கமாக மனசில் தேங்கி நிற்பது. நியாயம் கிடைக்கணும்.

யாரோ முன்பின் தெரியாதவர்கள் வந்து தேற்றினார்கள். "நாங்க கேஸை எடுத்து நடத்தறோம் இதைச் சும்மா விட்டுடக் கூடாது. நியாயம் கிடைக்கும்."

அப்போது துக்கம்தான் பெரிசாக இருந்தது. ஐயோ ஐயோ என்று தலையில் அடித்துக் கொண்டு அழத்தான் தெரிந்தது. சாமிமேல், அந்தக் கன்னிகா பரமேஷ்வரி மேல் கோபம் வந்தது.

அவள்தான் ஏமாற்றிவிட்டாள் என்று, ஏமாத்தின உன் சன்னிதிக்கு இனி வரமாட்டேன் என்று சபதம் மட்டும்தான் செய்யமுடிந்தது. அந்த நாட்களை நினைத்தால் உடம்பெல்லாம் பீதியில் நடுங்குகிறது என்னவோ அவர்கள்தான் தப்பு செஞ்சதுபோல. வெளியில் வாசலில் நடப்பதற்கே பயமாக

இருந்தது. அக்கம்பக்கத்தவர்கள்கூட வெளிப்படையாகப் பேச பயந்தார்கள். நடந்துப்போன அநியாயத்துக்கு சாட்சி சொல்ல வைக்க அந்த முன்பின் தெரியாதவர்கள் அலைந்தார்கள்.

திம்மப்பா சற்று தள்ளி அங்கவஸ்திரத்தை விரித்துப் படுத்துவிட்டான். அவள் அவனையே சற்றுநேரம் பார்த்தாள். அவன் முகத்தில் சித்திரக் கோடுகளாய் தெரிந்த சுருக்கங்கள் திடீரென்று முளைத்தவை என்று தோன்றிற்று. அவள் பார்த்துக் கொண்டிருக்கையிலேயே கிளை விரிவதுபோல் விரிந்தன. கண்ணிலிருந்து நீர் வழிந்தால் பல நதிகளைப்போல் அது ஓடும் திம்மப்பா. அழுது வெகுநாளாயிற்று. கோடிவீட்டு ராமப்பா வீட்டில் தொலைக்காட்சி பெட்டி இருந்தது. அதில் சேதி கேட்டு "நாளைக்குத் தீர்ப்பு வரப்போவுதாமே?" என்று ராமப்பா சொல்லிவிட்டுப் போனபிறகு முகத்தை மூடிக்கொண்டு அழுதான். அவன் அழுவதைப் பார்த்தபோது அவளுக்கும் அழுகை வந்தது. கொஞ்ச நேரத்துக்குப்பின் அதுவும் அடங்கிப் போச்சு வழக்கம்போல்...

திம்மப்பா வயலுக்குக் கிளம்பினான். அவள் சமையல் வேலைப் பார்க்க அடுப்படிக்குச் சென்றாள்.

ஜெயம்மா முழங்காலிட்டு அதில் முகத்தை நுழைத்துக் கொண்டாள். கண்களை இருட்டிக்கொண்டு வந்தது. உண்மையில் எதற்காக இங்கு வந்து காத்திருக்கிறோம் என்றுகூட மறந்து போயிற்று. அங்க வாசல்லே நிக்கிற கடன்காரன். போங்க என்று சொன்னால் போதும் என்று அசத்திற்றுப் படுத்திருந்த திம்மப்பாவை எழுப்பி. "போயிரலாம் வீட்டுக்கு" என்று சொல்லவேண்டும்போல் இருந்தது.

கட்டிய முழங்காலுக்குள் கும்மென்று இருண்டிருந்தது. அவளுக்கு இருளைக்கண்டு பயமில்லை. பார்வதிக்குதான் பயம். அசட்டுப்பொண்ணு. எல்லாத்துக்கும் பயப்படும். ஆனா நிறைய சிரிக்கும், அவஸ்தை இல்லாம, என்ன சிரிப்பு! கன்னம் குழியும். கன்னம் குழிஞ்சா அதிர்ஷ்டம் என்பார்கள்

எல்லாரும் ஊரில். பட்டாம்பூச்சி மாதிரி ஒரு இடத்திலே நிக்காம பாவாடையை ஒரு கையால் பிடிச்சுக்கிட்டு ஊர் முழுக்க சுத்துவா. இப்பவும் அந்த இருளுக்குள் கலகலவென்று சுழன்று தட்டாமாலையாகச் சுழன்றாள். "அவ, தலை சுத்தி விழப்போறே!"

"மாட்டேன், மாட்டேன், பயப்படாதே"

"இருட்டுடீ. பயப்படுவியே"

"எனக்கு இப்ப பயமே இல்லே!"

"அம்மா, அம்மா, இங்க பாரு... நீதான் பயப்படறே. நீதான்..."

ஜெயம்மா திடுக்கிட்டுக் கண்விழித்தாள். நெற்றியிலிருந்து ஆறாக வியர்வை வழிந்திருந்தது. இருண்ட மடிக்குள் துழாவினாள். பார்வதியைத் தேடுபவள்போல.

மெல்லத் தலைநிமிர்ந்தபோது, உச்சி வெயில் நகர்ந்திருந்தது. கூட்டம் சற்றுக் குறைந்த மாதிரி இருந்தது. திம்மப்பாவைக் காணோம். அவளுக்குக் களோபரம் ஏற்பட்டது எங்கே போய்விட்டான்? தண்ணீர் குப்பியில் மிச்சமிருந்த நீரால் முகத்தைக் கழுவி, தலைப்பால் துடைத்துக்கொண்டு எழுந்தாள். நீதிமன்ற வளாகம் கிட்டத்தட்டக் காலியாகி விட்டிருந்தது. அவளுக்குக் கால்கள் பலவீனமாகிப் போயிருந்தன. எத்தனை அசட்டுத்தனம் இது. இன்றைய போழுதுக்காக இரவு முழுவதும் தூங்காமல் கழித்து காலை விடியும்முன் கிளம்பி வந்த வேகம் எப்படி மறந்து போச்சு! எப்படி அப்படித் தூங்கிப் போனோம்? திம்மப்பா தன்னை எழுப்பாமல் எங்கே போனான் என்று புரியாமல் அவள் குழம்பினாள்.

யாரைப்போய் கேட்பது? முதலில் பார்த்த போலீஸ்காரர்களைக் கூடக் காணோம். பித்துப் பிடித்தவளைப்போல் அவள் வளாகத்தில் திசைபுரியாமல் நடந்தாள். பின் சற்று நின்றாள். பள்ளியிலிருந்து திரும்பும் பெண்கள், பச்சையும் வெள்ளையுமான உடுப்பில் கலகலவென்று சிரித்தபடி வளாகத்தில் அவள் செல்லும் பாதையில்

வந்தார்கள். அவளுக்கு இனம்புரியாத மகிழ்ச்சி ஏற்பட்டது. எத்தனை சிரிப்பு? ஒரு பெண் அவளைத் திரும்பித் திரும்பிப் பார்த்தது. அவளுக்குத் தூக்கிவாரிப்போட்டது. பார்வதியா?

அந்தப் பெண் சிரித்தாள். பார்வதிதான். கன்னத்தில் குழிவிழுகிறது. "பார்வதி" என்று அவள் அழைக்க முயன்றபோது வார்த்தை தொண்டைக்குள் சிக்கியது. கண்ணில் நீர் தளும்பியது. எங்களை விட்டுட்டு எங்க போனே? மறுபடியும் அவள் முயற்சி செய்வதற்குள், அந்தப் பெண்கள் வளாகத்தைத் தாண்டி விட்டார்கள்.

'மறுபடியும் ஓடப்பாக்கிறியா. வரேன் இரு' என்று அவள் அந்தப் பெண்களைப் பின்தொடர்ந்தாள். என்ன வேகமாக நடந்தார்கள்! அவள் வேர்க்க விறுவிறுக்கத் தொடர்ந்தாள். திடீரென்று மற்ற பெண்கள் கண்ணில் படவில்லை. அந்தப் பெண் மட்டும். பார்வதிதானே அது. கன்னங்குழிய சிரித்துக்கொண்டு. அவளை சீண்டுவது போலத் திரும்பித் திரும்பிப் பார்த்தபடி வேகமாக நடந்துக்கொண்டிருந்தாள். ஜெயம்மாவுக்கு அடிவயிற்றை பீதி பற்றியது. "பார்வதி, வேண்டாம், தனியா நடக்காதே, ஆபத்து. இரு, அம்மா வரேன் துணைக்கு"

பார்வதி மீண்டும் சிரித்தாள். வா வா என்று செய்கை காட்டியபடி. எங்கே அழைச்சிட்டுப் போறா என்று புரியாமல் ஆனால் அது கிளப்பிய ஆவலில், பார்வதியைக் கண்டுபிடித்த மகிழ்ச்சியில் ஜெயம்மா நடந்தாள். முகத்தில் வழிந்த வியர்வையைத் தலைப்பால் துடைத்துக்கொண்டு நிமிர்ந்தபோது அவளைக் காணவில்லை. ஜெயம்மா அலங்க மலங்க விழித்தபடி நின்றாள். ஒரு பிரதான சாலையில் தான் நிற்பது நிஜமா அல்லது கனவா என்று புரியவில்லை. பார்வதியைக்கண்டதும் கனவா? பார்வதிதான் அது. சந்தேகமே இல்லை. எதிரில் விடாமல் அடித்த ஹாரன் சத்தத்தைக் கேட்டு அவள் அரண்டு நடைபாதையில் ஓரமாக நின்றாள். ஒரு வண்டி வெகுவேகமாக வந்தது. என்ன பிசாசு மாதிரி

ஓட்டறான் என்று பக்கத்தில் நின்ற ஒரு ஆள் சொன்னான். ஜெயம்மா நிமிர்ந்தபோது, அவளுக்கு வெல வெலத்துப் போயிற்று. அந்த வண்டியை ஓட்டியது, அய்யய்யோ பார்வதி மாதிரி இருக்கு. பார்வதியேதான் அவளுக்கு நெஞ்சு படபடவென்று அடித்துக்கொண்டது. நில்லு நில்லு... அவன் விழிப்பிதுங்க நிற்கையில் வண்டி தாறுமாறாக ஓடி சாலையை குறுக்காக வெட்டி அந்த பிரும்மாண்டமான மரத்தைத்தாக்கி...

வண்டி, அப்பளமாய் நொறுங்கி உள்ளிருந்தவர்கள் ஓலம்கூடக் கேட்கவில்லை. தெருவில் இருந்தவர்களின் ஓலம்தான் கேட்டது. போலீஸ் மளமளவென்று ஓடிவந்தது. ஜெயம்மா, என் பொண்ணு என் பொண்ணு என்று மரத்தடிக்கு நகர்ந்தாள். கூட்டத்தை போலீஸ் விரட்டியது. ஹோகி ஹோகி... "போங்க, போங்க"

"என் பொண்ணுப்பா! அந்த வண்டியிலே" என்றாள் ஜெயம்மா கண்ணீர் வெடிக்க.

"பொண்ணா? வெறும் மூணு ஆம்பிள்ளைங்கதான் இதிலே. போங்க"

"இருந்தாளே. நா பார்த்தேனே?"

"அந்த அம்மாவுக்கு மூளை சரியில்ல போல, பாவம்."

"ஹோகி ஹோகி"

எல்லாரும் விரட்டினார்கள்.

அவள் பெரும் குழப்பத்துடன் நின்றாள். உண்மையிலேயே மூளை செயலிழந்து போனதுபோல் இருந்தது. அவள் மெல்ல நடந்து கோர்ட்டின் வாயிலை அடைந்தாள்.

"யாரம்மா அது? இங்க தனியா நிக்கிறீங்க, கூட யாரும் வரல்லே?"

குரல் கேட்டு அவள் திரும்பினாள். ஒரு அலுவலர்போல் தெரிந்தது. அவளுக்குச் சட்டென்று சுயநினைவு வந்தது. கண்ணில் நீர் நிறைந்தது.

"என்னுடைய புருஷன் எங்கேன்னு தெரியல்லிய்யா."

"எதுக்கு வந்தீங்க இங்க?"

"இன்னிக்கு ஒரு கொலை தீர்ப்பு வரும்னு சொன்னாங்க."

அவர் அவளுக்கு பதில் சொல்வதற்குமுன் அவள் பார்த்துவிட்டாள். திம்மப்பா அருகிலேயே ஒரு படிக்கட்டில் உட்கார்ந்திருந்தான்.

"அதோ அங்க இருக்காங்க" என்றபடி அவள் விரைந்தாள்.

திம்மப்பா அவளை ஒரு வெற்றுப் பார்வை பார்த்துத் தலைகுனிந்து கொண்டான்.

"என்ன ஆச்சு?" என்றாள் அவள் பீதியுடன்.

அவன் உதட்டைப் பிதுக்கித் தலையை அசைத்தான்.

"அப்படீன்னா?"

அவன் தலையில் மடேர் மடேர் என்று அடித்துக் கொண்டான். அவன் உதடு துடிப்பதையும், கண்களில் நீர் ததும்புவதையும் பார்த்து அவளுக்கு பயமாக இருந்தது.

"விட்டுட்டாங்க! போதுமான சாட்சி இல்லையாம். நிறைய வருஷம் ஆயிடுச்சாம்!"

அவள் கண்கள் விரியப் பார்த்தாள். மனசில் தோன்றிய கெட்ட வார்த்தைகளையெல்லாம் கொட்ட வேண்டும்போல் இருந்தது. ஆனால் ஒரு வார்த்தை வெளியில் வரவில்லை. மார்பைப் பிளந்துக்கொண்டு கேவல் எழுந்தது.

அந்த அலுவலர் அங்கேயே நின்றிருந்தார்.

"இந்தாம்மா, இங்க உட்காந்து ஒப்பாரி வைக்கக் கூடாது. மேல் கோர்ட்டிலே அப்பீல் செய்யலாம் போங்க"

அவள் விழித்தாள். அந்த ஆள் என்ன சொன்னார் என்று புரியவில்லை. பத்து வருஷமா காத்திருந்தோம் ஐயா என்று சொல்ல நினைத்து "பார்வதி செத்துட்டா..." என்றாள். "கண்ணால் பாத்தேன்."

அந்த ஆள் ஒரு விநாடி நின்று மெல்லிய குரலில். "வீட்டுக்குப் போங்க அம்மா" என்றார்.

அவள் திம்மப்பாவின் தோளைத் தொட்டு. "வா போவோம்" என்றாள்.

அந்த ஆள் நகர்ந்தபிறகு "ஆமாம் பார்வதி இன்னிக்கு மறுபடி செத்துப்போனா" என்றாள்.

திம்மப்பா புதிய கோபத்துடன், "அந்தச் சண்டாளன் திரும்பி வந்துருப்பான் ஜெயம்மா, ராஜா மாதிரி நம்ம தெருவிலேயே நடப்பான்."

நினைவுகளின் தாக்குதலில் அவள் துவண்டு போனாள்.

செமத்தியாக அடிபட்டதுபோல் உடம்பு பலவீனப்பட்டது. தூக்கத்தில் நடப்பவர்கள்போல் அவர்கள் பேருந்து நிலையத்தை அடைந்தார்கள். பஸ் பிடித்து வீடுபோய் சேரும்வரை எதுவுமே பேச முடியாமல் தத்தம் யோசனையில் ஆழ்ந்தார்கள். ஜெயம்மாவுக்கு அசதியில் தூக்கம் வந்தது.

நிலம் அதிர வந்தான் அந்தச் சண்டாளன், ராமோஜி. அவள் பார்வையில் படும்படி தெருவில் நடந்தான். ராஜநடை கண்கள் நிறைய விஷமம், அதில் சினிமாக்காரன்போல் கண் மை வேறு. அவனது கொள்ளிக்கண் படுவதற்குமுன் உள்ளே போகணும்.

"ஏய், பார்வதி, இங்க வா விளையாடினது போதும் உள்ள வாடி..."

"அட அட, உன் பெண்ணா, நீயே நல்லாத்தான் இருக்கே, பொண்ணு சொர்ணக்கிளி மாதிரி இல்ல பெத்திருக்கே? அந்த அசட்டு திம்மப்பாவுக்கா?"

வயிறு குபீரென்று பற்றிக்கொள்கிறது. "அடத் தூ"

எங்கு பார்த்தாலும் அந்தச் சண்டாளன். வெற்றிலை குதப்பும் வாயும் மையிட்ட கண்ணும், கொள்ளிக்கண்ணு கொள்ளிக்கண்ணு, பார்வதி. போகாதே கண்ணு... நீ கனாவில்

சுலபமாகக் காற்றைப்போல் ஓட முடிகிறது. பார்வதியைத் தேடிக்கொண்டு... புதரில், சகதியில், மண்ணில், மேட்டில்... அதோ தெரிகிறது. பார்வதியின் மஞ்சள் பாவாடை, தொடைக்கு மேல் ஏறி, விறைத்து உடம்பில் ரத்தக் கறை உலர்ந்து...

அவள் திடுக்கிட்டு விழித்துக் கொண்டாள். கண்களிலிருந்து நீர் வழிந்தவண்ணம் இருந்தது. திம்மப்பா அசந்து தூங்கிக் கொண்டிருந்தான்.

ஜெயம்மா தனக்குள் முனகிக்கொண்டாள். எத்தனை முட்டிக்கிட்டேன். இந்த ஆளு கேக்கல்லே... "இந்த ஊரே சரியில்ல. ஷிமோகாவுக்குப் போயிருவோம். கூலி வேலை செஞ்சு பிழைக்கலாம். பார்வதியை இஸ்கூலுக்கு அனுப்பலாம்."

"நல்ல கூத்து. இங்க நிலமும் வீடும் இருக்கு. எவன் போவான் பொம்பளைப் பேச்சைக்கேட்டு?"

உடம்பு பதைக்கிறது. தேகம் நடுங்குகிறது ஏதோ கெட்டது. நடக்கப்போகிறது என்று. தாயே கன்னிகா பரமேஷ்வரி. நீதான் காப்பாத்தணும். பரமேஷ்வரி கல்லாகவே இருந்தாள். அந்தப் பாதகத்தை யார் செய்தது என்று ஊருக்கே தெரியும். சண்டாளன் பார்வதியை அழைத்துக்கொண்டு போனதைப் பார்த்தவன், பிறகு போலீஸைக் கண்டதும் சொன்னதில் யாரோ வந்து வழக்கு போட்டார்கள். சாட்சி சொன்னவர்கள் எல்லாம் முன்னும் பின்னுமாகப்பேசி பத்து வருஷம் இழுத்தார்கள்.

பத்து வருஷம். பைத்தியக்காரத்தனமான காத்திருப்பு.

வீட்டுக்கதவை திறந்து கொண்டே திம்மப்பா அலுப்புடன் சொன்னான். "நம்மகிட்ட பணம் காசு இல்லே. நமக்கு சாமியும் இல்ல, பூதமும் இல்ல, நியாயம் கிடைக்கும்னு எப்படி எதிர்பார்ப்போம். ஜெயம்மா! நீயும் நானும் முட்டாள்கள்" முற்றத்துக் கயிற்றுக்கட்டிலில் அமர்ந்து திம்மப்பா முகத்தை மூடிக்கொண்டு விசும்பினான். இன்னிக்குப் பார்வதியைப் பார்த்தேன் என்று சொல்லலாமா என்று ஜெயம்மா நினைத்தாள். அது அவனது துக்கத்தை அதிகப்படுத்தும் என்று பேசாமல்

சமையல் வேலையை கவனிக்கத் திரும்பினாள். திம்மப்பாவை சமாதானப்படுத்துவது தன்னால் முடியாது என்று நினைத்தபடி.

வாசலில் கோடிவீட்டு ராமப்பாவின் குரல் கேட்டது.

"நாங்க தோத்துட்டம் ராமப்பா" என்றான் திம்மப்பா துக்கம் தோய்ந்த குரலில்.

"தெரியும். சேதி கேட்டேன்"

"நாங்க சொன்னதெல்லாம் பொய்யின்னு ஆயிருச்சு."

ராமப்பா சற்றுநேரம் அமர்ந்து சமாதானப்படுத்திவிட்டுச் சென்றான். இரவு சாப்பிட்டு முடித்ததும் ஜெயம்மா சொல்ல ஆரம்பித்தாள்.

"இன்னிக்குப் பார்வதியைப் பார்த்தேன். பெரிய பெண்ணா வளர்ந்திருக்கா."

திம்மப்பாவுக்குக் கோபம் வந்தது. "ஜெயம்மா வேண்டாம் பேசாம இரு..."

"நிஜம்மா பாத்தேன். கன்னம்குழிய சிரித்தபடி முன்னால் நகர்ந்த பார்வதியை நினைத்தபடி அவள் வார்த்தைகளைக் கோக்க முனைகையில், ராமப்பா அரக்கப் பரக்க ஓடி வந்தான்"

"திம்மப்பா, விஷயம் தெரியுமா. ராமோஜி கிளம்பின வண்டி விபத்து ஆயிடுச்சாம். மரத்திலே மோதி ஆள் செத்துட்டான்."

வழித் துணை 14

அவனுக்குச் சிரிப்புப் பொத்துக்கொண்டு வந்தது. அடிவயிற்றிலிருந்து களுக் மொளுக்கென்று நுரையெழும்பிப் பொங்குவதுபோல் சிரிப்பலைகள் நாபியிலிருந்து கட்டுப்படுத்த முடியாமல் வெளியேறின. தோள்கள் குலுங்கின. அவனைச் சுற்றி இருந்த ஜன சமுத்திரம் ரங்கராட்டினத்தில் அமர்ந்து பலப்பல வர்ணங்களைத் தெறித்தபடி சுழன்றது. இத்தனை பெரிய கூட்டத்தை, நெரிசலை அவன் பார்த்ததில்லை, அவனுக்கும் அதற்கும் சம்பந்தமில்லை. ஒட்டுறவுமில்லை. ஆனால் அந்தச் சூழல் நூற்றுக்கணக்கான மனித முகங்கள், வண்ண விளக்குகள், நட்டநடுவில் நின்று இசை எழுப்பிய அந்தக் கும்பல் அவனுள் மகிழ்ச்சியை அளித்தது. இது என்னவோ ஒரு புதிய இடம். நியூஜெர்ஸி இல்லை. அங்கு அவர்கள் வீடு நிசப்தமாக இருக்கும். தெருக்கள் விசாலமாகத் துப்புரவாக இருக்கும்.

"இது எந்த இடம்?"

"இந்தியா, நா பிறந்த தேசம். அமெரிக்கா மாதிரி! நா பிறந்த தேசம்"

சாதாரணமாக அம்மா அவனை அணைத்துச் சிரிப்பாள். இன்று எங்கோ தொலைந்துப்போன பார்வை பார்த்தான்.

"இந்தியா சின்னது, அசுத்தமானது" என்று மூக்கை சுளுக்கினான்.

"அசுத்தம்தான். ஆனா இது ஜீவனுள்ள ஒரு ஊர். பேர் சொன்னேனே? ஞாபகம் இல்லே?"

''இல்லே''

''வாரணாசி, என் பாட்டி காசின்னு சொல்லுவாங்க''

''ஏன்?''

''தெரியாது. இங்கே காசி விசுவநாதசாமி கோவில்னு இருக்கு. அதனாலே இருக்கலாம்.''

அம்மா சொன்ன விளக்கம் அவன் காதில் விழவில்லை. இங்கு சத்தமான சத்தம், சமுத்திரம்போல் சற்றுதூரத்தில் பெரிய நீர் பரப்பாய் நதி ஓடிற்று. அதில் உடுப்பைக் கழட்டாமலே ஆண்களும் பெண்களும் குளிப்பது வேடிக்கையாக இருந்தது. சிறுவர்கள் இடுப்பில் ஜட்டிகூட இல்லாமல், கூச்சமில்லாமல் நீரில் அளைந்தபடி இருந்தார்கள். தொலைவில் நீரில் சின்ன சின்ன விளக்குகள் மிதந்தன. பார்க்க அழகாக இருந்தது. அதைப் பார்த்தபடி, கரையிலேயே இந்த ஓட்டல். டிபன் சாப்பிட அழைத்து வந்திருக்கிறது. அவர்கள் பயணிக்கும் டூரிஸ்ட் பஸ், கிடைத்த இடத்திலெல்லாம் மனிதர்கள் அமர்ந்திருந்தார்கள். தட்டை நிரப்பிக்கொண்டு சாப்பிட்டார்கள். அவர்களுக்கு எக்கச்சக்கப் பசி இருக்க வேண்டும். பாட்டை யாரும் கேட்கவில்லை.

அவனுக்கு மீண்டும் சிரிப்பு வந்தது. கைகளைக் கொட்டிக் குலுங்கும் சிரிப்பு.

''ராஜூ, சாப்பிடலே?'' அம்மாவின் குரல். அவன் சிரிப்பை நிறுத்தித் திரும்பிப் பார்த்தான்.

அவனது ப்ளேட்டைச் சுட்டிக்காட்டி ''சாப்பிடு, உனக்கு சமோசா பிடிக்குமே?'' என்றாள். அவன் அம்மாவை ஒருமுறை பார்த்து தனது தட்டைப் பார்த்தான். அம்மாவின் சுருங்கிய முகமும். நரைத்த க்ராப் தலையும் அதில் தெரிந்தன. அவன் நிமிர்ந்தான். அம்மா பாண்டும். டீ ஷர்டும் அணிந்திருந்தாள். எதிர் வரிசையில் அமர்ந்திருந்த இரண்டு பெண்கள் அம்மாவையே பார்ப்பதுபோல் இருந்தது. அழகாகப் புடவை. சல்வார் கம்மீஸ் உடையுடுத்தும் பெண்கள். கண் கறுப்பாக இருந்தது. உதடுகள்

சிவப்பாகப் பளபளத்தன, சற்றுமுன் கஜுராரே பாட்டுக்கு டாஸ் ஆடினார்கள், சந்தோஷமாக பகபகவென்று சிரித்தபடி, சும்மா கூட ஆடினாள் அவன் கையைப் பிடித்துக்கொண்டு. அம்மாவும் சிரித்தாள். அவன் சிரிக்கிறானா என்று பார்த்தாள். அவனது உள்ளாடை நனைந்திருப்பதைக் கவனிக்காமல்.

அவன் நிதானமாக சமோசாவை எடுத்துக் கடித்தான். இதமான சூட்டில் இருந்தது. சுகமாக இருந்தது. சற்றுமுன் பொங்கிய சிரிப்பலைகள் இப்போது அமுங்கிவிட்டன. அடிவயிற்றில் எங்கோ சுருண்டு விட்டதைப்போல், ஒருவித ஆயாசம் உடம்பை அழுத்திற்று. அழவேண்டும்போல் இருந்தது.

"பசிக்கல்லியா ராஜூ?"

ராஜூ பதில் சொல்லவில்லை. அம்மா அவன் நெற்றியைத் தொட்டு "குலாப் ஜாமூன் வேணுமா?" என்றாள்.

"வேண்டாம்" என்று தலை அசைத்து. "ஐஸ்க்ரீம்" என்றான்.

எல்லோரும் எழுந்துவிட்டார்கள். "கங்கையைப் பார்க்கப் போகணும். வா ராஜூ" என்று சொன்னதும் ராஜூ எழுந்தான். அவர்கள் கூட்டத்தோடு கூட்டமாக நகர்ந்தார்கள். அவன் கவனமாக அம்மாவைத் தொடர்ந்தான். எங்கே அவளைத் தொலைத்து விடுவோமோ என்று கவலையும், பயமும் அவனை அழுத்தின. இப்படித்தான் அப்பா ஒருநாள் காணாமல் போனார். ஆஸ்பத்திரி வண்டியில் படுத்தபடி வீட்டுக்கு வந்தார். கண்மூடி வீட்டுக்கூடத்தில் படுத்திருந்தார். கண்களைத் திறக்காமலே திரும்பி எங்கோ சென்றார். பிறகு வரவே இல்லை. அம்மா அன்று பெரிய அலறல். சில சமயங்களில் கனவாக வருகிறது. இப்பவும். படுக்கை நனைந்து போகிறது. அம்மாவுக்கு அவனால் தொந்திரவு ஆனதை நினைத்து வெட்கமும் அழுகையும் வருகிறது.

ஒரு நாள் அத்தகைய இரவில். அம்மா அவனை ஷவருக்கடியில் நிறுத்தி, சுத்தம் செய்து, மாற்றுடை அணியச் செய்து, அவனது படுக்கையிலிருந்த ஈரமாகிப்

போன பெட்ஷீட்டை உருவி வாஷிங் மெஷினில் போட்டு திரும்பிவந்து,

அவனைத் தன்னுடன் படுக்க வைத்தபோது அவன் கேட்டான். "அப்பா எங்கே?"

"சாமிகிட்ட போயிட்டார்" என்றாள் அவனை அணைத்தபடி.

"எப்ப திரும்புவார்?"

"திரும்பி வரமாட்டார் ராஜூ"

"அது வெகு அநியாயம் என்று தோன்றிற்று. டூ பேட்!"

"ஆமாம்" என்றாள் அம்மா, பிறகு அழ ஆரம்பித்தாள்.

"அழாதேம்மா. நா உன்னைவிட்டுப் போகமாட்டேன்."

அம்மா சரேலென்று எழுந்து உட்கார்ந்தாள். மெல்லக் குனிந்து அவன் கன்னத்தில் முத்தமிட்டாள்.

அம்மாவின் உதட்டின் ஸ்பரிசம் மிதமான சூடாக இருந்தது. அம்மாவின் முகத்தைப் பார்க்கக் கூச்சப்பட்டுக்கொண்டு அவன் திரும்பிப் படுத்தான். அம்மா சற்றுநேரம் விசும்பியபடி இருந்தாள். அவனுக்கும் அழுகையாக வந்தது.

எங்கும் கோலாகலமாக இருந்தது. அவளுக்கு மதுரை மீனாட்சி அம்மன் கோவில் சித்திரைத் திருவிழா நினைவுக்கு வந்தது. இப்படித்தான் ஒரே கேளிக்கையும், வினோதமும், ரங்கராட்டினத்தில் சுழன்று வரும் குழந்தைகளும், பூக்கடைகளும், வளையல் கடைகளும், வருவோரும், போவோருக்குமிடையே உயர மிதந்து வருவதுபோல் பலூன் கொத்துக்களை ஆட்டியபடி விற்பவரும். ஒலிபெருக்கியில் சத்தமாக வரும் பக்திப் பாடல்களும். ஆளக் கிறங்கடிக்கும். சாமி தரிசனத்தைவிட இந்தச் சூழலே அதிக மகிழ்ச்சி அளிக்கும் அவளுக்கு. உறவு என்று சொல்வதற்கு இருந்த அம்மாவும், அப்பாவும் உயிருடன் இருந்த பேரை அவளைத் தங்களுடன் வந்து இருக்கச் சொன்னார்கள். அது சாத்தியமே இல்லை என்று

அவள் உறுதியாக மறுத்து வந்தாள். அடுத்தடுத்து அவர்கள் கண்ணை மூடிய பிறகு மதுரைக்குச் செல்லவேண்டிய ஆர்வமே போய்விட்டது. ராஜூவை ஒருமுறை அழைத்துச் செல்ல வேண்டும் என்று சில சமயங்களில் தோன்றும், உடனடியாக அந்த எண்ணம் வலுவிழந்து போகும். மனக்கண்ணில் சித்திரங்கள் ஓடும். குரல்கள் நெஞ்சை அமுக்கும். அடி வயிற்றில் ஒரு ஜுவாலை எழும்பும்.

"காமு, மக வந்திருக்காளாமே அமெரிக்காவிலேந்து?"

"ஆமாம். தூங்கறா பர்வதம். பிரயாண அலுப்பு, நாளைக்கு வாயேன்."

"ஏண்டி எத்தனை நாளைக்கு பிரயாண அலுப்பு இருக்கும்? குழந்தையோட வந்திருக்கான்னு கேள்விப்பட்டேன், நாங்கள்ளாம் பார்க்க வேண்டாமா?"

"அவ இருப்பா ரெண்டு வாரம். நானே சொல்லி அனுப்பறேன்."

அம்மாவின் தயக்கம் சரேலென்று தாக்கிற்று. அவள் பக்கத்தில் படுத்திருந்த ரெண்டு வயது ராஜூவைத் தூக்கிக்கொண்டு கூடத்துக்கு வந்தாள். அதிர்ந்து நின்ற அம்மாவின் முகத்தைப்பார்க்காமல் "வாங்க மாமி" என்றாள். முகம் மலர்ந்த அவளைப் பார்த்த மாமியின் கரங்களில் ராஜூவைத் திணித்தாள்.

"வாடா ராஜா" என்று குனிந்து முத்தமிடப் போனவளின் முகத்தின் மலர்ச்சி மெல்ல சூம்பிப்போனதைப் பார்க்கும்போது அடிவயிறு குமைந்தது. ஏதோ தப்பு நடந்ததைப்போல் அம்மா தலைகுனிந்திருந்தாள்.

அது எதையுமே கவனியாதவள்போல் அவள் மாமியின் குடும்பத்தைப் பற்றி விசாரித்தாள். மாமி உற்சாகம் இல்லாமல் பதில் சொன்னாள். இடை இடையே ராஜூவைப் பார்த்தபடி. அவனுடைய தலை நிலைக்கொள்ளாமல் ஆடுவதைப் பார்த்தபடி, இடுங்கிய ஜப்பானிய கண்களைப் பார்த்தபடி,

அவனது கடை வாயிலில் நிற்காமல் எச்சில் ஒழுகுவதைப் பார்த்தபடி.

அவள் கையில் இருந்த டிஷ்யூ பேப்பரினால் ராஜூவின் வாயைத் துடைத்தாள். மாமி எந்த நிமிஷமும் வெடித்துவிடுவாள் என்று அவளுக்குத் தெரியும்.

மாமி எதுவுமே கேட்காமல் எழுந்து போனாள். அக்கம் பக்கத்தில் என்ன சொன்னாளோ தெரியாது. பிறகு யாருமே பார்க்க வரவில்லை. யாரும் வராதது அம்மாவுக்கு அதிக நிம்மதி என்று புரிந்தது. அதற்காக அம்மாவின்மேல் இனம்புரியாத கோபம் வந்தது.

"மாப்பிள்ளை பெரிய டாக்டர். குழந்தை பிறந்தது அமெரிக்காவிலே, இதை தடுத்திருக்க முடியாதா?"

"நீ என்ன சொல்லவரேன்னு எனக்குத் தெரியல்லேம்மா"

"இல்லேடி, கர்ப்பத்திலேயே கண்டுபிடிக்கிறாங்களாமே? இப்படி இருக்கும்னு தெரிஞ்சா அபார்ஷன் பண்ணலாம்னு கேள்விப்படறேன்."

"கர்ப்பத்திலே தெரியல்லே. தெரிஞ்சிருந்தாலும்..." எதைத் தடுப்பது? பிறப்பையா. வளர்ப்பையா? அம்மாவுக்கு ஆராய்ச்சியில் சிரத்தை இல்லை. அவளது கேள்வியே செவியில் விழாது. சிரிக்கும், அழும், விசனப்படும், சந்தோஷிக்கும் ஜீவன் அது. எதைத் தடுக்கச் சொல்றே?"

அந்தக் கேள்வியை அம்மா கேட்டதால் அவள் பிறகு மதுரைக்கு ராஜூவுடன் வரவில்லை. 'அங்கே அப்படி ஒரு பிள்ளையை வெச்சுக்கிட்டுத் தனியா எப்படி இருப்பே' என்று திரும்பத் திரும்ப அம்மா அழைத்தும் போகவில்லை.

"உனக்குன்னு ஏன் இப்படி பிறக்கணும்?"

'ஓ கடவுளே. நா பெத்தேன். நா வளக்கறேன். வாட் இஸ் யுவர் ப்ராப்ளம்?'

பாமரத்தனமான கேள்விகளுக்குப் பதில் சொல்ல அவளுக்கு நேரம் இல்லை. நேயமற்ற முட்டாள்களின் கருணையற்ற

கேள்விகளுக்குப் பதில் சொல்லவேண்டிய அவசியமுமில்லை. கேள்வி கேட்டது, அம்மாவாக இருந்தாலும். அப்பாவாக இருந்தாலும்.

"அம்மா பார் பார்"

ராஜூ எதையோ பார்த்துச் சிரித்தான். அவள் எதிரில் தெரிந்த அந்தக் கோலாகல உயிர்த் துடிப்பைப் பார்த்தாள். முன்பெல்லாம் கேள்வி கேட்கத் தோன்றும், ஏன்? ஏன்? ஏன்? இரவு தூக்கம் வராமல் கேள்விக் கொக்கிகளாய் அவளைச் சுற்றி வளையமாய் நிற்கும். அபிமன்யூ சிக்கிக்கொண்ட பத்மவியூகம் போல், கண்ணீர் பெருகி தலையணை நனையும்.

"நளினி, ராஜூ நமக்குக் கிடைச்ச பொக்கிஷம்னு நினைக்கணும். அவன் அசாதாரணமான குழந்தை. நம்ம கையிலே பாதுகாப்பா இருப்பான் என்கிற நம்பிக்கையில் ஆண்டவன் ஒப்படைச்ச உயிர். அதைக் கவனமா பாத்துக்கணும், உனக்கு ரொம்பப் பொறுமை வேணும் நளினி."

சுதாகர் உண்மையிலேயே ஒரு மகான். மருத்துவ ரீதியாக ராஜூவின் நிலைமை புரிந்ததும் அவர் சொன்ன முதல் வார்த்தைகள். திடுக்கிட்டு அதிர்ந்த மனசு மெல்ல மெல்ல சமாதானமாகிப் போக வைத்த மந்திரச் சொற்கள். சுலபமாக இருக்கவில்லை. எனக்கு ஏன் இப்படி ஆக வேண்டும்?

"நிராசை இருக்கிற இடத்திலே அன்பை வைக்கணும். அன்பை செலுத்து. வலிக்கிறவரைக்கும்."

"என் துக்கமே பெரிசா தோணுது. என்னுடைய இழப்பே பெரிசா தோணுது." கண்களிலிருந்து அடக்கமாட்டாமல் நீர் பெருகிற்று.

"இழப்புன்னு நினைக்கிறதை, வாய்ப்புன்னு நினைக்கணும் நளினி. உனக்குத் திருப்பி உதவ முடியாதவனுக்கு உதவணும்."

"ராமகிருஷ்ண பரமஹம்சரா? மதர் தெரெசாவா? என்னாலெ முடியல்லே. உங்களை மாதிரி வேதாந்தியா இருக்க முடியல்லே."

"என்னைவிட உனக்கு சுலபமா இருக்கணும்."

சுலபமாக இருக்கவில்லை. பாழாய்ப்போன மனசு பக்கத்து வீட்டுக் குழந்தையைப் பார்த்தது. அது சுயமாகத் துள்ளித் திரிந்து ஓடி வெடுக் வெடுக்கென்று ஐ கியூ டெஸ்டில் சதம் வாங்கியபோது பொறாமையால் வெதும்பிற்று. சுதாகர் மட்டும் துணைக்கு இல்லாமல் இருந்திருந்தால் அவள் மதுரையில் இருந்த அம்மாவின் மறு அவதாரமாகி இருப்பாள். கர்ப்பத்திலேயே ஏன் கண்டுபிடிக்கல்லே என நொந்திருப்பாள்.

"நீங்க இருக்கீங்களே பக்க பலத்துக்கு."

பக்க பலம் பாதி பயணம்கூட முடியாத தருணத்தில் விலகிக் கொண்டது. அதுவும் முன்னறிவிப்பில்லாமல், பயிற்சி கொடுத்தது போதும் என்ற களைப்பில்.

ஏன்? இப்படியெல்லாம் ஏன் நிகழ வேண்டும்?

ராஜூ எதையோ பார்த்துக் கைக்கொட்டிச் சிரித்தான். கோவணம் மட்டுமே அணிந்த ஐந்தாறு சிறுவர்கள் நதியில் குதித்துப் பாடி குளித்துக் கொண்டிருந்தார்கள். அவர்களும் கைகொட்டிச் சிரித்தார்கள் அவனைப் பார்த்து. 'பைத்தியம் பாரு சிரிக்குது.'

"வா ராஜூ போகலாம். நேரமாச்சு!" என்று அவள் அவசரமாக அவனது தோளில் கை வைத்தாள்.

அவன் போசாமல் எழுந்து அவள் பின்னால் நடந்தான். நல்லவேளை அவனுக்கு ஆங்கிலம் மட்டுமே விளங்கும். ஆனால் அவர்களது எக்களிக்கும் உடல்மொழி விளங்கினாலும் விளங்கலாம்.

சுதாகர் அவளுள் குடிகொண்டு விட்டமாதிரி இருந்தது. கண்ணைக் கட்டிக் காட்டில் விட்ட நிலையில் கையைப் பிடித்து அழைத்துச் செல்வது மாதிரி இருந்தது. 12 வயது ராஜூ, வார்த்தையை ஒவ்வொன்றாக கோத்துக் கோத்து பேச முயன்ற வேளை அது. 'சாரி', 'தாங்க்யூ', 'அம்மா' என்ற

சொற்கள் அவன் நாவிலிருந்து புறப்பட்டபோது அற்புதம் என்ற பூரிப்பை ஏற்படுத்திய வேளை. அன்று அவள் அவனை அணைத்துக்கொண்டு அழுதாள். எப்படிப்பட்ட பள்ளி அது! ஏன் பெத்தே என்று கேட்காத பள்ளி, சுதாகர் தான் வேலைபார்த்த மிகப்பெரிய மருத்துவமனையிலிருந்து ஓய்வு பெற்று அவனுக்காகத் தேடிப்பிடித்து மிகச்சிறந்த பள்ளியில் சேர்த்த திருப்தியுடன் அங்கிருந்த சின்ன ஆஸ்பத்திரியில் பணி செய்ய ஆரம்பித்தார்.

தெருவில் கூட்டமான கூட்டம். பெண்கள், ஆடவர், குழந்தைகள், ஆரோக்கியமான மூளை சுறுசுறுப்புடன் துள்ளித்திரியும் சிறுவர்கள். எல்லோரையும் ஒருவித ஆர்வத்துடன் பார்த்தபடி ராஜூ மெல்ல நகர்ந்தான். இடை இடையே அவள்கூட வருகிறாளா என்று பார்த்தபடி நடந்தான். அங்கங்கே பாராக்கு பார்த்தபடி நின்றுவிடும் அவனைப் பிடித்து அழைத்து வரவேண்டியிருந்தது. அப்போதுதான் நனைந்திருந்த அவனுடைய கால் சராயைப் பார்த்தாள்.

அவர்கள் தங்கியிருந்த ஹோட்டலை அடைந்தபோது. முகப்பிலேயே நீர் மானேஜர் சிடுசிடுத்த முகத்துடன் நின்றிருந்தார்.

"எங்கே போனீங்க மிஸஸ் சுதாகர்? ஏழு மணிக்கு டின்னருக்குக் கிளம்பிடணும்னு நா சொல்லியிருக்கல்லே?"

"சாரி" என்று அவள் முணுமுணுத்தாள். "ஒரே கூட்டம், நதிக்கரையிலே. ராஜூவைக் கிளப்பிக்கிட்டு வர்றதுக்கு நேரமாயிட்டது."

மானேஜரின் கடுகடுப்பு குறையவில்லை. அங்கு தயாராகக் காத்திருந்தவர்களின் முகத்திலும் அவளுக்கு விளங்காத கோபம் தெரிந்தது.

"இந்த மாதிரி ஒரு பிள்ளையை அழைச்சுக்கிட்டு வரும்போது நீங்க இன்னும் அதிக கவனத்தோடு இருக்கணும் மேடம்"

''சாரின்னு சொன்னேனே? இனிமே அப்படி நடக்காது.''

''சரி அப்ப, இப்படியே கிளம்புங்க. ரூமுக்குப் போகணும்னா. நேரமில்லே.''

''ப்ளீஸ், ஐந்து நிமிஷம் குடுங்க. ராஜூவுடைய உடுப்பை மாத்தணும்.''

அப்போதுதான் கவனித்த நீர் மானேஜர். ''சரி சீக்கிரம் வாங்க'' என்றார்.

சில பெண்கள் அருவருப்புடன் மூக்கை சுருக்குவதை கவனிக்காமல், அவள் லிஃப்ட்டின் பொத்தானை அமுக்கினாள்.

ராஜூ அவளது முதுகுக்குப் பின்னால் ஒண்டிக்கொண்டு நின்றிருந்தான். யாராவது குரலை உயர்த்திப் பேசினால் அவன் பயந்துவிடுவான் என்று இவர்களுக்கு விளக்கமுடியாது.

'இப்படியிருக்கிற பிள்ளையோட ஏன் பிரயாணம் செய்யறே?'

'இவர்களுக்கு என்ன வந்தது? என் பிள்ளை. என் பணம். என் இஷ்டம், வாட் இஸ் யுவர் பிராப்ளம்?'

ராஜூ பேசாமல் ஆடைகளை மாற்றிக்கொண்டான்.

ஷவர் வேண்டாம் என்று பவுடரை அப்பிக்கொண்டான். நனைந்த ஆடைகளை நீரில் முக்கி வைத்தாள்.

அவள் ராஜூவின் கையைப் பிடித்து வெளியில் நின்றிருந்த பஸ்ஸில் ஏறினாள். அவளுடன் இந்த க்ரூப்பில் யாரும் சகஜமாகப் பேசுவதில்லை. ராஜூ அவளுடன் ஒண்டிக்கொண்டு நாய்க்குட்டியைப் போல நடப்பது அவர்களுக்கு ஏதோ மிருகத்தைப் பார்ப்பதுபோன்ற அச்சத்தை ஏற்படுத்துவதை நினைத்து அவளுக்கு அலுப்பு ஏற்பட்டது. கோபம் வந்தது.

''என் மேல் கோபமா?''

அவள் திடுக்கிட்டு ''இல்லே ராஜூ'' என்றாள்.

''சாரி''

"உன் மேல் தப்பில்லே. உன் மேல தப்பில்லே, உன் மேல் தப்பில்லே"

"என் மேல தப்பில்லே, சாமி மேல?"

"சாமிமேலையும் இல்லே"

"பின்னே யார் மேல?"

"தப்புன்னு யார் சொன்னது?"

சாப்பாட்டு விடுதியில் அவர்களுக்கு முன் எல்லோரும் இடத்தை நிரப்பி விட்டார்கள். கிடைத்த நாற்காலிகளில் அவசர அவசரமாக உட்கார்ந்துவிட்டார்கள். மியூஸிகல் சேரில் இடம் பிடிப்பதுபோல.

ஜன்னல் ஓரமாக ஒரே ஒரு நாற்காலி இருந்தது. அதில் ராஜூவை உட்காரவைத்துவிட்டு அவள் சாப்பாட்டை எடுத்து வரச் சென்றாள்.

'ஓ எதற்கு இப்படி எல்லோரும் முண்டி அடித்துப் பாய்கிறார்கள். பஞ்சத்தில் அடிபட்ட பரதேசி போல? இப்போது தானே நதிக்கரையில் என்னென்னவோ மொசுக்கினார்கள்?'

ஒரு வழியாகச் சாப்பாடு கிடைத்தது, மற்றவர்கள் அள்ளிக் கொண்டது போக. பலர் பாதி உணர்வை தட்டிலேயே வைத்து எழுந்திருப்பதை அவள் பார்த்திருக்கிறாள். சுதாகர் சொன்னது நினைவுக்கு வந்தது. 'இந்தியா ஏழை நாடு, அன்னத்தை தெய்வமா போற்றி வழிபடர கலாச்சாரம் அங்கே. சாப்பாட்டுத் தட்டில் ஏதேனும் மிச்சம் போச்சுன்னா என் பாட்டிக்கு ரொம்ப கோபம் வரும்.'

பாட்டிகளே இப்போது இல்லை என்று தோன்றிற்று.

"சமோசா எங்கே?" என்றான் ராஜூ.

"தீந்து போச்சு" என்று அவள் அவன் தலையை வருடினாள். "ரசகுல்லா இருக்கு, சாப்பிடு."

ராஜூ எதுவும் சொல்லவில்லை. எதிரில் அமர்ந்து சாப்பிட்டுக் கொண்டிருந்த ஒரு சிறுவனையே பார்த்துக் கொண்டிருந்தான். அவனது தட்டில் மூன்று சமோசாக்கள்.

டூரிஸ்ட் பஸ் டிரைவர் முணுமுணுத்தபடி நின்றிருந்தான். ஹோட்டலில் அவள் அவசரப்படுத்திய நீர் மானேஜர் ரசகுல்லாவில் லயித்திருந்தார். அவள் ராஜூவை அழைத்துக் கொண்டு பஸ்ஸில் சௌகர்யமான இடம் பிடித்து அமர்ந்தாள். டிரைவர் ஒரு விநாடி அவர்களை வினோதமாகப் பார்த்துத் தனது இருக்கையில் அமர்ந்துக் கொண்டான். சற்றுநேரம் ஏதோ யோசனையில் அமர்ந்தவன், மெல்ல அவளைத் திரும்பிப் பார்த்துக் கேட்டான்.

"எங்கிருந்து வருகிறீர்கள் பெஹென்ஜீ?"

"அமெரிக்காவிலிருந்து"

"இங்கே காசிக்கு என்ன, வேண்டுதலா?"

அவள் வியப்புடன் அவனைப் பார்த்தாள். "இல்லே. கங்கையை என் பிள்ளைக்குக் காண்பிக்கணும்னு வந்தேன்."

பிறகு அவள் தனக்குள் பேசிக்கொள்பவள்போல் சொன்னாள். "எல்லா தேசத்திலேயும் நதி ஒரு இயற்கைவளம். இந்தியாவிலே தெய்வமா நினைக்கப்படுது. அந்த உணர்வு இங்கே வந்தாதான் விளங்கும்."

"இத்தனை அசுத்தத்திலேயும்"

டிரைவர் அவளை தீவிரயோசனையுடன் பார்ப்பது அவளுக்கு சங்கடமாக இருந்தது, என்ன சொல்ல நினைக்கிறான்?

"உங்க பையனுக்கு இதெல்லாம் விளங்குமா?"

அவளுக்குப் பொறுமை லேசாக நழுவிற்று.

"அவனுடைய புரிந்துகொள்கிற திறமையைப் பத்தி எனக்கு சந்தேகமே இல்லை."

டிரைவர் ராஜூவைப் பார்த்தான். ராஜூ எதையோ பார்த்துச் சிரித்துக் கொண்டிருந்தான்.

"நீங்க அபூர்வமான பெண் என்கிறதிலே சந்தேகமில்லே பெஹென்ஜீ"

அவள் பதில் சொல்லவில்லை. எனக்கு எந்தக் கிரீடமும் தேவை இல்லை, என்னை அவமானப்படுத்தாதே.

"எத்தனை வயசு?"

அவள் திடுக்கிட்டாள்.

"யாருக்கு?"

"பிள்ளைக்கு"

"32"

"ஹே பகவான்"

அவள் பதில் சொல்லாமல் வெளியே பார்த்தாள். அடுத்ததாக அவன் மேற்கொண்டு கேள்வி கேட்டால் வெடிக்கக் காத்திருந்தாள். வாட் இஸ் யுவர் ப்ராப்ளம்?

எல்லோரும் வந்து விட்டார்கள். வாயில் பீடாவை சொதப்பியபடி அவர்களைத் தாண்டிச் செல்லும்போது நமட்டுச் சிரிப்புச் சிரித்தார்கள். ராஜூ குலுங்கக் குலுங்க சிரிக்க ஆரம்பித்ததும் அரண்டு நகர்ந்தார்கள். ராஜூவின் சிரிப்புக்குக் காரணம் உண்டா? அவள் ஆராய்ந்ததில்லை. அவன் அழுகைக்கும் காரணத்தை ஆராய்ந்ததில்லை. அழும்போது அவனை அணைத்துக் கொண்டு சாரி சொன்னால் அடங்கிப்போவான். எதற்காக 'சாரி' சொல்ல வேண்டும் என்று அவள் யோசித்ததில்லை, அந்த வார்த்தை அவனுக்கு எந்த வகையிலோ சமாதானத்தை அளித்தது.

'சாரி.'

'சாரி.'

'ஸே இட் அகேன், திருப்பிச் சொல்லு.'

'சாரி.'

'ஏன் சொல்ல வேண்டும்?'

அவளுக்குத் தெரியாது. ஆனால் அது அவள் மனசை சுத்தமாக்கும், அவனிடம் பல சமயங்களில் கோபப்பட்டதற்கு, அலுத்துக்கொண்டதற்கு களைத்ததற்கு.

''லட்சுமண் காட்'' என்று நீர் மானேஜர் சத்தம் போட்டார்.

''இறங்கிப் பார்க்கணுமா?''

''ஆமாம்'' என்று சிலர் கத்தினார்கள். சிலர் முடங்கி முணுமுணுத்தார்கள்.

வண்டி நின்றது.

''நதியைப் பார்க்கலாமா ராஜூ? இது வேற இடம்''

அவன் கையைக் கொட்டிச் சிரித்தான். ''எனக்குப் பிடிக்கும்''

அவர்கள் முன் இருக்கையில் அமர்ந்திருந்ததால் முதலில் இறங்க எழுந்தார்கள், அவள் எழுந்து, ராஜூ வருகிறானா என்று கவனித்தபடி இறங்கினாள். வண்டி மேட்டுப் பகுதியில் நின்றிருந்தது. எங்கேயோ பார்த்தபடி ராஜூ இறங்க ஆரம்பித்து கடைசிப் படியில் கால் பதியாமல் தடுமாறி அவள்மேல் விழுந்ததில் அவள் தலைகுப்புற விழுந்தாள். முழங்கால் சுரீரென்று வலித்தது. மண்டை விண்ணென்று அதிர்ந்தது. ராஜூ திகைத்தபடி நின்றான். குனிந்து அவளது முதுகைத் தொட்டு ''மம்மா, மம்மா, ஆர் யூ ஓகே?'' என்று திரும்பத் திரும்பக் கேட்டு விசும்பினான். அவர்களைச் சுற்றிக் கூட்டம் கூடிவிட்டது. ஒரே இரைச்சலாக சத்தம் கேட்டது.

''எருமை மாடு மாதிரி மூளை வளர்ச்சியில்லாத பையனை அழைச்சிக்கிட்டு ஊர் சுத்தறாளே? அசாத்திய தைரியம் தான் அந்தப் பொம்பிளைக்கு. நானாயிருந்தா ஏதானும் ஹோம்லே விட்டிருப்பேன். காலைச் சுத்தின பாம்பு கணக்கா, வெலங்குடீ, அக்கடான்னு இருக்க வேண்டிய வயசிலே, பெத்தப்புறம் என்ன செய்யமுடியும்? நீ உன் வீட்டிலே சீராட்டிக்கிட்டு குந்து. நீர்லே அழைச்சுக்கிட்டு வந்து ஏன் எல்லார் பிராணனையும் வாங்கறே?''

அவள் மெல்லக் கண் திறந்தாள். ராஜூ அழுது கொண்டிருந்தான். கூட்டம் விலகி விட்டது. நீர் மானேஜர் மட்டும் அமர்ந்திருந்தார்.

''எப்படி இருக்கீங்க மிஸஸ் சுதாகர், டாக்டர்கிட்ட போகலாமா?''

அவள் மெல்ல எழுந்தாள். ''வேண்டாம், சரியாகிவிடுவேன்.''

''இங்கேயே உட்காருங்கள்.''

''இல்லை. நதிக்கரையிலே உட்கார்ந்துக்கறோம், ராஜூவுக்கு நதியைப் பார்க்கப் பிடிக்கும்.''

''ரொம்ப தொலைவு போகாதீர்கள்'' என்ற மானேஜரின் குரல் பின்னால் ஒலித்தது.

ராஜூவைப் பார்த்து அவள் ''சாரி ராஜூ'' என்றாள்.

அவர்கள் மெல்லக் கையைப் பிடித்துக்கொண்டு நதிக்கரைக்குச் சென்றார்கள். இரவுப் போழுதின் பலவித ஒளியில் கங்கை அமானுஷ்யமாகத் தெரிந்தது. தொலைவில் சிதைகள் எரிந்து கொண்டிருந்தன, நதியில் சுடர்விடும் எண்ணெய் விட்ட அகல்கள், மெழுகு அகல்கள் மிதந்தன, மனிதக் குரல்கள் சிரிப்புகள் கும்மாளங்கள் காற்றை நிரப்பின. இதில் ராஜூவுக்கு இடமில்லையா?

அவளுக்கு திடீரென்று நாபியிலிருந்து துக்கம் புரண்டு நெஞ்சை அடைத்தது. கீழே அமர்ந்து குலுங்கக் குலுங்க அழ ஆரம்பித்தாள்.

''மம்மா டோன்ட் க்ரை. அம்மா அழாதே''

அவளது அழுகை நிற்கவில்லை.

''மம்மா சாரி, மம்மா சாரி''

அவள் சட்டென்று நிமிர்ந்தாள். ''உன் மேல தப்பில்லே ராஜூ, உன் மேல தப்பில்லே''

''யாருடைய தப்பு? சாமி மேல?''

''சாமிமேலயும் இல்லே. அவர் எனக்கு உன்னைக் கொடுத்தார்''

''அப்ப சாமிமேல்தான் தப்பு. கங்கை சாமிதானே. நா போயி கேட்கறேன்''

‘ஓ, என்ன ஆகிவிட்டது இந்தப் பிள்ளைக்கு?’ அவன் முகத்தில் மிகுந்த சோகம் தெரிந்தது.

அவளுக்கு சொரேலென்றது. இந்த அசட்டுக் கும்பலின் தாக்கத்தில் அவளது சுயபச்சாதாபம் வெளிப்பட்டு விட்டதா?

அவள் அவனை இறுக அணைத்துக்கொண்டாள். “எனக்கு நீ வேணும்னுதான் சாமி உன்னைக் கொடுத்தார் ராஜூ. நீ ப்ராமிஸ் பண்ணது மறந்து போச்சா? என்னை விட்டுப் போகவே மாட்டேன்னு சொல்லல்லே? ஐ நீட் யூ ராஜூ, எனக்கு நீ வேணும்.”

“எனக்கும் நீ வேணும் மம்மா.”

அவர்கள் வெகுநேரம் அந்த அமானுஷ்ய ஓரிகளின் கோலாகலத்தைப் பார்த்தபடி கட்டுண்டு அமர்ந்திருந்தார்கள். அண்ட சராசரம் உயிர்ப்புடன் துடித்தது. அவளது அணைப்புக்குள் இருந்த ராஜூவின் உடலின் கதகதப்பு அவளுள் படர்ந்திருந்தது.

அகண்டவெளியில் ராஜூவுக்கு இடம் தேடுவது முட்டாள்தனம் என்று அவள் புன்னகைத்துக் கொண்டாள்.

முற்றும்

www.ingramcontent.com/pod-product-compliance
Lightning Source LLC
LaVergne TN
LVHW060235051026
849517LV00005B/1620